स्वतःचा शोध

ओशो

अनुवाद
प्रज्ञा ओक

मेहता पब्लिशिंग हाऊस

This book is a translation, in Marathi, of (Chapters 23-33) '*The New Dawn*.', a series of original English talks by Osho, given to a live audience. All of Osho's talks have been published in full as books, and are also available as original audio recordings. Audio recordings and the complete text archive can be found via the online OSHO Library at
www.osho.com/library
Translated into Marathi Language by Pradnya Oak

स्वत:चा शोध / वैचारिक

अनुवाद : प्रज्ञा ओक

मराठी अनुवादाचे व प्रकाशनाचे हक्क : मेहता पब्लिशिंग हाऊस प्रा. लि., पुणे

संस्थापक : सुनील अनिल मेहता

प्रकाशक : मेहता पब्लिशिंग हाऊस प्रा. लि.,
१९४१, सदाशिव पेठ, माडीवाले कॉलनी, पुणे ४११०३०.
✆ ०२०-२४४७६९२४ / २४४६०३१३
Email : production@mehtapublishinghouse.com
Website: www.mehtapublishinghouse.com

मुद्रक : ट्रिनिटी ॲकॅडमी फॉर कॉर्पोरेट ट्रेनिंग लिमिटेड

मुखपृष्ठ : संजू खैरनार

प्रकाशनकाल : फेब्रुवारी, २००३ / फेब्रुवारी, २००९ / जानेवारी, २०१२ / एप्रिल, २०१५ / डिसेंबर, २०२० / पुनर्मुद्रण : नोव्हेंबर, २०२५

किंमत : ₹ ३२०

P Book ISBN 9788177661477
E Book ISBN 9788184986549
E Books available on : amazonkindle Apple Books Google Play Books

मनोगत

'द न्यू डॉन' या इंग्रजी पुस्तकाच्या अनुवादाचं हे तिसरं आणि शेवटचं पुस्तक. पहिल्या दोन पुस्तकांप्रमाणेच याहीवेळी अनुवाद करताना नव्यानं काही गोष्टींची जाणीव झाली. ओशोंचं विचारवैभव, भाषावैभव इतकं विलक्षण आहे की हे तिसरं पुस्तक संपवताना– एखाद्या मोहनिद्रेतून बाहेर यावं असा अनुभव आला. त्यांच्या विचारांचं, भाषेचं विलक्षण गारूड गेले दीड वर्ष मनावर इतकं पसरलेलं होतं की पुस्तक संपल्यानंतर कमालीची हुरहूर वाटली.

हे काम करताना खरोखरचं आपण विचारांनी समृद्ध झालो, का ज्ञानानं समृद्ध झालो हा संभ्रम पडावा अशी मन:स्थिती अनेकवेळा मी अनुभवली. अनेक वादांना कारणीभूत ठरलेल्या एका अचाट विचारवंताचे थक्क करणारे विचार मी मराठी वाचकांपर्यंत पोहोचवते आहे याबद्दल धन्यता वाटली. माझ्यापूर्वी अनेकांनी असे अनुवाद केलेले आहेत. मराठी वाचकांसाठी मेहता परिवारानं प्रकाशित केलेल्या ओशोंच्या क्रांतीकारी विचार प्रवाहात माझाही थोडा सहभाग झाला याचं मन:पूर्वक समाधान वाटलं. तीनही पुस्तकांच्या हस्तलिखिताचं दिलीप ओकांनी न कंटाळता केलेलं तपासणीचं काम माझ्यासाठी फार मोलाचं ठरलं. श्री. जी. एन. केळकर आणि डॉ. किरण ठाकूर यांनी नेमकेपणानं शंकाचं निरसन केलं.

मेहता परिवारापैकी सुनील मेहतांचे खास आभार मानते कारण 'ओशो' हा विषय माझ्या आयुष्यात आणायला तेच कारणीभूत आहेत. हे काम करताना 'परिपूर्ण आनंद' एवढंच वर्णन पुरेसं आहे.

धन्यवाद!

प्रज्ञा ओक

अनुक्रमणिका

प्रकरण १

प्रकृती तुम्हाला जिथे जिथे नेईल तिथे तिथे पूर्णपणे विश्वास ठेवून चालत राहणं हे तुमच्या दृष्टीनं गरजेचं आहे. कोणताही आडमुठेपणा न करता, त्यामध्ये कोणताही अडथळा न आणता, शांतपणे तिचं बोट धरून वाट चालत रहा. कारण अगदी थोडासा आडमुठेपणा किंवा थोडासा अडथळासुद्धा तुमच्यासाठी आत्मज्ञानाची दारं बदं करतील.

सृष्टी ही निरागस असते

ध्यानसागर...

फक्त परमानंदासाठीच प्रत्येकजण जन्माला येतो असं नाही. जन्माला येताना प्रत्येक माणूस हा सुरुवातीला निरागस असतो. निष्पाप असतो... आजुबाजूचा समाज हा अनेक दरवाजे तुमच्यासाठी बंद करून ठेवत असतो. फार क्रूरपणे वागत असतो... एवढंच काय परंतु समाज-मन हे फार फार विचित्र असतं. त्यामुळे काल तुला आलेला अनुभव कदाचित समाजाच्या दृष्टीनं वेडेपणाचाच ठरेल.

हे अनुभव समाजाच्या दृष्टीनं उपयुक्त नसतात. कारण मूलतः समाजाचं स्थैर्य, समाजाची बांधणी ही उपयोगितेशी निगडित असते आणि म्हणूनच आध्यात्मिक आणि धार्मिक दृष्टीनं घडणाऱ्या मानसिक घडामोडींसाठी समाजाचे दरवाजे कायम बंद असतात. संपत्ती, सत्ता, प्रतिष्ठा यासाठी सारी महत्त्वाकांक्षा एकवटून ठेवायचं काम समाज करीत असतो... धार्मिक गोष्टीमध्ये फार थोडी माणसं अगदीच पारंपरिक मार्गानं कालक्रमणा करताना दिसतात. आणि म्हणून 'धार्मिक' म्हणवणारा समाजाचा तेवढा भागसुद्धा पूर्णपणे ऐहिक आणि सांसारिक स्तरावरच कायम राहतो.

उदा. अजूनपर्यंत एकही कॅथॉलिक पोप त्या अमर्याद परमानंद स्वरूपी अनुभवात जाऊ शकलेला नाहीये. दुकान मांडून बसलेली ही मंडळी आहेत. ईश्वराचा बाजार मांडलेला आहे त्यांनी! पूर्णपणे सांसारिक आणि उपयुक्ततावादी

प्रिय ओशो

गेल्या रात्री तुमचं प्रवचन ऐकल्यानंतर, माझ्या मनाची अवस्था म्हणजे एखादा हवेनं भरलेला फुगा हेलकावे खात रहावा तशी झाली. माझं शरीर म्हणजे एखादं लवचिक पातळ इलॅस्टिक, की जे कितीही ताणलं तरी ताणलं जाऊ शकेल अशा-प्रकारे वाटत होतं. जणू काय मी पोटभरून हवा आत घेऊन माझ्या शरीराच्या सगळ्या घड्या, आणि सुरकुत्या भरून काढत होतो आणि एक फुगा बनत होतो. हेलकाव्याची जाणीव मला नव्हती. कारण मी फारच हलका, आणि पारदर्शक बनलो होतो. मी खरं म्हणजे एक सर्वसाधारण मनुष्य आहे. त्यामुळे असे परमानंद प्राप्त होणारे अध्यात्मिक अनुभव मला फार तुरळकपणे येतात... मग असं वाटतं की मी माझा मार्ग खरोखरच बदलतो आहे का?

दृष्टीकोनातून समाज ज्याप्रमाणे कालक्रमणा करीत असतो, त्याच समाजाचा एक भाग म्हणूनच हे मोठाले धर्मगुरु स्वत:चं अस्तित्व प्रकट करतात. तसं करण्यात त्यांना काहीही अधार्मिक किंवा खोटेपणा वाटत नाही ते कृत्रिम धार्मिकता, कृत्रिम अध्यात्म निर्माण करतात आणि सामान्य जनता त्या धर्मग्रंथांची फक्त पोपटपंची करत राहते. त्यातल्या प्रत्यक्ष अनुभवापर्यंत जाण्याची कोणीही तसदी घेत नाही.

आणि जोपर्यंत तुम्ही प्रत्यक्ष अनुभवाला जाऊन भिडत नाही तोपर्यंत नुसत्या शब्दांना काहीही अर्थ नाही. –आत्तापर्यंत तुम्ही कधीतरी ऐकलंय का की एखादा धर्मगुरु, तसंच चर्चच्या सर्वोच्च पदावरचा पोप, एखाद्या पीठाचे शंकराचार्य यांना कधी आत्मसाक्षात्कार झालाय म्हणून! कारण साक्षात्कार म्हणजे एका अवघड साधनेचं फळ आहे. आपण आपलं गृहित धरलेलं असतं की ही मंडळी एखाद्या विशिष्ठ धर्माची अधिकारी आहेत म्हणून! परंतु शरीरापलीकडचा असा कोणताही अद्भूत अनुभव त्यांच्यापाशी नसतो. त्यांच्या अंतरंगात कधीच आत्मसाक्षात्काराचा दिवा पेटलेला नसतो. प्रगाढ शांतता आणि नीरव स्तब्धता या दोन्ही गोष्टींशी त्यांची कधीच ओळख नसते... ती माणसं शहाणी नसतातचमुळी!

आणि म्हणूनच तुला आलेल्या नवीन अनुभवामुळे तू चकीत झाला आहेस. तू म्हणतोस, ''हवेनं भरलेल्या फुग्यासारखं माझं शरीर मला वाटलं, आणि प्रचंड असा तो अद्भूत अनुभव मला चकीत करून गेला. अमर्याद अशा अनुभूतीपर्यंत कितीही ताणलं जाणारं असं माझं शरीर एखाद्या इलॅस्टिकसारखं लवचिक वाटायला लागलं. आणि त्या हवेनं माझ्या अस्तित्वातल्या सगळ्या फटी आणि घड्या सरळ करायला सुरुवात केली. – मला वाहात जाण्याची जाणीव होत नव्हती. माझं शरीर अत्यंत हलकं आणि पारदर्शक झाल्याची जाणीव होत होती.''

हा खरोखरच ऐहिक जगातला अनुभव नाहीच. सगळ्याच्या पलीकडचा हा तुझा अनुभव आहे. कारण तूच पुढे म्हणालास की, ''अशा तऱ्हेचे अनुभव येण्याच्या दृष्टीनं मी खरोखरच फार सामान्य माणूस आहे... तर माझ्यासारख्या सामान्य माणसाला हा अद्भुत अनुभव जर का येत असेल तर त्या अर्थी माझ्या मनोवृत्ती बदलत आहेत का?''

ध्यानसागर... सुदैवानं ते खरं आहे. तुझा प्रवाह बदलतो आहे. असे अनुभव यापुढे वारंवार तुला यायला लागतील. पण लक्षात ठेव... सामान्यत: ज्या पद्धतीनं आपण जीवनाचा अनुभव घेतो तितकं आपलं जीवन सामान्य नसतं. आपल्या कल्पनेपलीकडे ते असतं. आपल्या मनातल्या स्वप्नांपलीकडलं ते असतं. जीवन म्हणजे खरोखर चमत्कार आहे.

वरवर पाहता ते सामान्य वाटतं, पण काही विशिष्ट वेळी मी असं म्हणेन की ते असामान्यपणे सामान्य असतं. फक्त अंधश्रद्धाळू माणसं त्याला सामान्य समजतात.

–अन्यथा या सामान्य वाटणाऱ्या सर्व अस्तित्वापलीकडे, या प्रकृतीमागे खूप मोठी रहस्यं लपलेली आहेत. तुम्ही गणतीच करू शकणार नाही... तुम्ही फक्त दारं उघडी ठेवली पाहिजेत. तुम्ही मोकळं व्हायला पाहिजे...

तुझा कल बदलतो आहे हे खरं आहे. परंतु या बदलाला सामोरं जायचं का त्याला पाठ फिरवायची... हे सर्वस्वी तुझ्यावर अवलंबून आहे... सर्वसामान्य जीवनापासून तुला काहीही फारसं मौल्यवान मिळू शकणार नाही– कारण रोजचं कंटाळवाणं आयुष्य हे एकप्रकारचं ओझं असतं. ते तुम्हाला जन्मापासून मृत्युपर्यंत रखडत नेत असतं. अशा आयुष्यात हे असे काही अनुभव तुला जर येत असतील तर निश्चितच त्या कंटाळवाण्या आयुष्यात काही अर्थ असणार आहे, आनंद असणार आहे, महत्त्वपूर्ण असं काही असणार आहे.–

या अद्भुत अनुभवांशी तू पूर्णपणे समरस झालास तर ही प्रकृती तुझ्यासाठी नवनवीन दरवाजे उघडत राहील, नवीन नवीन अत्युच्च अनुभव तुला देत राहील! त्याला मग अंत नाही कारण ही अद्भुतता असीम आहे.

तुझ्या बाजूनं तू एवढंच करायचं की ही सृष्टी तुला जे जे अद्भुत अनुभव देईल ते ते विश्वासानं, आणि मोकळ्या मनानं स्वीकारायचे. कोणताही आडमुठेपणा न करता सृष्टीच्या या देण्यात अडथळा आणू नकोस. सहजपणानं साथ दे. कारण अगदी तुझा एवढासासुद्धा आडमुठेपणा, तुझा अडथळा हे सृष्टीनं उघडलेले दरवाजे बंद करू शकेल. कारण प्रकृती ही एखाद्या सशाच्या काळजाची आहे... अडथळ्याची चाहूल येताक्षणी पटकन् पळून जाणारी!

ती कोणाच्याही जीवनात लुडबूड करीत नाही... ज्याअर्थी काल तुला हा अनुभव आलाय त्याअर्थी कालचं प्रवचनं ऐकण्यात तू इतका तल्लीन झाला असणार की तुझ्या अंतर्मनाचे दरवाजे बंद करायला तू विसरलास; तुझी नित्याची सर्वसामान्य मानसिक अवस्था विसरलास. तू माझ्याशी पूर्ण तादात्म्य पावलास, माझ्या बोलण्याच्या सुरांशी तू इतका सुरेलपणे समरस झालास की जे आतापर्यंत शक्य नव्हतं ते शक्य झालं. क्षणार्धात एकाएकी तू अदभुत अनुभवात जायला लागलास.

हा अनुभव ध्यान, धारणा करणाऱ्या अनेकांना येतो... जाणिवांचा विस्तार...! ही काही फक्त कल्पना नव्हे तर हा खरोखरच तुमच्यातल्या जाणिवांचा विस्तार आहे. तुमच्यातली जागरूकता, जाणिवा या फक्त शरीरापुरत्या कधीच मर्यादित नसतात... कितीही मर्यादेपर्यंत विस्तार होण्याची त्यांची कुवत असते... फक्त तुमची साथ, गरजेची असते. तुमचं केंद्रस्थान तुमच्याजवळच असतं... फक्त जाणिवा पसरत असतात. फक्त परिघ वाढत असतो. सुरुवाती सुरुवातीला हा अनुभव भीतीदायक वाटतो...

परंतु पहिल्याच पायरीवर तुम्ही धाडसानं, निश्चयानं उभे राहिलात तर तोच

भीतीदायक वाटणारा अनुभव मग नंतर सुंदर असण्याची खात्री पटते. पुन्हा पुन्हा हा अनुभव मिळवावासा वाटतो; प्रत्येक क्षणी वाट पाहावीशी वाटते.

परंतु हा एक एवढासा अनुभव म्हणजे काहीच नाही. ही एका लहानशी तिरीप आहे... असे अनेक मोठे अनुभव पुढे आहेत की तुम्ही कल्पनाच करू शकणार नाही.–

ते अनुभव प्राप्त होणं खरोखरीच शक्य आहे. तुमच्यात ती कुवतही असते. परंतु समाज तुम्हाला दूर ठेवत असतो... समाजापाशी त्याचं एक कारण असतं– समजा लोक असे पारमार्थिक अनुभवात जायला लागले, स्वतःच्याच तंद्रीत वावरायला लागले, एकाएकी गर्दीत नाचायला लागले तर सर्वसामान्य माणसांच्या दृष्टीनं ते अडचणीचंच ठरणार नाही कां?

श्रीरामकृष्णांच्या बाबतीत असंच घडायचं. रामकृष्णांचं उदाहरण मी यासाठी देतोय कारण ते आता नुकतेच होऊन गेले आहेत. त्यांच्या बाबतीतल्या गोष्टी या अगदी दंतकथा वाटाव्यात इतक्या जुन्या काळात ते होऊन गेलेले नाहीत. माझ्या संपर्कात अशी अनेक माणसं येऊन गेली आहेत की त्यांच्या कुणी ना कुणी आजोबा, पणजोबांनी रामकृष्णांना प्रत्यक्ष पाहिलेलं आहे. त्यामुळे या घटनांना प्रत्यक्ष पुरावे आहेत.

रामकृष्णाचे शिष्य त्यांना कुठेही बाहेर न्यायला उत्सुक नसत. कोणाच्याही घरी एखादा समारंभ असला, लग्न कार्य असलं तर रामकृष्णांचे आशिर्वाद घेण्यासाठी घराघरातून त्यांना बोलावणं येत असे. त्या समारंभात कुणी सहजगत्या जरी ईश्वराचं नाव घेतलं की रामकृष्ण विचित्रपणे वागायला लागायचे. त्या नुसत्या नामोच्चारानंसुद्धा त्यांच्या शरीरात कुठला तरी संचार होत असे...

आणि मग भर रस्त्यात रहदारीमध्ये ते एखाद्या पुतळ्याप्रमाणे स्तब्ध होऊन उभे राहात... सगळी रहदारी ठप्प होत असे, पोलीस येत... रामकृष्ण आपले स्तब्धच! शिष्य पोलीसांना म्हणायचे, "आम्ही बरोबर नेतो त्यांना... तुम्ही त्यांना स्पर्श करू नका... आणि त्यांच्या या अवस्थेचा भंग करू नका." त्या लग्नसमारंभात एखादं भक्तिगीत जर का कुणी म्हटलं तर रामकृष्ण नाचायला लागायचे. गायला लागायचे संपूर्ण लग्नसमारंभात अगदी गोंधळ माजून जायचा. कारण प्रत्यक्ष वधु-वरांना सगळेजण विसरून जात असत... आणि सर्वांच्या आकर्षणाचा केंद्रबिंदू फक्त रामकृष्ण ठरत. आणि खरोखरच ते स्वतः अतिशय प्रेमळ आणि सुंदर गृहस्थ होते... आपल्या वागणुकीनं आसपासचं वातावरण प्रचंड आनंदानं भारून टाकायचे. ते एखाद्या वाळवंटासारखे कोरडे ठणठणीत असे विरक्त योगी नव्हते. ते म्हणजे फुलांनी भरगच्च बहरलेली बाग होते. म्हणूनच ते जेव्हा नाचत असत तेव्हा आजुबाजूच्या सगळ्यांना त्यांच्या संसर्गानं वेडं व्हायला होत असे आणि मग

सगळेच नाचू लागत. काही काही वेळा तर वधू-वरसुद्धा नाचायला लागत. मध्यभागी रामकृष्ण आपले नाचतायत, आणि भोवती हाऽऽ आपला हल्लकल्लोळ!...

सामान्य लोकांच्या दृष्टीनं सगळा समारंभ विसकटून जायचा. लग्न लावायला आलेले भटजी या गोंधळात कुठल्यातरी एका कोपऱ्यात बावचळून उभे राहात आणि विचार करत... "काय करायचं आता? ...कुणाचं लग्न कुणाबरोबर लावायचं?"

म्हणूनच त्यांचे शिष्य लोकांना विनंती करत की "कृपा करून गुरुदेवांना बोलावू नका. कारण त्यांची उपस्थिती तुम्हाला त्रासदायक ठरेल. त्यांना थांबवणं हे 'त्यांच्या'ही कुवतीबाहेरचं आहे."

ध्यानसागर, खरोखरच त्यांच्याबाबतीत अशा घटना घडलेल्या आहेत. अनेकवेळा मनाच्या पूर्ण तंद्रीत, सुषुम्नावस्थेत ते रस्त्याच्या मधोमध पडायचे, डोळे मिटलेले आणि हा माणूस पूर्णपणे 'आतमधे' पोचलेला! शिष्यांची अवस्था लाजिरवाणी होऊन जायची एकदा तर पूर्ण पाच दिवस ते असे ध्यानात गेलेले होते. जणू 'कोमातच' गेल्यासारखे! डॉक्टरांनी जाहीर केलं की ते कोमात गेले आहेत. शिष्य डॉक्टरांना म्हणाले, "रामकृष्ण म्हणजे कोणत्या प्रकारचा माणूस आहे तुम्हाला माहीत नाही. हे त्यांचं 'कोमात' जाणं नाहीये. ते आता पूर्ण समाधीत गेले आहेत. आम्हाला कितीही काळ वाट पहायची सवय आहे. संपूर्ण आयुष्यभर वाट पाहावी लागली तरी हरकत नाही. आम्ही वाट पाहू आणि त्यांच्या देहाची काळजी घेऊ." आणि सहा दिवसानंतर ते जागे झाले. डोळे उघडले. भरलेल्या डोळ्यांनी शिष्यांना म्हणाले, "मला का जागं केलंत?... तुम्हाला माहीत नाही पण माझी बेशुद्धी ही माझी पूर्ण जागरूकता होती... मी जागं होणं म्हणजे जागरुकता नसलेल्या जगामध्ये परत येणं!"

पातंजलीनंही समाधीची व्याख्या अशीच केली आहे... तो खरोखरच पुरातन काळाचा महान योगी होऊन गेला. त्याच्या पुढची पायरी अजून कोणीही पार केलेली नाही. सर्व शक्यता गृहित धरूनच त्यानं 'समाधी'ची व्याख्या निश्चित केली आहे. अशा तऱ्हेचा मनुष्य फार फार दुर्मिळ आहे. या माणसानं एकट्यानं संपूर्ण योगाचं शास्त्र विकसित केलं. 'योगशास्त्र' ही खरंच पातंजलीची एकट्याची देन आहे. एक कणभरसुद्धा गोष्ट त्यानं अनुत्तरीत ठेवलेली नाही.

त्याच्या योगसूत्रात तो समाधीबद्दल म्हणतो की, "समाधी म्हणजे स्वप्न नसलेली गाढ झोप! तुमचं अस्तित्व हे खोलवर गाभ्यात पूर्ण जागंच असतं. फक्त देह हा झोपेच्या अवस्थेत असतो. पुढे पुढे श्वासोच्छ्वाससुद्धा सावकाश व्हायला लागतो. आणि नंतर थांबतो. हृदयाच्या ठोक्यांची गती हळूहळू मंदगतीनं होत जाते आणि नंतर थांबते, नाडीसुद्धा सापडेनाशी होते... पण एवढं सारं होत असताना घाबरून जाऊ नका. फक्त वाट पहा... हा माणूस परत या जगात येणार आहे. ध्यानधारणा

करणारा हा मनुष्य असेल तर त्याच्याबाबतीत अशी अवस्था म्हणजे 'कोमा' मुळीच नाही.''

रामकृष्णांच्या बाबतीत त्या घटनेत दुसऱ्या आणि तिसऱ्या दिवसानंतर मात्र शिष्यही बावचळून गेले होते– आजुबाजूचे सर्वजण समजायला लागले की हे कोमातच गेले बहुदा! हृदयाचे ठोके थांबले होते, डॉक्टरांना नाडी लागेना... कलकत्त्यातले मोठ्यातले मोठे डॉक्टर म्हणायला लागले की हे गेले आहेत? परंतु रामकृष्णांच्या पत्नी शारदामाता मात्र निक्षून सांगत होत्या, ''तुम्हाला योग आणि समाधी म्हणजे काय हे माहीत नाहीये. साक्षात्कारी माणसाचे डॉक्टर अजूनपर्यंत तुम्ही झालेले नाहीत. सर्वसाधारण मनुष्यापेक्षा साक्षात्कारी मनुष्याच्या शरीराचे व्यवहार पूर्णपणे निराळे असतात.''

आणि खरोखर तसंच घडलं. त्या अशिक्षित स्त्रीच्या पुढे सर्व डॉक्टर्स खोटे ठरले. कारण सहा दिवसानंतर रामकृष्ण परत या जगामध्ये आले.

डॉक्टरांचा विश्वासच बसेना. ते रामकृष्णांना म्हणू लागले. ''केवळ तुमच्या पत्नीमुळे आज तुम्ही वाचलात. अन्यथा आम्ही तुमच्या अंत्यसंस्कारांच्या तयारीला लागणार होतो. तुमची पत्नी खरोखरच अंतर्ज्ञानी आहे हे खरं! रामकृष्णांनासुद्धा पत्नीबद्दल नितांत आदर होता... त्यामुळे ते तिला 'आई' म्हणायचे. विवाहाच्या पहिल्या दिवसापासूनच त्यांच्यात 'वैवाहिक' असं कोणतंच नातं नव्हतं. विवाहापूर्वी ते तेरा वर्षांचे असताना त्यांच्या आईवडिलांनी त्यांना एक मुलगी दाखवली... त्या मुलीच्या गावाला जाताना त्यांच्या आईनं त्यांना तीन रुपये दिलेले होते... ''मोठ्या शहरात चालला आहेस. काही विकत घ्यावं लागलं तर घे.'' असं म्हणून ते तीन रुपये दिलेले होते– मुलीकडे गेल्यानंतर प्रथेप्रमाणे त्या मुलीनं थाळीमध्ये काही मिठाई आणून त्यांच्यापुढे केली... रामकृष्णांनी जवळचे तीन रूपये काढले आणि त्या मुलीच्या पायाशी ठेवले. तिच्या पायाला स्पर्श करून ते उदगारले, ''माते, तू खरोखरच सुंदर आहेस.''

जमलेल्या सर्वांना धक्काच बसला. बायको म्हणून दाखवायला आणलेल्या मुलीला हा 'माते' असं म्हणतोय? असं का करतोय हा?... त्यांचे वडील, काका आणि इतर नातेवाईक गोंधळात पडले... त्या मुलीचे आईवडील गोंधळून गेले. हा काय वेडा-बिडा आहे का काय? या लग्नाला होकार तरी द्यायचा की नाही? हा मुलगा दिसतोय तर खूप शांत आणि सुसंस्कृत; परंतु तरीही थोडासा विचित्र वाटतोय.

असा विचार सगळेजण करतात न करतात तोच आणखीन एक विचित्र घटना तिथे घडली... शारदा! ती दाखवायला आणलेली मुलगी... वय वर्ष दहा... ती एकदम म्हणाली... मी लग्न करीन ते फक्त याच मुलाशी! नाहीतर कोणाशीच

नाही... जो मुलगा बायकोला मातेइतका मान देतो त्याला नकार देणं शक्यच नाही.''

जरा नाखुषीनंच नातेवाईक लग्नाला तयार झाले...

विवाह झाल्यानंतर अगदी पहिल्या दिवसापासून, देवळातल्या कालीमातेची पूजा करण्याऐवजी पहिल्यांदा ते शारदामातांची पूजा करू लागले. ते म्हणायचे, ''तू प्रत्यक्ष इथं समोर असताना देवळातल्या त्या दगडी मूर्तीची पूजा कशाला करू?... अत्यंत सुंदर, विलक्षण पवित्र आणि जिवंत अशी तू समोर असताना मी दुसरीकडे कशाला जाऊ? तू फक्त इथं माझ्यासमोर बस... मी तुझी पूजा करतो.''

त्या खेडेगावांतली सगळीच मंडळी या मुलाच्या अशा वागणुकीनं नाराज झाली... हा काय मूर्खपणा?... स्वतःच्या बायकोची हा पूजा कसली करतो? तिला 'माता' कसं काय म्हणतो?... देवळात जाणं यानं बंद केलंय... काय चाललंय काय?... एका पुजाऱ्याचा हा मुलगा आणि त्यानं असं करावं?

परंतु रामकृष्ण आणि शारदामाता यांच्यातले नातेसंबंध हे अखेरपर्यंत याच प्रकारचे राहिले. म्हणूनच डॉक्टरांना त्यांनी सांगितलं, ''ती माझी बायकोच नाही, तर ती माझी आई आहे. तीच जर मला समजू शकणार नाही तर दुसरं कोण समजू शकेल?त्यामुळे यापुढेही असं कधी घडलं तर फक्त तिचाच सल्ला घ्या. कारण मीसुद्धा तुमचं ऐकणार नाही... तिचंच ऐकणार. आणि त्यानंतर अनेकवेळा रामकृष्ण असे ध्यानात हरवले गेले तेव्हा शारदामातांनीच काय तो निर्णय घेतला.

अखेरीला रामकृष्ण जेव्हा निधन पावले. तेव्हा डॉक्टरांना कळेना काय करावं ते! त्यांच्या ज्ञानाप्रमाणे मृत्युची सर्व लक्षणं दिसत होती. परंतु शिष्यांनी सांगितलं की माताजी गंगेवर स्नानाला गेल्या आहेत. त्या आल्याशिवाय काहीही निर्णय घेता येणार नाही...

शारदामाता जेव्हा स्नानाहून आल्या आणि रामकृष्णांच्या खोलीत गेल्या तेव्हा रामकृष्णांना पाहताक्षणी त्यांनी टाहो फोडला आणि त्या डॉक्टरांना म्हणाल्या... ''ही ध्यानावस्था नाही... आता ते खरंच मृत्यू पावले आहेत.''

सर्व लोकांनी, डॉक्टरांनी शारदामातांना विचारलं, ''तुम्ही अगदी खात्रीपूर्वक कसं काय सांगू शकता? कारण यापूर्वी एकदा पूर्ण सहा दिवस ते असे बेहोशीत राहिलेले होते– आणि आता तर फक्त वीस पंचवीस मिनिटंच उलटून गेली आहेत. मग तुम्ही कसं काय ओळखलंत!''

शारदामाता उदगारल्या, ''त्यांच्या सभोवती असलेली नेहेमीची सुगंधित हवा आत्ता नाहीये. त्यांच्या भोवतीचं तेजोवलय आता नाही. कारण आत्तापर्यंत नेहमीच मी ते तेजोवलय पहात आलेय.'' त्यांना स्पर्शसुद्धा न करता शारदामातांनी ठामपणे सांगितलं की रामकृष्ण गेलेले आहेत. अंत्यसंस्कारांची तयारी करा. खरोखरच

आयुष्य हे चमत्कारांनी भरलेलं असतं.

मनुष्य जसजसा वस्तुनिष्ठ दृष्टीकोनातून जास्त प्रगत होत जातो, तसतसा तो अंतरंगातलं जग विसरायला लागतो. तेच जग फार फार मोठं आहे आणि मौल्यवान आहे.

ध्यानसागर... तुझा कल खरंच बदलतो आहे... त्याला थांबवू नकोस. नाचून-गाऊन आनंदानं त्या बदलाला सामोरा जा. तू साधासुधा सामान्य माणूस होतास. हा भूतकाळ एक क्षणभरासाठीसुद्धा लक्षात ठेवू नकोस. प्रत्येकजण हा अगदी सामान्य असतो परंतु त्या सामान्यत्वात तो कुठेतरी एखादा दैवी धागा बरोबर वागवत असतो. फक्त त्याचा शोध घेणं महत्त्वाचं असतं. तो शोध प्रत्येकाला घेता येतो असं नाही. कधी कधी कुठलाही शोध न घेतासुद्धा तो धागा सापडला जातो. त्याचप्रमाणे तुझ्याबाबतीत सुद्धा असंच घडलेलं आहे. तू ईश्वराची वाट पहात नव्हतास तरीही त्यानं तुझे दरवाजे ठोठावले आहेत.

भारतामध्ये दारावर येणाऱ्या अतिथीला आपण देव मानतो. भारतामध्ये अतिथी याचा अर्थ काहीही सूचना न देता अचानक येणं कोणताही विशिष्ट दिवस, विशिष्ट वेळ न सांगता एवढंच काय परंतु आपण येणार आहोत याबद्दलही कोणतीही आगाऊ सूचना न देता येतो तो अतिथी! तिथी म्हणजे दिवस आणि वेळ. आणि अतिथी म्हणजे अचानक येणारा.

ईश्वर हा 'अतिथी' आहे! पुराणामध्ये असंच विधान केलेलं आहे. दुसरं विधानसुद्धा तितकंच महत्त्वपूर्ण आहे. ते म्हणजे कोणताही अचानक येणारा पाहुणा हा देवासारखा असतो. तुम्ही त्याचं त्याप्रमाणे अतिथ्य केलं पाहिजे असं म्हणतात. कुणी सांगावं? देव कोणत्या रूपानं येईल ते सांगता येत नाही.

इथून जवळच साधारण शंभर-दीडशे मैलावर एक खराखुरा संत माणूस होऊन गेला. तो म्हणजे साईबाबा! सत्यसाईबाबांशी त्यांचा काहीही संबंध नाही. कारण सत्य साईबाबा हा पूर्णपणे खोटा माणूस आहे. ते स्वत:ला साईबाबाचा अवतार समजतात.

परंतु साईबाबा हे खरोखरच बुद्धाच्या पंक्तीतले संत म्हणावे लागतील. ते हिंदू होते का मुसलमान होते त्याचा पत्ता नाही. एकदिवस अचानक ते त्या खेडेगावात प्रकट झाले. त्यांचं नावही कुणाला माहीत नाही. साईबाबा हे त्याचं खरं नाव नाही. साई म्हणजे संत! आणि बाबा म्हणजे आजोबा; किंवा आजोबांसारखा वृद्ध माणूस! लोक त्यांना त्यांचं नाव विचारायचे... त्यावर ते हसत; आणि उत्तर देत "आतापर्यंत कोणीही जन्माला येताना नाव घेऊन आला नाही. तसाच मीपण नाव घेऊन आलो नाही– लोक विचारायचे "तुम्ही कुठून आलात. कोणत्या गांवातून आलात." ... त्यावर पुन्हा ते हसायचे आणि म्हणायचे "तो कुठून येतो माहीत नसतं मग विनाकारण तुम्ही मला का विचारता. या प्रश्नाचं उत्तर तसं पाहता कुणालाच माहीत

नसतं. सत्य इतकंच आहे की माणूस कुठून येतो हे कुणालाच माहीत नसतं. जवळजवळ साठ वर्ष ते त्या खेडेगावांत राहीले. या अतिथी शब्दावरून मला त्यांची आठवण झाली. त्याची एक फार छान कथा आहे... त्यांचा एक भक्त त्यांच्या घरापासून तीन मैल दूर रहात होता. तो रोज त्यांच्यासाठी जेवण बनवून आणायचा. जोपर्यंत ते जेवण जेवत नसत तोपर्यंत हा उपाशी रहायचा. काही काही वेळा संपूर्ण दिवसभर मंडळी भेटायला येत त्यामुळे साईबाबांना दिवसभर जेवायला वेळ होत नसे. तोपर्यंत हा भक्तसुद्धा उपाशी रहायचा. अनेक वर्षे असं चाललेलं होतं. पाहाता पाहाता तो म्हातारा झाला... आणि साईबाबा त्याला म्हणाले, ''इतक्या म्हातारपणी आता इकडे येण्याचा हट्ट सोडून दे... मी कसंही करून तुझ्याकडे येऊन जेवण करेन.''

तो म्हणाला, ''तुम्ही तर कुठेही जात नाही... मग कसं काय? त्यावर ते म्हणाले ''अर्थातच मी कुठेही जात नाही. पण तरीही कसंही करून मी येईन. विश्वास ठेव. मी कोणतंही रूप घेऊन येईन... तू मला ओळखू शकलास तर ठीक!''

दुसऱ्या दिवशी स्नान करून त्या म्हाताऱ्यानं सुंदर असं जेवण बनवलं. अगदी साईबाबांच्या आवडीचं. तेवढ्यात एक भिकारी आला... तो म्हातारा त्याला म्हणाला, ''साईबाबांनी खाल्ल्याशिवाय यातलं काहीही मी दुसऱ्याला देऊ शकत नाही. साईबाबा येऊन गेल्यानंतर तू वाटल्यास ये.'' भिकारी निघून गेला. त्यानंतर एक कुत्रा आला... त्यानं त्या कुत्र्याला हाकलून लावलं... होता होता खूपच वेळ गेला. त्यानं विचार केला. साईबाबांनी माझी गंमत केली बहुधा! म्हणून तो संध्याकाळी अन्न घेऊन त्यांच्याकडे गेला– साईबाबांना रागावून तो म्हणाला, ''तुम्ही तर मला दगा दिलात!''

साईबाबा उत्तरले, ''हे पहा... मी दोनवेळा येऊन गेलो. एकदा भिकारी म्हणून आणि दुसऱ्यावेळी कुत्र्याचं रूप घेऊन! तू मला ओळखलं नाहीस... आणि उलट मीच तुला दगा दिला असं का म्हणतोस?''

आपल्या पुरातन ग्रंथामध्ये म्हटलेलं आहे की अतिथी हा देवच असतो. म्हणून प्रत्येक अतिथीला देवासमान वागणूक द्यायला हवी. एवढंच काय परंतु प्रत्येक प्राणीमात्राला तशीच वागणूक द्यायला हवी कारण प्रत्येकात एक दैवी अंश असतोच... तुम्ही सर्वसामान्य नसताच... तुमच्यात कुठेतरी ईश्वरी धागा असतोच.

एकदा का तुमची मानसिक तयारी त्या ईश्वरी अंशाला जागं करण्यासारखी झाली की मग नंतर असे अनुभव वारंवार येऊ शकतात. त्यामुळे फक्त सांसारीक गोष्टीशी स्वत:ला जखडून घेऊ नका. पैसा, सत्ता, स्पर्धा इ. गोष्टी या चिरकाळ टिकणाऱ्या नाहीत. जास्तीत जास्त जागरूक मनुष्य बनायचा प्रयत्न करा. सावधानता, प्रामाणिकपणा आणि सत्य या गोष्टींमुळे तुम्ही सर्वार्थानं समृद्ध होत असता.

कोरा करकरीत मिंक कोट घेऊन कॅथी घरी आली. तेव्हा नवऱ्यानं विचारलं, "कुठून आणलास?" तिनं सांगितलं, "मला लॉटरीमध्ये मिळाला..." पुढे ती नवऱ्याला म्हणाली, "डिअर... मला पुन्हा एकदा एका लॉटरीसाठी जायचं आहे. तेव्हा प्लीज माझ्यासाठी बाथटब भरून ठेवतोस. मी फार घाईत आहेत. नवऱ्यानं तिच्यासाठी तो भरला... जेव्हा ती आंघोळीला गेली तेव्हा तिला दिसलं की जेमतेम अर्धा इंचापर्यंत टब भरलेला! तिनं त्याला विचारलं, "हे काय? टब पूर्ण का भरला नाहीस!"

नवरा प्रेमानं म्हणाला, "डार्लिंग... तुझं लॉटरी तिकिट भिजून जाऊ नये म्हणून मी तसं केलं."

हे असं तुझं सामान्य जग! जिथे प्रत्येक रात्री लोक लॉटरी जिंकतात. तुझं हे जग तू म्हणतोस तसं फक्त सामान्यपण नाहीये... तर ते अतिसामान्य आहे. विचित्र आहे; वेड्यांनी भरलेलं आहे. अर्थातच सगळीच मंडळी अशी असल्यामुळे, लॉटरीतिकीटामागे धावणारी असल्याने त्यांचा बेअकलीपणा सुद्धा सर्वसाधारणच म्हटला पाहिजे–

परंतु खराखुरा विचार करायचा म्हटला तर जेव्हा प्रत्येकाला काही ईश्वरी अनुभव येतील, तसं तेजोवलय प्राप्त होईल, प्रत्येकाचं अस्तित्व ईश्वरी सुगंधानं भरून जाईल, प्रत्येक स्वतंत्र अस्तित्वाला अलौकिक असा बहर येईल. तेव्हाच हे जग अर्थपूर्ण बनेल... खऱ्या अर्थानं ते असामान्य बनेल.

जेव्हा तुम्हाला रस्तोरस्ती गौतमबुद्ध भेटतील, घरोघरी जिज्ञासू भेटतील, जेव्हा तुम्हाला या मार्गात यायला उशीर झालाय हे सांगणारं कुणीतरी भेटेल. तेव्हा तुम्हाला काहीतरी महत्त्वपूर्ण पाऊल उचलावं लागेल. जिथे अनेक मंडळी विलक्षण परमानंदात प्रकाशमय बनून गेली आहेत, तिथे तुम्ही अद्यापही लॉटरीची तिकिटं खरेदी करताय! निवडणूका लढवत बसला आहात? किंवा पोलीस कमिशनरला मुलाखती देता आहात... तेसुद्धा पुण्यासारख्या या मृत शहरात? आम्ही या शहराची निवड केलीय ती म्हणजे एखादं ओॲसिस निर्माण करण्यासाठी! अमेरिकेत आम्ही ओरेगॉन शहर निवडलं होतं; तिथे ओॲसिस निर्माण करण्यासाठी! आम्ही वाळवंटांची निवड करतो, स्मशानाची निवड करतो. जिथे माणसं मृत झालेली आहेत. त्यांना पुन्हा जीवन देण्यासाठी तिथं आम्ही ओॲसिस निर्माण करतो.

तू स्वत:ला कधीही सर्वसामान्य समजू नकोस... कारण एकदा का तुझ्या मनामध्ये ही समजूत पक्की बसली, तर ते फार धोकादायक आहे. तो एकप्रकारचा आत्म्याचा कॅन्सरच आहे.

□

प्रिय ओशो,

मनापलीकडे जी अवस्था असते त्यामधे, किंवा असं म्हणू या की आध्यात्मिकजगात विनोदाला जागा आहे का? माझ्या दृष्टीनं ध्यानधारणेमध्ये गंभीरताच आहे. आणि माझ्या अनुभवाप्रमाणे विनोद हा गैरसमजुतीतून निर्माण होतो. मग त्या खऱ्याखुऱ्या गैरसमजुती असोत वा कल्पनेतल्या असतो! त्याची पाळंमूळं अर्थातच मनाच्या चौकटीत असतात. त्यामुळे मनापलीकडच्या अवस्थेत... विनोद किंवा हास्य निर्माण होणं शक्य आहे का?

विमल...

हे खरं आहे की विनोद ही गोष्ट मनाच्या मर्यादेतली गोष्ट आहे. मनापलीकडच्या अवस्थेतील नाही. अर्थातच तरीही तिथंच त्याचा शेवट आहे असं नाही. शरीराला अनुभवाला येणारा विनोद, मनाला अनुभवाला येणारा विनोद, मनापलीकडच्या अवस्थेत अनुभवाला येणारा विनोद अशी विनोदाची निरनिराळी प्रतवारी करता येते.

उदा. एखाद्या छोट्या बाळाची बुद्धी किंवा मन याची फारशी वाढ झालेली नसते. तुम्ही जर त्याच्या पोटाला गुदगुल्या केल्यात तर ते खिदळायला लागतं. प्रचंड आनंदानं ते हसत असतं. एवढा आनंद संपूर्ण आयुष्यभरात तुम्ही अनुभवलेला नसतो. आता या ठिकाणी त्या बाळाच्या मनाचा अथवा बुद्धीचा काहीही संबंध नसतो. तर त्याच्या शरीराच्या अत्यंत संवदेनशील भागाला तुम्ही गंमतीनं स्पर्श केलेला असतो. त्यामुळे ते बाळ मनापासून हसत असतं. इथं शरीराचं माध्यम महत्त्वाचं!

सर्वसाधारणपणे अनेक हास्यास्पद गोष्टी या गैरसमजुतीवर आधारीत घडत असतात. खऱ्या किंवा कल्पनेतल्या गैरसमजूती!– मनाच्या अवस्थांशी ते संबंधित असतं... अनेक विनोद निर्माण होतात ते एखाद्या गोष्टीला अचानक कलाटणी दिल्यामुळे अथवा अनपेक्षित काही घडल्यामुळे!

विनोदाचं शास्त्रच मुळी असं आहे

की एखाद्या ठराविक मर्यादेपर्यंत एखाद्या गोष्टींसंबंधी आपण केलेल्या अपेक्षा! या अपेक्षासुद्धा पायरीपायरीनं आपण निर्माण केलेल्या असतात. त्या अशा एका विशिष्ठ उंचीवर पोचतात आणि नंतर त्याचक्षणी अनपेक्षितपणे अशी काही कलाटणी एकाएकी मिळते की तुम्ही कल्पनाही केलेली नसते. पायरीपायरीनं केलेल्या विचाराचं दडपण इतकं वाढलेलं असतं की एका क्षणी कलाटणी मिळाल्यानंतर ते एकदम हास्यास्पद होऊन जातं... हास्य निर्माण करतं–

एकदा डॅनीला आपली बायको दुसऱ्या माणसाबरोबर प्रेमालाप करताना दिसली. तो त्या माणसाच्या बायकोकडे गेला अन् म्हणाला, "चल आपण त्या दोघांवर सूड घेऊ." ... सूड घेण्यासाठी ही दोघं एका हॉटेलमध्ये गेली... त्या दुसऱ्या माणसाची बायको परत म्हणाली, "आपण आणखीन सूड घेऊ... आणि त्यानंतर ते सारखेच सूड घेत राहिले– अखेरीला तो म्हणाला, "आता पुरे झाला सूड! आता माझ्या मनात त्यांच्याबद्दल फारशा कडू भावना राहिलेल्या नाहीत."

अशा पद्धतीचा अकस्मात शेवट जेव्हा असतो तेव्हा तो अचानक हास्य निर्माण करतो.

मनुष्याच्या कामक्रीडेबाबतीत नुकताच केल्या गेलेल्या पाहाणीचा अहवाल असा– कामक्रीडा संपल्यानंतर वीस टक्के माणसं लगेचच झोपून जातात, दोन टक्के पुरुष स्नान करतात, तीन टक्के पुरुष काहीतरी खाण्यासाठी फ्रीज उघडतात... आणि पंचाहत्तर टक्के पुरुष... पुन्हा जामानिमा करतात... आणि आपल्या घरी जातात.

तर अशा तऱ्हेनं बहुतेक सर्वप्रकारचे विनोद हे अनपेक्षित काहीतरी कलटणी मिळाल्यामुळे घडत असतात आणि ते विचारांच्या मर्यादेतच घडत असतात–

विमल– तू प्रश्न केला आहेस की... मनापलीकडच्या अवस्थेत विनोद निर्माण होणं शक्य आहे का?" त्याचं उत्तर असं आहे... होय! तिथेही विनोद निर्माण होऊ शकतो. परंतु अर्थातच तो सर्वस्वी निराळ्या तऱ्हेचा विनोद असतो. तो विनोद असतो 'स्व' संदर्भातला...

उदा. बोधीधर्मांना जेव्हा पहिल्या प्रथम आत्मसाक्षात्कार झाला, विचार-विरहित अवस्थेमध्ये जेव्हा त्यांनी पहिल्यांदा प्रवेश केला तेव्हा त्यांना हसू यायला लागलं. मरेपर्यंत त्यांचं ते हसू कायम राहिलं. मृत्यू येईपर्यंत ते सतत हसतच होते. लोक त्यांना विचारायचे... "तुम्ही असे सारखे का हसता?" ते उत्तर देत असत. "ज्या गोष्टीच्या शोधार्थ मी आत्तापर्यंत साधना करत होतो. ती गोष्ट माझ्यामध्येच... माझ्या अस्तित्वातच सतत होती हे कळल्यामुळे मला हसू यायला लागलं. मी खरोखरच किती मूर्ख? माझा माझ्यावर विश्वास बसत नाहीये. कारण किती जन्म मी हे

शोधण्यासाठी घालवले की जे माझ्याजवळच होतं. उलट इथे शोधणारा स्वत:च साध्य आहे– तो स्वत:च मुकामाचं ठिकाण आहे. तो स्वत:च एक ध्येय आहे. माझ्या स्वत:शिवाय शोधण्यासारखं दुसरं काहीच नाही!

आणि ज्यावेळी इतरांना मी अशाच तऱ्हेची धडपड करताना पाहतो तेव्हा त्या शोधातली हास्यास्पदता मला जाणवते. जे तुमच्यात आहे तेच शोधायला तुम्ही बाहेर पडता. जे कधीच हरवलं जाणार नसतं, तेच तुम्ही शोधत असता. ते हरवण्याची शक्यताच नाही. एवढंच काय परंतु ते हरवलं जाण्याची तुम्ही इच्छा जरी केलीत तरीही ते हरवणार नाही. कारण ते म्हणजे तुम्ही स्वत: आहात.

म्हणूनच हे एक विशिष्ठ प्रकारचं हास्य आहे. हे हास्य इतरांसाठी नाही. हे हास्य म्हणजे तुमच्या मूर्ख शोधमोहिमेची परिणती आहे. विचारांच्या पलीकडच्या जगात जेव्हा तुम्ही प्रवेश करता तेव्हा तुम्हाला जाग येते. "अरेच्चा! ही जागा तर माझ्यातच होती... आणि मी तरीही पृथ्वीवरचे कानेकोपरे धुंडाळत होतो. मी हिमालयात काय गेलो? संत महात्म्यांकडे काय गेलो? तपश्चर्या काय केली? छे... हा सारा मूर्खपणाच झाला... मी कित्येक प्रयत्न केले परंतु ते माझ्यातच होतं हे आता कळतंय..."

अशाच एका अमेरिकन साधकाची गोष्ट मला आठवते आहे... अतिश्रीमंत वर्गात मोडणारा हा माणूस! त्याच्याजवळ काही नाही असं नाहीच. शेवटी कंटाळून गेला. सगळं काही आहे... पण यापुढे काय? जितकं जास्त तुम्हाला मिळत जातं तितकं असमाधान वाढत जात असतं, हा जगाचा नियम आहे. त्यातल्या त्यात गरीब माणूस थोडा तरी समाधानी असतो... कारण उद्या हा त्याला आशा दाखवत असतो. उद्या चांगल घर कदाचित मिळेल, चांगला पगार मिळेल, चांगली गाडी मिळेल. या आशेवर तो अर्थपूर्ण जगत असतो. हजारो-लाखो आशा त्याला खुणावत असतात की ज्या कधीही पूर्ण होणार नसतात... त्या पूर्ण न होणं हे चांगलंच असतं. कारण तरच जगण्याला अर्थ असतो. त्या अतिश्रीमंताला फार मोठा प्रश्न पडलेला असतो कारण सर्व काही मिळालंय... आता हात रिकामे आहेत... काय मिळवायचं? त्याचं अस्तित्व आता त्याला रिकामं वाटू लागतं. सांसारिक साऱ्या गोष्टी मिळालेल्या असूनही काहीच सांपडलेलं नसतं. जीवनानं त्याला मूर्ख बनवलेलं असतं. कारण जे काही मिळवलेलं आहे ते मृगजळासमान असल्याची जाणीव त्याला केव्हाच झालेली आहे.

अशा अवस्थेत काही शहाण्या, विद्वान माणसांचा शोध घ्यायला तो सुरुवात करतो. अंतिम सत्य कुठे सापडेल हे सांगणारा कुणीतरी त्याला हवा असतो. आणि मग सर्व जगात त्याची भ्रमंती सुरू होते. कुणीतरी त्याला सांगतं, "असा इकडेतिकडे फिरत बसू नकोस. तिकडे हिमालयात जा. तिथे एक खूप खूप वृद्ध माणूस आहे.

माहीत नाही काय वयाचा असेल. तू जर त्याला शोधू शकलास तर तुझं काम होऊन जाईल.''

हा श्रीमंत माणूस हट्टी होता... मनानं एकदा घेतलं की बस्स. हिमालयापर्यंतचा प्रवास खूप अवघड होता, अडचणीचा होता. परंतु तरीही त्यानं तो पार पाडला... फाटक्या कपड्यात, दमलेल्या अवस्थेत तो त्या ठिकाणी पोहोचला आणि पाहिलं तर तो वृद्ध मनुष्य एका झाडाखाली बसला होता. आजुबाजूला सगळीकडे बर्फच बर्फ! त्याला खरं पाहता चालताही येत नव्हंत, इतका तो दमलेला होता. खडतर प्रवासानं शिणून गेलेला होता... कसाबसा तो त्या वृद्ध माणसाजवळ गेला आणि त्याच्या पायाशी त्यानं स्वतःला झोकून दिलं. म्हणाला, ''मी तुम्हाला अखेर शोधलंच. सगळ्यांनी सांगितलं होतं की तिथपर्यंत पोहोचणं अवघड आहे म्हणून... त्यानुसार मी जी कल्पना केली होती त्यापेक्षा कितीतरी हे अवघड आहे... हॅऽऽ...! असो. पण देव दयाळू आहे... तुम्ही मला भेटलात! आता मला मार्ग दाखवा... मनाला शांतता आणि समाधान कसं काय प्राप्त होईल तेवढं मला सांगा.''

त्या वृद्ध माणसानं एकवार त्या अमेरिकन मनुष्याला न्याहाळलं... आणि तो म्हणाला, ''हे पहा एकावेळी एकच प्रश्न विचार. आधी मला सांग. तुझ्याबरोबर तू काही अमेरिकन सिगार आणल्या आहेस का?''

अमेरिकन माणूस बुचकळ्यातच पडला... हा काय प्रश्न झाला? हा असं का विचारतोय? पण असो. उगाच वाद घालण्यात अर्थ नाही. नाहीतर हा म्हातारा उगीच बिथरायचा... असा विचार करून अमेरिकन माणसानं उत्तर दिलं, ''होय... आणल्या आहेत सिगार!...'' त्यानं उरलेल्या काही सिगार आणि लायटर त्या म्हाताऱ्या माणसाला दिल्या... म्हातारा आरामशीरपणे सिगार ओढत बसला. अमेरिकन माणसाला आता स्वस्थ बसवेना तो त्याला म्हणाला... ''काहीतरी बोला ना?... माझ्या प्रश्नाचं काय झालं?'' म्हातारा शांतपणे म्हणाला, ''अगोदर या सिगार मला मनसोक्त ओढू दे. किती वर्ष झाली मी या अशा सिगार्स कोणीतरी आणेल म्हणून वाट पाहात होतो.''

अमेरिकन मनुष्य आता मात्र खरंच संतापला. तो म्हणाला, ''दमल्यामुळे इथं मी मरायची पाळी आली आहे... आणि तुम्ही माझ्यासमोर, माझ्याच सिगार्स ओढत बसला आहात? आणि मी तर तुम्हाला चांगला साक्षात्कारी माणूस समजत होतो!''

''तू समजतोस तसं सर्व काही आहे... मी खरोखरच साक्षात्कारी माणूस आहे... अर्थात त्याचा अर्थ असा नव्हे की– साक्षात्कारी मनुष्यानं सिगार ओढू नये म्हणून! कुणी सांगितलं तुला तसं?''

अमेरिकन माणूस म्हणाला, 'नाही! कुणीही सांगितलं नाही तसं! परंतु सिगार ओढणं ही गोष्ट फारच सर्वसामान्य माणसांसाठी असते अशी माझी आपली समजूत!'

तो वृद्ध माणूस त्यावर म्हणाला, 'ती तुझी समजूत पूर्णपणे चुकीची आहे हे आता कळलं ना? तू तर आता प्रत्यक्षच पाहत आहेस की एक साक्षात्कारी मनुष्य सिगार ओढतो आहे!'

तो अमेरिकन माणूस त्यावर उत्तरला, 'असो, त्याबद्दल मला आता फार वाद घालायचा नाहीये. मला आता माझ्या अडचणीवर मार्ग सांगा. खरी मानसिक सुख-शांती कशी मिळेलं? वेळ फार थोडा शिल्लक राहीलय आणि मी फारच दमून गेलोय...'

हिमालयातला तो वृद्ध शांतपणे म्हणाला, "आता तू परत घरी जा. थोडीशी विश्रांती घे. आणि नंतर परत इथे ये... हं पण पुन्हा येताना मात्र हॅवाना सिगार आणायला विसरू नकोस. कारण हॅवाना सिगारशिवाय मी खरं सत्य कुणालाच सांगत नाही."

अमेरिकन माणूस क्षणोक्षणी मिळणाऱ्या धक्क्यांनी परत परत गोंधळून जात होता.. हा धक्का तर फारच मोठा होता. कोणत्याही जुन्या पुराण्या ग्रंथात असं कुठेही लिहिलेलं नाही, आत्तापर्यंत मोठमोठ्या माणसांची प्रवचनं ऐकली... त्यातही कुणीच असं सांगितलेलं नाही की खरं सत्य सांगण्यासाठी हॅवाना सिगारची गरज असते म्हणून!

त्याची ती अवस्था पाहून तो वृद्ध माणूस पुन्हा उत्तरला, "हे बघ प्रत्येक साक्षात्कारी माणसाची एखादी विशिष्ठ पद्धत असते. माझी ही विशिष्ठ अट आहे असं समज... तुला पटलं तर तसं वाग... नाहीतर मी अनेक इतर मंडळींना पाठवलेलं आहेच. ते येतीलच. तुला काय वाटतं रे? मी कसा राहत असेन इथं? स्वत:च्या शोधार्थ इथपर्यंत आलेला असा तू काही पहिलाच मूर्ख नाहीयेस. अनेकजण आत्तापर्यंत आलेले आहेत, आणखीनही येतील! मी फक्त एकच अट घालतो. ती म्हणजे हॅवाना सिगार आणायची!–

तो अमेरिकन मनुष्य त्यावर म्हणाला, "ठीक आहे. मी आता परत जातो... जर का मी जिवंत राहिलो तर जरूर परत येईन... हॅवाना सिगार घेऊन येईन... पण मला वचन द्या की त्यानंतर मात्र आणखीन कोणतीही अट तुम्ही घालणार नाही म्हणून!

तो योगी म्हणाला, "हे बघ साक्षात्कारी मनुष्य कोणतीही वचनं वगैरे कधी देत नसतो. कारण उद्या काय होईल कोणाला माहीत? कदाचित माझा विचारही बदलू शकेल; तू आणलेल्या हॅवाना सिगार कदाचित मी नाकारेनसुद्धा. काही सांगता येत नाही. तू तुझ्या बाजूनं परिपूर्ण प्रयत्न कर म्हणजे झालं... मी माझ्या बाजूनं तुझा प्रश्न सोडवण्याचा प्रयत्न करतो... मग नंतर भेटू आपण... आता मात्र तू इथून निघून जा. तू आता आणलेल्या सिगार्स आता मला पुरेशा आहेत... तेव्हा त्याचा आनंद मला घेऊ दे. जा तू...!

अमेरिकन माणूस निराश झाला. परंतु घरी आल्यानंतर जसजसा तो विचार करायला लागला तस तसं त्याला वाटायला लागलं की अरेच्चा... यामधे काहीतरी अर्थ आहे. त्या विचित्र अवलीयानं आपल्याला परत घरी पाठवलं यात निश्चित त्यानं काही संदेश दिलाय. अमेरिकन मनुष्य विचारात पडला... त्या योग्यानं सांगितलं 'घरी जा आणि विश्रांती घे.' निश्चितच तो हे लाक्षणिक अर्थानं म्हटला असणार! कुठलं घर? त्यानं पुस्तकात वाचलं होतं की तुमचं खरं घर हे तुमच्या 'आत' आहे. अंतरंगातली जागृती हे म्हणजेच घरी परत जाणं! मग तुम्ही घर शोधणार कसं? म्हणूनच अत्यंत शांतचित्त ठेवून... मनाला विश्रांतीच्या अवस्थेत नेऊन तुम्ही तुमचं घर शोधू शकाल!... "घरी जा... आणि शांतपणे विश्रांती घे." हे शब्द म्हणजे हाच अर्थ असावा. अमेरिकन मनुष्याला काहीतरी सापडल्याचा आनंद झाला. "अरेच्चा! त्यानं मला मार्ग सांगितला... परंतु मी त्याला धन्यवादपण दिले नाहीत. आता मात्र मी हॅवाना सिगार आणून त्यांना धन्यवाद देईन!"

ही कथा मला अतिशय आवडते. तो अमेरिकन मनुष्य परत तिथे गेला. का नाही माहीत नाही, स्व-गृह आणि विश्रांतीचा त्यानं लावलेला अर्थ त्या योगी माणसाच्या मनात होता का नाही माहीत नाही. परंतु जी काही परिस्थिती होती त्यातून त्या माणसानं बोध घेतला एवढं मात्र खरं! कारण, त्यानंतर तो घरी गेला छानपैकी विश्रांती घेतली, मनानं शांत झाला आणि पहिलाच प्रयत्न केला तो म्हणजे 'स्व' ला शोधण्याचा! अंतरंगात शिरण्यात! घर शोधण्यासाठी मनाच्या गाभ्यात प्रवेश करण्याचा. कारण घराच्या भिंती म्हणजे तुमचं दगड-विटांचं घर नव्हे.

तुमचं शरीर म्हणजे भिंती! मन म्हणजे भिंती आणि त्या शरीर आणि मनाच्या पाठीमागे तुमचं खरंखरं घर! तुमच्या जगण्याचा मूळ झरा. जीवनाचा मूलस्रोत!

जेव्हा एखाद्याला 'या' घराचा शोध लागतो तेव्हा तो मस्तपैकी हसतो. 'अरेच्चा, मी उगाचच इतके दिवस माझं स्वत:चं डोकं खाल्लं! वाट्टेल तसे शारीरिक कष्ट घेतले. डोकं खाली करून उभा काय राहीलो, योगासनं काय केली, उपास केले, तीर्थयात्रा केल्या, पर्वतातून, वाळवंटातून प्रवास काय केले... आणि प्रत्येकवेळी माझ्याबरोबर असलेलं माझं 'सत्य' स्वरूप मी बरोबर वागवत होतो. वेडेपणाच सारा!– खरोखरच 'स्वत:मध्येच' शोध लागल्यानंतर आतापर्यंत केलेल्या धडपडीला कोणीही हसणारच, नाही का?– मनही इतरांकडे पाहून हसतं–

मनाच्या पल्याड पोचल्यानंतर एक माणूस असाच हसलेला मला माहीतेय. तो महान साक्षात्कारी मनुष्य म्हणजे बोधीधर्म! चौदाशे वर्षापूर्वी त्यांना जेव्हा पहिल्यांदा साक्षात्कार झाला. ज्याठिकाणी झाला तिथे त्यांच्या स्मृतिप्रीत्यर्थ गावकऱ्यांनी तिथं देऊळ बांधलं. जिथे ते पहिल्यांदा हसले तिथेच ते देऊळ बांधलं. कथा अशी सांगतात की अजूनही तुम्ही त्या देवळात गेलात आणि अगदी शांतचित्तानं तिथं

बसलात तर अजूनही तिथे तुम्हाला त्यांच्या हसण्याचा ध्वनी ऐकायला येतो.

तिथे बोधीधर्मांचा पुतळा आहे. – ते खूपच विचित्र दिसणारे असे होते. जर रात्रीच्या वेळी तुम्ही त्यांना पाहिलंत तर कधीही पुन्हा तुम्ही रात्री घराबाहेर पडणार नाही. खूप बटबटीत अशा डोळ्यांनी त्यांनी जर पाहिलं... तर मला वाटतं साक्षात्कारासाठी तेवढंच पुरेसं आहे... पण त्याचं हसणं मात्र खरोखरच अलौकिक असलं पाहिजे. कारण त्याचं पोट खूपच मोठं दिसतं. आणि त्या पोटाला घड्या पडलेल्या दाखवलेल्या आहेत.

त्या देवळामध्ये बसायला मला वेळ नव्हता म्हणून; परंतु मला हे निश्चित माहीतेय की आजुबाजूला त्या जंगलमय वातावरणात तुम्ही जर तिथं शांतपणे बसलात तर कदाचित त्यांच्या हसण्याचे प्रतिध्वनी ऐकू शकता. आजुबाजूची झाडं, पर्वत, टेकड्या सारे जण हसत असल्याची जाणीव होते. मी अनेक महान माणसं आत्तापर्यंत पाहिली आहेत... पण बोधीधर्म हे काही वेगळेच.

त्याचं हसणं हे निश्चितच संसर्गजन्य असणार त्यामुळे आजुबाजूचे पर्वत आणि झाडं-झुडुपं सारेजण हसायला लागले होते. जरी बोधीधर्म या जगात आता नसले तरीही ते वातावरण हास्यानं भरलेलं आहे. ...तुम्ही जर हे सारं कल्पनेत आणू शकलात तर या गोष्टीचं महत्त्व तुम्हालाही जाणवेल.

मी तिथे गेलो होतो. पण मुक्काम करण्यासाठी मला वेळ नव्हता. कारण तिथे राहण्याची योग्य वेळ म्हणजे अगदी मध्यरात्र! जेव्हा त्यांना आत्मसाक्षात्कार झाला होता! आणि विशेष म्हणजे पौणिमेची रात्र असेल आणि तो विशिष्ठ महिना असेल तर निश्चितच तुम्हाला हा अनुभव येतो. एकतर तुम्ही तरी हसायला लागता नाहीतर तुम्हाला हसणं ऐकायला येतं!... त्यातलं पहिलं माझ्याबाबतीत घडतं ते म्हणजे मला हसायला येतं. कारण तुम्ही इतके चक्रम असता की चौदाशे वर्षापूर्वी होऊन गेलेल्या माणसाचं हसणं ऐकण्यासाठी तुम्ही तिथं वाट पहात असता. हा चक्रमपणाच नाही का?

आपल्या शरीरात अशा काही जागा असतात की तिथे गुदगुल्या केल्या की हसायला येतं... मन हे नेहेमी दुसऱ्याला हसतं परंतु मन-रहित अवस्थेत विचाररहित अवस्थेत ते स्वत:लाच हसत असतं– स्वत:च्या वेडेपणाला हसत असतं. –परंतु विनोद, हा मात्र तुमच्या संपूर्ण आस्तित्वाला व्यापून राहतो शरीर, मन आणि आत्म्यासहित. एवढंच काय परंतु तुम्ही जे काही व्यक्त करत असता ती तुमच्या शरीराची, मनाची, आत्म्याची प्रतिमाच असते. त्यातलं अगदी शुद्ध जे असतं ते आत्म्यामध्ये असतं आणि अपक्व जे असतं... त्यामुळे त्यात अर्ध अपक्व आणि अर्ध शुद्ध असं असतं–

अशा पद्धतीनं तुमचं शरीर तीन पातळ्यांवर कार्यरत राहत असतं. एखादेवेळी

असं काहीतरी अदभुत सापडतं की जे या तिन्ही गोष्टीमधून कळून येतं. उदा. बोधीधर्म हसले, तो फक्त मन-रहित अवस्थेततील घटना असू शकणार नाही. ते हसणं मनाला कुठेतरी स्पर्शून गेलंच असणार ते शरीरापर्यंत पसरलंच असणार, ज्या योगे त्यांच्या पोटाला घड्या दाखवल्या आहेत.

आपलं शरीर म्हणजे एक ऑरगॅनिक मिलाफ आहे. –एखादी गोष्ट शरीरात कुठेही घडली तरी त्याचे प्रतिध्वनी सगळीकडे उमटत असतात. विनोदाच्याबाबतीत मी हेच म्हणतो– जगातला मी पहिलाच आणि एकमेव माणूस असेन की मी विनोदाला दैवी, ईश्वरी अणि आध्यात्मिक परिमाण दिलं आहे.

तुमचे सगळे तथाकथित धार्मिक लोक फारच गंभीर प्रकृतीचे आहेत. गंभीरता हे आजारपणाचं लक्षण आहे आणि हास्य हे निरोगीपणाचं लक्षण आहे. सुंदरता, गुणवत्ता आणि डौलदारपणाचं ते लक्षण आहे. मी संपूर्णपणे हास्याला अनुकूल आहे आणि गंभीरतेच्या विरुद्ध आहे. गंभीरता किंवा दुःखी असणं हे खरोखरच आजारपणाचं लक्षण आहे की जे मरणाच्या फार फार जवळ आहे... हसणं म्हणजे संपूर्ण जीवन आहे आणि ते वैश्विक जगण्याच्या खूप जवळ आहे; ईश्वराच्या खूप जवळ आहे की ते सगळीकडे पसरत जाणारं असतं.

ठीक आहे मनीषा...

होय ओशो.

■

प्रकरण २

ध्यानधारणा ही अशी गोष्ट आहे की कितीही काळापर्यंत तुम्ही ती दडपून टाकू शकता. परंतु पूर्णपणे त्या गोष्टीला तुम्ही मृत करू शकत नाही. बीज शिल्लक राहिलेलं असतंच आणि एक ना एक दिवस तुमचं दडपून टाकणं तुम्हाला थांबवावंच लागतं. कारण अनंत काळ ते दडपलं गेलेलं बीजच शेवटी तुमचा रक्षणकर्ता म्हणून उपयोगात येणार असतं.

आरसा दुसरं काहीही दाखवत नसतो

प्रिय ओशो,

मला येत असलेला अनुभव इतर मंडळींना सांगताना काही वेळा हल्ली मला नैराश्याचा झटका येतो. कारण हे म्हणजे एखाद्याची भावनोत्कटता किती आहे हे सांगणं! की जी दुसऱ्याला कधीच माहीत नसते. एखादा त्याचं वर्णन असं करू शकेल की हा अनुभव म्हणजे एखादी लाट आहे किंवा एखादी शिंक आहे. परंतु शब्दात वर्णन करण्यापेक्षा कितीतरी पटीनं यामधला आनंद अलौकिक आहे.

एखादा मनुष्य दुसऱ्याला त्या अनुभवापर्यंत नेऊ शकेल परंतु समोरचा मनुष्य कशा पद्धतीनं तो आत्मसात करेल हे सर्वस्वी त्याच्या नैसर्गिक प्रवृत्तीवर अवलंबून आहे. कारण भावनोत्कटता ही दुसऱ्याला देता येण्यासारखी गोष्ट नाही. त्यांनी ती आपल्या पद्धतीनंच अनुभवायला हवी. प्रिय ओशो, ध्यानधारणेतल्या अतीव समाधानप्राप्तीमुळे मी आपली आभारी आहे... एकच प्रश्न... एखादा या सर्व अनुभवाबद्दल काय सांगू शकेल? कसा काय बोलू शकेल?

प्रेम पद्मिनी...

याबाबतीत काही अडचणच नाही. एखादा खरंच याविषयी काही बोलू शकत नाही. ते अशक्यप्रायच असतं. तुम्ही त्या विषयासंदर्भात बाजूबाजूनं बोलू शकता परंतु नेमकं प्रत्यक्ष त्या विषयाबद्दल बोलू शकत नाही. उलट यामध्ये तुमच्याबद्दल गैरसमज होण्याची शक्यताच जास्त. तुमच्याबाबतीत काय घडतंय हे तुम्ही सांगू शकता, तुमच्या अविर्भावावरून दाखवू शकता, वागण्यामधून उठण्या-बसण्यावरून दाखवू शकता. कारण ध्यानधारणा करणाऱ्या कोणत्याही स्त्री-पुरुषांना स्वाभाविकपणेच एक डौल प्राप्त होतो. की जो कुठल्याही इतर मार्गानं आपोआप प्राप्त होत नसतो. त्यांना एकप्रकारचं सौंदर्य, उस्फूर्तता प्राप्त होते. हे सौंदर्य शारीरिक पातळीवरचं नसतं तर हे सौंदर्य... मनाचं असतं. सामान्यत: मंडळी आपल्या भूतकाळाचं चर्विचरण करत बसताना आपण पाहात असतो त्यामुळे त्यांच्यातली उस्फूर्तता संपलेली असते. जसा आरसा समोरची परिस्थिती प्रतिबिंबीत करतो आणि तुमच्यामधून प्रतिसाद निर्माण होतो. तुम्ही ध्यानधारणेतच जीवन व्यतीत करू शकता. इतरांपर्यंत त्याचा सुगंध पोहोचवण्याचा हाच एकमेव मार्ग आहे; एक छोटासा झरोका आहे. परंतु त्याबद्दल बोलणं?... नाहीच... कारण शब्द हे फार पोकळ असतात... ध्यानधारणेचा अनुभव व्यक्त करण्याच्या दृष्टीनं शब्द हे अत्यंत तोकडे पडतात.

शब्दांमध्ये व्यक्त होणाऱ्या गोष्टी या बाजारातल्या गोष्टी असतात मंदिरामधल्या गोष्टी नव्हे. मंदिरामध्ये शांततेची भाषा अस्तित्वात असते. आणि ज्यावेळी तुम्ही ती शांतता गोंगाटामध्ये रूपांतरीत करायला जाता तेव्हा त्या शांतीमधल्या उत्तम गोष्टी नाहीशा होतात आणि तुमच्या हातात उरतं काय तर फक्त मृत शब्द! शिवाय अडचणी वाढत जातात ते वेगळंच! पहिलं म्हणजे तुमचा अनुभव हा शब्दमध्ये मांडता येणं शक्य नसतं; दुसरं म्हणजे समोरचा मनुष्य हा अनुभव ऐकत असताना तो त्याच्या स्वतःच्या मनोभूमिकेतून ऐकत असतो.

एक जपानी बुद्धिमान मनुष्य एकदा मला भेटायला आला. मी त्याला तेव्हाच सांगितलं की तुझ्या सर्व अडचणींवर ध्यानध्यारणा हाच एक उपाय आहे. तुम्ही जर तुमची प्रत्येक अडचण वेगवेगळी सोडवायचं ठरवाल तर ते म्हणजे झाडाचं प्रत्येक पान तोडण्यासरखं आहे... एकेक पान तोडत राहायचं... नवीन पान तिथे येत राहणार! पण ध्यानधारणा म्हणजे ते संपूर्ण नासकं झाडच नष्ट करणं होय... मूळच नष्ट करायचं!... हे सारं सांगितल्यानंतर त्याला बरोबर कळलं तो चटकन म्हणाला... "ठीक आहे मी ध्यानध्रारणा करायला तयार आहे... परंतु कोणत्या गोष्टीवर मी ध्यान करू?"

आपल्या मनाचा हाच तो वस्तुनिष्ठ दृष्टीकोन! (Objective) ध्यानधारणेसाठी सुद्धा आम्हाला समोर काहीतरी आवश्यक वाटतंच. कुठलंतरी नाव, कुठली तरी प्रतिमा, कुठला तरी देव, कुठला तरी मंत्र, नाहीतर आम्ही 'कसं काय ध्यान करणार?... कशावर करणार? यातली सत्य गोष्ट अशी आहे की इंग्रजीमध्ये संस्कृतमधल्या 'ध्यान' शब्दासाठी योग्य शब्दच नाहीये. इंग्रजीमध्ये तीन शब्द आहेत. (Concentration) एकाग्रता (Contemplation) मनन आणि Meditation ध्यान... परंतु ते तिन्ही शब्द वस्तुनिष्ठ आहेत. कॉन्संट्रेशनमध्ये तुम्हाला समोर एखादा विषय लागतो, वस्तुविषय लागतो. हे सगळं वैज्ञानिक संशोधनासाठी अत्यंत अवश्यक असतं. कोणतंही वैज्ञानिक संशोधन Concentration शिवाय शक्य होत नाही.– मनन Contemplation... मध्ये विशिष्ट विषयाचा विचार चालू असतो– फक्त एकाच विशिष्ठ मार्गानं तो चालू असतो. आजुबाजूला इतरत्र कुठेही विचारांची दिशा जात नाही. म्हणजे उदारणार्थ, तुम्ही जर समजा सौंदर्याचा विचार करत असाल, अभ्यास करत असाल तर त्याच संदर्भात तुमची विचार प्रक्रिया चालू राहणार... त्या सुंदरतेचे वेगवेगळे प्रकार, वेगवेगळ्या बाजू... यावर विचार चालणार... पण मूळ विषय सौंदर्यच असणार. म्हणजेच एकाच विषयाला तुम्ही बांधलेले राहणार– 'कॉन्संट्रेशन' मध्ये तुम्ही स्थितीशास्त्रानुसार वागत असता... 'Contemplation' मध्ये तुमच्या विचारांची हालचाल होते परंतु ती फक्त एकाच मार्गावरून... रेल्वेसारखं एकाच रूळावरून! रेल्वे ही काही आजूबाजूच्या शेतात मधूनच वळत नाही किंवा रस्त्यावर येत नाही. तसं! जगातलं सगळं तत्त्वज्ञान हे

Contemplation मधून जन्माला आलेलं आहे. Contemplation (ध्यास-मनन) शिवाय तत्त्वज्ञानाचा विचारच होऊ शकत नाही.

पाश्चात्त्य विचारसरणीत Meditation ध्यानधारणेचा अर्थ म्हणजे विशेष प्रकारची एकाग्रता (Concentration) आणि विशेष प्रकारचं चिंतन-मनन (Contemplation)... सांसारीक जगातल्या गोष्टीबद्दल ही एकाग्रता किंवा मनन-चिंतन उपयोगात येत असेल तर त्याला ध्यानधारणा (Meditation) म्हणता येणार नाही.– ईश्वर, आत्मा, किंवा ऐहिकापलीकडच्या गोष्टींसाठी एकाग्रता मनन-चिंतन उपयोगात येत असेल तरच त्याला ध्यानधारणा म्हणता येईल. चिंतन-मनन तसंच एकाग्रता हे विशेषत्वानं ध्यानधारणेमध्ये एकवटलं गेलं पाहिजे. पण तरीसुद्धा 'ध्यान' या शब्दाचा योग्य अर्थ स्पष्ट होईल असा शब्द इंग्रजीमध्ये नाहीच... अर्थात यामध्ये नवीन काही नाही... गौतमबुद्ध ज्यावेळी प्रवचन देत होते तेव्हा ते संस्कृतमध्ये बोलत नसत तर त्यांच्या लोकांच्या रोजच्या बोलीभाषेत बोलत असत... ती भाषा होती पाली. पालीमध्ये 'ध्यान' या संस्कृत शब्दांसाठी शब्द नव्हता. त्यामुळे ते संस्कृत 'ध्यान' हा शब्दच वापरीत असत. अर्थात पालीमध्ये 'ध्यान' शब्दावरून 'ज्ञाना' शब्द तयार झाला. त्यानंतर बोधीधर्मांनी ज्यावेळी चीनमध्ये प्रसार करायला सुरुवात केली तेव्हा चीनमध्ये 'ज्ञाना' शब्दासाठी 'चॅन' शब्द वापरण्यात आला... त्याचा अंतिम अर्थ ध्यानच!

चीनमधून जपानमध्ये गेल्यानंतर पुन्हा प्रश्न पडला. जपानमध्ये 'झेन' हा शब्दप्रयोग रूढ झाला. एखाद्या शब्दाचा असा हा इतिहास फारच मनोरंजक आहे. दुसऱ्या कोणत्याच भाषेमध्ये एखाद्या शब्दाचे एवढे फेरबद्दल झालेले दिसत नाहीत. त्याचं कारण एकच म्हणता येईल ते म्हणजे इतर ठिकाणी या ध्यानधारणेच्या संदर्भात फारसा विचारच झाला नाही. आणि जोपर्यंत एखाद्या विषयात तुम्ही खोलवर विचार करत नाही तोपर्यंत शब्दसंख्या वाढत नाही.

इंग्रजीमध्ये त्या लोकांना वाटलं 'मेडिटेशन' शब्दानं सगळं साध्य होईल. परंतु ते सर्वस्वी चुकीचं आहे. अनुवादकांनी 'मेडीटेशन' शब्द योजला. तोच प्रचलित झाला. परंतु त्याचा अर्थही बदलला गेला पाहिजे. तुम्ही शब्दात बदल करू शकत नसलात तर निदान अर्थामध्ये तरी बदल केला पाहिजे.

Meditation ध्यानधारण... म्हणजे वस्तुनिष्ठ नसलेली गोष्ट. Concentration नाही आणि Contemplation पण नाही... तर मग काय आहे? तर आहे फक्त शुद्ध शांतता! मन:पटलावर काहीही नसणं–

या परिस्थितीत म्हणजे जेव्हा एकाग्रता, मनन-चिंतन किंवा कुठला विशिष्ठ विचार यातलं काहीही नसतं तेव्हा तुमच्या जागरूकतेची ताकद कोणत्याही वस्तुविषयाशी निगडित नसते. आणि मन:शक्ती ही एका ठिकाणी स्थिर राहणारी नाही. ती सतत

कार्यरत राहणारी असते. आणि शिवाय ती जोरदार असते– कोणतंही Object समोर नसेल म्हणजे तुमच्या जगातले अडथळे म्हणूया, निर्बंध म्हणू या. ती अडथळ्यांची भिंत समोर नसेल तेव्हा ही जागरूकतेची प्रचंड शक्ती जोरदार अशी मुक्तपणे संचार करू लागते. ध्यानधारणेमध्ये हेच घडतं.

दुसरं या शक्तीचं मूलभूत तत्त्व असं आहे की ही शक्ती फिरत असताना गोलावर फिरत असते. सृष्टीतल्या सर्वच शक्ती या गोलाकार फिरत असतात. पृथ्वी सूर्याभोवती गोलाकार फिरते, वैज्ञानिक सांगतात की सूर्यसुद्धा या विश्वाच्या मध्याभोवती फिरत असतो म्हणून! अजूनही तो मध्य आपण शोधू शकलेलो नाही. सगळे ग्रहसुद्धा या मध्याभोवती फिरत असतात– विश्वातली प्रत्येक गोष्ट फिरत असते... म्हणूनच समोर कोणताही वस्तुविषय नसेल तेव्हा जागरूकतेची शक्ती ही गोलाकार फिरत राहते आणि स्वत:शी येऊन थांबते. एखाद्या दुसऱ्या वस्तुविषयात अडकण्याऐवजी ती फिरून परत स्वत:कडे येते. जसं म्हातारपण हे परत बाल्यावस्थेकडे जात असतं तसं.

ध्यानधारणेचा स्पष्ट अर्थ म्हणजे शुद्ध जागरूकता! स्वत:विषयी जागरूक! जसं काहीही प्रतिबिंबीत न करणारा आरसा! फक्त स्व-अस्तित्व दाखवणारा असा...

या विषयाबद्दल न बोललेलंच बरं. याबद्दल तुम्ही काही बोलायचा प्रयत्न करायला जाल तर गैरसमजच निर्माण होतील–

जीवनात अशा अनेक गोष्टी असतात की ज्या बोलता येत नाहीत. ध्यानधारणेचा अनुभव हा असाच अदभुत अनुभव आहे की जो बोलून दाखवता येत नाही– वेगळ्या अर्थानं, वेगळ्या मार्गानं तो फक्त व्यक्त होतो. डोळ्यांवरून!

ध्यानधारणा करणाऱ्या माणसाच्या डोळ्यात एक निराळीच चमक दिसते; एकप्रकारची सखोलता जाणवते; करूणा दिसते– ध्यानधारणा करणाऱ्या व्यक्तिचा चेहरा हा एखाद्या संगमरवरी पुतळ्यासारखा शांत दिसतो. त्याच्या हावभावामध्ये एकप्रकारचा शांत आणि शीतल भाव दिसतो. त्या व्यक्तिकडे नुसतं पाहाण्यानंसुद्धा त्यांच्या अस्तित्वातली शांतता, स्तब्धता आणि शीतलता आपल्याला जाणवते. ध्यानधारणा करणाऱ्या व्यक्तिचं चालणं वेगळं असतं त्याचे अविर्भाव वेगळे असतात. त्याच्या प्रत्येक हालचालीत एकप्रकारचा डौल असतो. ती व्यक्ति बोलतेसुद्धा निराळ्या पद्धतीनं व्याकरणाची किंवा भाषाशास्त्राची फिकीर ती व्यक्ति करीत नाही. जे काही बोलते त्यातून प्रतित होतात ते म्हणजे अगदी हृदयापासूनचे शुद्ध भाव! त्या व्यक्तिच्या नुसतं सभोवती असण्यातच विलक्षण चेतना, ताजेपणा आणि तारुण्याचा सळसळता जोश प्रतित होतो. अगदी त्याच्या जीवनाच्या शेवटच्या क्षणापर्यंत! त्याचं शरीर कदाचित वृद्ध होईल; पण तो प्रत्यक्षात तरुणच राहतो.

तेव्हा ध्यानधारणेबद्दल बोलण्याऐवजी प्रत्यक्ष ध्यानधारणेमध्ये उतरा. आणि लोकांना अनुभव घेऊ द्या! तुम्ही घेत असलेला अनुभव इतका अलौकिक असणार

आहे की बोलण्यानं त्यात कदाचित अडथळा निर्माण होईल. – तुम्हाला कदाचित भास होतायत किंवा दिवास्वप्नात तुमही रंगून गेला आहात असं इतर मंडळींना वाटू शकेल. कारण तुम्ही काय बोलताय हेच त्यांना कळणार नाही.

म्हणून, ध्यानधारणेच्या अंतिम टप्प्यात तुम्ही जोपर्यंत येत नाही तोपर्यंत त्याविषयी काहीही न बोललेलं बरं कारण नाहीतर गैरसमज पसरायची शक्यता असते. तुम्हाला येत असलेला अनुभव इतका निखळ आणि शुद्ध असला पाहिजे, इतका कसदार असला पाहिजे की कोणीही त्यावर शंकास्पद प्रश्न विचारला नाही पाहिजे... म्हणूनच तो अनुभव शुद्ध स्वरूपात येईपर्यंत बोलूच नका. कारण नाहीतर मग समोरच्या मंडळींना तो कळेल किंवा नाही हे सांगता येत नाही. सुरुवातीच्या काळात या अनुभवांचं स्वरूप अत्यंत नाजूक असतं. अगदी एखाद्या गुलाबाच्या पाकळीसारखं नाजूक असतं. त्या नाजूकतेबद्दल तुम्ही सावध राहिलं पाहिजे.

काही गोष्टींबद्दल अनेकवेळेला मौन बाळगलेलं उत्तम असतं. तुमच्या बोलण्यापेक्षा ते मौनच बरंच काही व्यक्त करत असतं. शिवाय मौनाबाबतीत एक गोष्ट फार चांगली असते. ती म्हणजे त्याबद्दल कधी गैरसमज होत नाही.

असे अनेक क्षण असतात की जिथं मौन पाळणं चांगलं असतं कारण असा काही आग्रह नाही की तुम्ही जे बोलत असता ते दुसऱ्यापर्यंत योग्य तसं पोचलं पाहिजे म्हणून. तुमच्या तोंडून बोलणं बाहेर पडल्यानंतर तुमची त्याच्यावरची हुकूमत निघून जाते. आता त्यावर ताबा असतो तो ऐकणाऱ्याचा. त्यानं कसा अर्थ घ्यायचा हे त्याच्यावर अवलंबून असतं. आणि ध्यानधारेणच्या बाबतीत असा विपरीत अर्थ निघणं हे फार धोकादायक आहे. जर का एखाद्या माणसानं त्याचा चुकीचा अर्थ काढला तर पुढे आयुष्यभर त्या चुकीच्या समजुतीतच तो वावरणार. नाही का?

म्हणून गैरसमज होण्यासारख्या ज्या गोष्टी असतील त्यात आणखीन गैरसमज कृपा करून बोलण्यानं वाढवू नका. कारण त्या पद्धतीचा अनुभव दुसऱ्या माणसाला असतोच असं नाही. –तुमच्या बोलण्यामुळे त्यांना ध्यानधारणेतल्या योग्य मार्गाचं ज्ञान होण्याला निर्बंध येऊ शकतात. किंवा ध्यानधारणेतल्या अनुभवाची जाणीव होण्याला अडथळा येऊ शकतो.

"मी कशा पद्धतीनं बोलू" या तुझ्या प्रश्नामागचा अर्थ मी समजू शकतो. कारण ध्यानधारणेचं स्वाभाविक तत्त्व असं आहे की तो अनुभव यायला सुरुवात झाल्यानंतर तो लगेच वाटून घ्यावासा वाटतो. त्यातलं समाधान आणि सुखाची भावना इतकी आनंददायी असते की दुसऱ्याबरोबर ती वाटून घ्यावीशी वाटते. आणि वाटून घेण्याचा एकच मार्ग तुला माहितेय तो म्हणेज बोलणं! परंतु वाटून घेण्याचे तुला नवीन मार्ग आता शोधावे लागतील... कारण ध्यानधारणा हा मनुष्यप्राण्याच्या जीवनातला नवीन मार्ग आहे. शब्द हे मनाच्या बंधनात वावरत असतात... आणि ध्यानधारणा म्हणजे

'मनरहित' अवस्था! त्यामुळे ती अवस्था शब्दात आणण्याचा प्रयत्न करू नका.

एकदा एक झेन मास्टर एका बीचवर बसले असताना एक मनुष्य विलक्षण उत्सुकतेनं त्यांच्याजवळ आला आणि म्हणू लागला. हे पहा मी खूप घाईत आहे. तेव्हा कोणतंही लांबलचक स्पष्टीकरण न देता ध्यानधारणा हा काय प्रकार आहे याबद्दल मला थोडक्यात सांगा. कारण तुम्ही सगळे लोक त्याबद्दल फारच बढाई मारत असता. ते झेन मास्टर त्यावर काहीच बोलले नाहीत स्वस्थ बसले... जसं काही त्यांनी काही ऐकलंच नव्हतं. तो माणूस त्यावर म्हणाला "काय प्रकार आहे? तुम्ही बहिरे आहात का?"

"नाही! मी बहिरा नाही." ते झेन मास्टर म्हणाले... "पण तू मात्र ध्यानधारणेविषयी जाणून घेण्याच्या योग्य अवस्थेमध्ये नाहीस... कारण तुझ्यापाशी वेळ नाही. तुझ्याजवळ उत्कट इच्छा नाही... तू ज्या पद्धतीनं मला प्रश्न केलास ती पद्धत अत्यंत अपमानास्पद आणि तिरस्करणीय आहे. 'ध्यानधारणा' ही गोष्ट अशी आहे की फक्त उत्सुकतेपोटी जाणून घेणाऱ्या लोकांसाठी ती नाही. तुला त्याची तहान आहे का?"

त्यावर तो माणूस म्हणाला, "मी आत्तापर्यंत त्यावर काही विचारच केला नाही."

झेन मास्टर म्हणाले, "सहज योगायोगानं तू माझ्याजवळून चालला होतास. मला पाहून तुझ्या मनात उत्सुकता निर्माण झाली. म्हणून तू विचारलंस.. बाकी काही नाही."

हे ऐकल्यानंतर तो माणूस खजील झाला. खरोखरच आपल्या हातून काहीतरी चूक झाली हे जाणवून तो म्हणाला, "मला क्षमा करा." सुरुवातीला माझ्या मनात खरंच फक्त उत्सुकता होती. परंतु तुम्हाला पाहिल्यानंतर, तुमच्या व्यक्तिमत्त्वातली सुंदरता पाहून आता मात्र मला थोडीशी उत्कट इच्छा झाली आहे... ध्यानधारणेविषयी मला खरंच जाणून घ्यावंसं वाटतंय– तरीही झेन साधु शांतच बसले...

तो माणूस त्यावर म्हणाला "आता काय आणखी? मी आता खरोखरच वाट पहायला तयार आहे. माझ्या हातातलं सध्या असलेलं काम बाजूला ठेवायला तयार आहे. तुम्ही अजूनही गप्प का?

झेन साधु म्हणाले, "मी तुला उत्तर दिलेलं आहे... शांत राहणं हेच उत्तर आहे."

तो माणूस म्हणाला, "ओह, शांतता हेच उत्तर जर असेल तर ती शांतता मी झाडांपासूनही मिळवू शकतो, पर्वतांपासून, नद्यापासून मिळवू शकतो. मग तुमची गरजच काय?"

साधु म्हणाले, "या गोष्टींपासून मिळणारी शांतता ही अर्थहीन आहे. परंतु साक्षात्कारी माणसापासून मिळणारी शांतता ही प्रचंड अर्थपूर्ण आहे. कारण ती शांतता ही पूर्ण जागरूकतेची शांतता असते."

तो मनुष्य वैतागून म्हणाला, "हे सारे शब्द फारच अवघड आहेत. जागरूकता वगैरे म्हणजे काय असतं हे मला काहीही माहिती नाही. तुम्ही कृपा करून या

इथल्या वाळूवर हे शब्द लिहून दाखवाल का?... म्हणजे मला कळेल...

झेन साधु म्हणाले, "खरं म्हणजे नाखुषीनंच हे मी लिहितोय. कारण मी जे शब्द लिहिणार आहे ते माझ्या मनात असलेला अर्थ प्रकट करू शकत नाहीत...' असं म्हणून त्यांनी ध्यान (Dhyan) हा शब्द वाळूवर लिहिला.

तरीही त्या माणसाला काहीही अर्थ कळला नाही. आणखीन स्पष्टीकरण तो मागू लागला.

झेन सांधुनी तोच शब्द नंतर मोठ्या लिपीत लिहिला DHYAN ... तो माणूस परत म्हणाला... नाही कळत मला... पुन्हा झेन साधुंनी आणखीन मोठ्या अक्षरात वेगवेगळी अक्षरं काढून लिहिलं. 'D-H-Y-A-N'

तो मनुष्य म्हणाला... लहान अक्षरात तोच शब्द आणि मोठ्या अक्षरात तोच शब्द! ...परंतु मला काहीच आकलन होत नाही–

झेन मास्टर म्हणाले, "तुला आकलन कधीच होणार नाही... कारण फक्त शब्दांवर तू विसंबून आहेस. आणि ध्यानधारणा (Dhyan) ही गोष्ट शब्दात मावणारी नाहीच. एवढंच काय परंतु मनाच्या मर्यादेतला तो भाग नाहीच. जर तुमची उत्कटता जबरदस्त असेल, तुमची तहान बेफाट असेल, ध्यानधारणेचा अर्थ जाणून घेतल्याशिवाय जगणं निरर्थक वाटत असेल तरच त्याचा अर्थ कळण्याची काहीतरी थोडीफार शक्यता आहे!

मी माझ्या अस्तित्वातून अत्यंत निराळ्या पद्धतीनं काही गोष्टी तुला निश्चित दाखवू शकतो त्यावरूनच ध्यानधारणेविषयी अगदी किंचितशी कल्पना तुला येऊ शकेल. माणसामध्ये कोणत्या तऱ्हेचं परिवर्तन होऊ शकतं हे तुला समजेल. तेव्हा फक्त शब्दांच्या पाठीमागे लागू नकोस. विसर सगळे शब्द! विसर ती स्पष्टीकरणं विसर ती भाषा! ध्यानधारणेची सखोलता व्यक्त करण्यासाठी या सगळ्या गोष्टी फोल आहेत.

'करूणे' विषयी अनुभव घेणं किंवा त्याबद्दल बोलणं हे पूर्णपणे बरोबर आहे. परंतु त्याविषयी बोलण्यासाठी 'ही वेळ' योग्य नाही. फक्त आत्मसाक्षात्कार झाल्यानंतरच, की ज्यावेळी ध्यानधारणेचा अत्युच्च बिंदू गाठला जाऊन बहरण्याची वेळ येते तेव्हाच बोलावं हे उत्तम! कारण त्यानंतरच 'शब्दा' मधला सूक्ष्म मार्मिक अर्थ कळू शकतो, शब्दांमधल्या रिकाम्या जागा कळू शकतात. स्पष्टपणा वाढतो, काहीतरी फुटून बाहेर येऊ शकतं... मग ते शब्दसुद्धा असू शकतात.

परंतु साक्षात्काराच्या पूर्वी ध्यानधारणेविषयी बोलण्याचा कुणालाही अधिकार नाही. ध्यानधारणेच्या अत्यंत खोलवर, अगदी गाभ्यापर्यंत जाण्यात मनाची सगळी शक्ती खर्च झाली पाहिजे तरच तो प्रांत म्हणजे काय आहे याचं आकलन होऊ शकेल, त्यातला आनंद समजू शकेल; त्यातलं सुरेल गाणं कळून येईल.

एकदा का तुम्हाला त्यातला कोपरा न कोपरा माहीत झाला, त्याची स्पंदनं कळून आली की मग साक्षात्काराची अनुभूती दूर नाही आणि त्यानंतरच मग

त्याविषयी बोलणं केव्हाही उत्तम...

अन्यथा अनुभूती मिळण्यापूर्वीच तुम्ही काही बोललात तर तुमच्याबद्दल गैरसमज होण्याची शक्यता आहे. आणि मग इतरांनी करून घेतलेल्या गैरसमजुतीमुळे तुम्हालासुद्धा स्वत:च्या शहाणपणाविषयी शंका वाटू लागेल. या दांभिक जगामध्ये ध्यानधारणा करणारा माणूस हा तसा पाहता परकाच असतो; तो विचित्र समजला जातो, दुसऱ्या ग्रहावरचा समजला जातो... तेव्हा सांगायचं कारण इतकंच की तोंड बंद ठेवणं उत्तम. ध्यानधारणा वाढवत राहणं आणि आपलं अस्तित्व वेगळ्या पद्धतीनं परिपूर्ण करणं हे उद्दिष्ट फक्त ठेव... आणि मग नंतर आपोआपच तुला गावंसं वाटेल, नाचावसं वाटेल, बोलून व्यक्त करावसं वाटेल... स्वत:ला स्पष्ट करून दाखवण्याची जी पद्धत तुला योग्य वाटेल तिचा अवलंब कर...

भारतातले एक महान योगी चैतन्य महाप्रभू हे कधीही बोलत नसत... ते स्पष्टवक्ते नव्हते असं नाही... साक्षात्कारापूर्वी ते बरोबर याच्या उलट होते. त्यांच्या काळातले ते निष्णात तर्कशास्त्री होते. मोठमोठे विद्वान त्यांच्यापुढे कापत असत. एखाद्या मुद्याची मांडणी करताना, किंवा वाद करताना त्यांच्या शब्दांना तलवारीची धार चढत असे... ते समोरच्या माणसाचा मुद्दा आरपार भेदत. संपूर्ण संपवून टाकत असत. परंतु ज्यावेळी त्यांना आत्मसाक्षात्कार झाला त्यावेळेपासून ते पूर्णपणे शांत, निवांत असे राहू लागले. बोलणं एकदम बंद झालं. एक छोटा ड्रम घेऊन ते फक्त नृत्य करत असत. फक्त नृत्याद्वारे ते स्वत:ला प्रकट करत असत.

तुम्ही त्यांना ध्यानधारणेबद्दल विचारा, ईश्वराबद्दल विचारा... काहीही विचारा. त्यांचं उत्तर म्हणजे नृत्यच! फक्त नृत्य करूनच ते उत्तर देत असत. ते खरोखरचे उत्तम नर्तक होते... ते नृत्य करायला लागले की आपोआप आजुबाजूचे सारेजण नृत्य करू लागत आणि नंतर मग नर्तकांचा एक वेगळा... समूह बनून जायचा... ध्यानधारणेविषयी त्यामध्ये कोणतीही चर्चा व्हायची नाही. परंतु आजुबाजूच्या सर्वांना कोणत्यातरी विलक्षण आनंदानं भारून जायला व्हायचं की जो विलक्षण आनंद ते तोंडून बोलत नसत तर फक्त स्वत:च्या नुसत्या अस्तित्वानं, नृत्यानं प्रकट करत असत.

त्यांचं नृत्यसुद्धा इतकं प्रभावी असायचं की आपोआप इतरांना त्याचा संसर्ग व्हायचा आणि ते नाचू लागायचे.

म्हणूनच बुद्धीच्या दृष्टीनं विचार करता त्यांच्या शिष्यांना ध्यानधारणेच्या दृष्टीनं काही माहित नव्हतं. परंतु अनुभवाच्या दृष्टीनं विचार करता त्यांना ध्यानधारणेतलं सर्व काही माहीत होतं.

एक दिवस ऑफिसमधून घरी येताना उशीर झाल्यामुळे माईक खूपच दमलेला होता. रात्र बरीच झालेली होती... बायकोला उगाचच त्रास नको म्हणून अंधारातच

कपडे बदलून तो बिछान्यावर येणार तोच पांघरूणातून बायको म्हणाली, ''माईक.. प्लीज खालच्या मेडीकल स्टोअरमधून ॲस्पिरीनचं बॉक्स आणतोस का? भयंकर डोकं दुखतंय माझं!''

''अर्थात डिअर... जातोच...'' तो म्हणाला.

अंधारातच त्यानं पुन्हा कपडे चढवले आणि खाली दुकानात गेला... आणि म्हणाला, ''हाय बील.. एक ॲस्पिरीनचं बॉक्स दे... बायकोचं डोकं खूप दुखतंय.''

दुकानदारानं (बील त्याच नांव) ते देताना म्हटलं, ''हे घे... पण काय रे? हा फायर चिफचा ड्रेस तुला कुठे मिळाला?''

लोक कायम अंधारात जगत असतात. अंधारात जगण्यामुळे तुमच्या स्वत:वरच तुमचा भरवसा राहू शकत नाही. स्वत:च्या कुवतीवर तुम्ही भरवसा ठेवू शकत नाही. – म्हणूनच तुमच्या अंतरंगात ज्योत पेटलेली पाहिजे. प्रकाश असला पाहिजे आणि तुम्ही जर तुमच्या 'आत' पाहू शकलात तर तुमचं संपूर्ण अस्तित्वच उजळून निघेल. कदाचित त्यानंतर तुम्ही तुमचा चैतन्यपदाची परमानंद आणि देवत्वाचा स्पर्श झालेला अनुभव इतरांपर्यंत पोहोचवू शकाल. परंतु केव्हा? तर साक्षात्कार झाल्यानंतरच!

इतर सारेजण तुझ्याबद्दल गैरसमज करून घेतात. याबद्दल मला काळजी नाही. मला काळजी आहे ती म्हणजे तुझी सध्याची अवस्था अत्यंत नाजूक झाली आहे... त्याला आधाराची गरज आहे. इतरांना साक्षात्काराचा अनुभव मिळावा म्हणून तू काळजी करू नकोस... तर तूच पहिल्यांदा साक्षात्कारी हो! गुरूचं हेच तर महत्त्वाचं काम आहे. शिष्य योग्य तितका पक्व झालाय का नाही? इतरांना तो धडे देऊ शकेल इतका तो पक्व झाला आहे का? त्याला प्राप्त झालेला अनुभव इतका नवीन आहे, एखाद्या छोट्या रोपट्यासारखा की अतिशय सहजपणे एखादं लहान मूलसुद्धा ते रोपटं नष्ट करू शकतं... तसाच त्याचा तो नवीन अनुभव एखाद्या विपरीत प्रतिसादामुळे नष्ट होईल का?– या साऱ्या गोष्टी गुरूंना लक्षात घ्याव्या लागतात. लेबेनॉनच्या कणखर देवदार वृक्षाप्रमाणे तुम्ही कणखर व्हावं असं मला वाटतं. असे कणखर झालात तरच अभिमानानं मस्तक उंचावू शकाल, अगदी आकाशातल्या ताऱ्यांपर्यंत! आणि तुमचा अनुभव सगळ्यांपर्यंत पोहोचवू शकाल!

माझ्या स्वत:च्या आयुष्यावरून तुम्हाला बरंच काही शिकता येईल. मी आत्तापर्यंत ज्या गोष्टी सांगितल्या त्या गोष्टी लोक समजू शकले नाहीत. आणि ते समजू शकले नाहीत म्हणून त्यांच्या अजाणतेपणामुळे त्यांना त्या तिरस्करणीय वाटल्या... त्यांच्यापुढे एकच मार्ग होता तो म्हणजे मला धिक्कारणे, कोणताही पुरावा नसताना, कोणतंही कारण नसताना, कोणताही वाद नसताना माझा धिक्कार करणं! त्यांच्याप्रमाणेच आम जनतेला तसंच वाटत असल्यामुळे आमजनता त्यांच्याच बाजूला!

परंतु मला स्वत:ला यातून खूपच आनंद मिळत होता. संपूर्ण जग अशा मानसिक गोंधळामध्ये स्वत:चा सगळा शहाणपणा घालवून बसल्यामुळे बौद्धिक पातळीवरचं कोणतंही संभाषण शक्यच नव्हतं. यू. एस. मार्शलच्या विमानामधून एका तुरूंगातून दुसऱ्या तुरूंगात सतत माझी रवानगी होत असे. त्याचा वैमानिक आणि हवाई सुंदरी यांना माझ्याबद्दल खूप सहानुभूती वाटायची कारण माझ्यावर अन्याय होतोय हे त्यांना कळत होतं... तर एक दिवस माझ्याबरोबर ते बोलत होते. ते म्हणाले "आम्ही सरकारी नोकर असूनही आम्हाला यात कुठेही न्याय दिसत नाहीये. नॉर्थ कॅरोलीना ते ओरेगॉन हा सहा तासांचा प्रवास खरं पाहता पुरेसा आहे. परंतु तोसुद्धा एका शहरातून दुसऱ्या शहरात करत करत नेणं यात काहाही अर्थ नाही. काही कारणही नाही..."

त्या वैमानिकाचं म्हणणं खरंच होतं. कारण त्या सहा तासांच्या प्रवासासाठी त्यांनी बारा दिवस लावले होते. त्या सुशिक्षित वैमानिकालासुद्धा त्यातला जाणूनबुजून केलेला छळ दिसत होता. त्यामागची सरकारची किळसवाणी प्रवृत्ती कळत होती. त्यांना माझा फक्त छळ करायचा होता. ते मला पहाटे पाच वाजता विमानतळावर आणण्यासाठी उठवत असत... 'तुमचं विमान तयार आहे.'.. असं सांगण्यात येई... आणि त्यानंतर विमान सुटायचं ते 'संध्याकाळी' पाच वाजता त्याचं विमान हे 'असं' तयार असायचं. वैमानिक म्हणाला, "हे सगळंच अत्यंत हास्यास्पद आहे. विमान तयार आहे, मी तयार आहे, तुम्ही तयार आहात. आपण सगळेच वाट पाहातोय. परंतु ते मुद्दामहून विलंब करीत आहेत. आणि हे सारं कशासाठी? तर तुम्ही दुसऱ्या तुरूंगात पोचताना अगदी मध्यरात्र व्हावी एवढाच उद्देश... आम्हाला आदेशच तसे आहेत... की जितकं सावकाश जाता येईल तितकं जा... काहीही घाई नाही."

त्या बारा दिवसात संपूर्णपणे साखळदंडांनी मी जखडला गेलो होतो. प्रसारमाध्यमं साऱ्या जगातून माझ्या अवतीभवती होती. मी त्यांच्यापर्यंत पोहोचू नये म्हणून मला असं जखडलं गेलं होतं. हातात बेड्या छातीवर साखळदंड... हातकड्या आणि छातीवरच्या साखळ्या याला जोडणाऱ्या आणखी छोट्या साखळ्या त्यामुळे मी हातसुद्धा हलवू शकत नसे.

वैमानिक मला म्हणाले, "हे सगळं संतापजनकच आहे. आत्तापर्यंत कुणाच्याही बाबतीत असं घडलेलं नाही. कारण विमानातून तुम्ही पळूच शकत नाही. त्यामुळे आत्तापर्यंत अत्यंत खतरनाक खुनी, मोठमोठे गुन्हेगार यांनासुद्धा विमानातून बेड्या न ठोकता नेलेलं आहे. तुम्हाला असं जखडून नेत आहेत म्हणजे हा केवळ सूड आहे. पण तरीही तुम्ही अत्यंत शांत आणि आनंदी दिसत आहात. तुमच्या या शांत आणि आनंदी असण्यामागचं रहस्य तरी काय? हे सगळं असं बेकायदेशीर चाललेलं असतानाही तुम्ही संतापत नाही, प्रतिकार करीत नाही... हे असं का?"

मी त्यांना म्हणालो, "ही तर चांगली संधी मला मिळाली आहे. कारण आत्तापर्यंत बारा दिवस अशी सुट्टी मला कधी मिळाली नव्हती. त्यामुळे हे लोक फारच समजूतदार आहेत म्हणायचे."

हवाई सुंदरी म्हणाल्या, "आम्ही शेवटी सरकारला विचारलं.. की या शांत गंभीर माणसाचा अपराध तरी काय आहे? तेव्हा सगळे मार्शल्स, जेलर्स काय म्हणाले माहितेय? ते म्हणाले, "या माणसानं कोणतेही गुन्हे केलेले नाहीत. त्याचा गुन्हा एवढाच की तो इतरांना शांत कसं राहावं, आनंदी कसं जगावं हे शिकवतो!"

ज्या दिवशी त्यांनी मला ओरेगॉनमध्ये सोडलं त्यादिवशी त्या सर्वांच्या डोळ्यातून अश्रू वाहू लागले. वैमानिक, उपवैमानिक, हवाईसुंदरी सगळे परत परत सांगत होते. आम्हाला सुट्टी मिळाली की आम्ही तुमच्या कम्यूनमध्ये जरूर पुन्हा भेटायला येऊ. गेल्या काही दिवसात एकही शब्द न बोलता तुम्ही असं काही आम्हाला जागरूक केलं आहे की काहीतरी हरवल्याची आम्हाला जाणीव होतेय. काय हरवलंय ते समजत नाहीये परंतु काहीतरी हरवलंय खरं... आतापर्यंत इतरांकडून तुमच्याबद्दल माहिती मिळालीय... तुम्ही Meditation च्या संदर्भात बरंच काही करता... आम्हाला त्याविषयी माहिती करून घ्यायचीय.

प्रत्येक जेलरनं निरोप देताना मला ठामपणे सांगितलं की ध्यानधारणेसाठी कुटुंब- कबिल्यासह आम्ही तुमच्या कम्युनमध्ये येणार कारण आमच्या एक गोष्ट लक्षात आली आहे ती म्हणजे आमच्याजवळ सगळं काही आहे, परंतु 'आत' मध्ये फार मोठी पोकळी आहे.

म्हणून म्हणतो तुम्ही संपूर्णपणे शुद्ध आणि पारदर्शक बनाल तेव्हाच बोलायला सुरुवात करा. कारण नाहीतर असं होईल तुमच्या बोलण्याविषयी चिकित्सा केली जाईल आणि तुम्ही योग्य ते उत्तर देऊ शकणार नाही! तुम्ही काहीच पुरावा देऊ शकणार नाही. मुद्याचं स्पष्टीकरण देऊ शकणार नाही.

तुमची पात्रता इतक्या मर्यादेपर्यंत गेली पाहिजे की तुमचं संपूर्ण अस्तित्वच त्या अनुभवाचा पुरावा म्हणून बनू शकेल. आणि तसं घडल्यानंतर मात्र जे तुमच्या सतत संपर्कात नसतील त्यांनाही तुमच्या अस्तित्वाची वेगळी अनुभूती होईल– काहीतरी उलगडेल. एखाद्या सापाचं वेटोळं उलगडतं तसं! त्यांना स्वत:मध्ये काही बदल होतोय याची भावना होईल. जन्मभर किंबहुना अनेक जन्म ज्याची उत्कटतेनं वाट पाहिली ते काहीतरी डोकं वर काढतंय याची जाण येईल. ध्यानधारणा ही गोष्ट अशी आहे की कितीही काळ ती तुम्ही दडपून ठेवू शकता. परंतु ती नष्ट करू शकत नाही. कारण बीज कुठेतरी असणारच... आणि एक दिवस हे दडपून टाकणं तुम्हाला थांबवावं लागतं कारण ते बीजच तुमचं रक्षणकर्ता बनणार असतं.

□

प्रिय ओशो,

सध्या काहीदिवस मला अशी भावना होते आहे की मी आता बऱ्यापैकी परिपक्व झालेली असून बाहेरच्या जगामध्ये चांगला व्यवहार करू शकेन. स्त्रीला जे करावं लागतं ते मी करेन, लोकांवर छाप पाडेन, भरपूर पैसा कमवेन आणि नेहमीप्रमाणे इतिहासजमा होईन. आतापर्यंत तीन वर्ष मी कम्युनमध्ये काढलेली आहेत आणि मला ते आवडलेलं आहे– इथली प्रसिद्धी, तुमचं निकटचं सान्निध्य... असं असूनही मी शांत-निवांत राहून हे प्रेम का अनुभवू शकत नाही? तुम्ही एवढा प्रेमाचा वर्षाव करूनही मी अशी का वागते? खरोखरच मी आंधळी झाले आहे का?

प्रेमदीपा...

तुझ्या भावना मला दुखवायच्या नाहीत... परंतु कटू असलं तरी सत्य सांगायला पाहिजेच. ते म्हणजे तू अजूनही आंधळी आहेस. माझ्याकडे या इथे असंख्य प्रकारची माणसं येत असतात. त्यातली काही मंडळी निव्वळ अपघातानं येतात. येताना कोणतीही विशिष्ट दृष्टी ठेवून ते आलेले नसतात. परंतु आल्यानंतर ध्यानधारणेमध्ये कधी गुंतून पडतात हे त्याचं त्यांनाच कळत नाही. माझ्या सहवासात, माझ्या प्रेमात ते गुंतून पडतात. इथं ती राहतात खरी, परंतु मनाच्या तळात नकळतपणे त्यांचे मूळ हेतू तसेच राहिलेले असतात. त्यामुळे होतं काय? की वरवर ही मंडळी अतिशय आनंदी दिसतात... पण अंतरंगात?... कारण वरचा थर हा अतिशय पातळ असतो.

कोणताही एखादा छोटासा प्रसंगसुद्धा मनाच्या तळाचा हा कप्पा उघडा करू शकतो. मनातल्या सगळ्या गोष्टी आपण इथं काढून टाकल्या आहेत असं जे तुम्हाला वाटत असतं ते या प्रसंगामुळे दुप्पट वेगानं उसळून वर येतं– तुझ्याबाबतीत हे असंच घडतंय.

तू म्हणतेस की ''काही काही वेळा मला अशी भावना होते की आता आपण जगाच्या दृष्टीनं पुरेसे परिपक्व झालो आहोत.'' हे पहा, स्वतःला फसवू नकोस. ज्या दिवशी तू पुरेशी परिपक्व होशील त्या दिवशी काय करायचं ते मी तुला

सांगेन. तू स्वत:बद्दल प्रशास्तिपत्रक का देतेस? तसं तू देऊ शकत नाहीस... कारण जगात वागण्याच्या दृष्टीनं अजून तू परिपक्व झालेली नाहीस.

परंतु मन हे असंच कावेबाज असतं. बाहेरच्या जगात जाण्यासाठी मन उतावीळ झालेलं असतं ते काय तू परिपक्व झाली आहेस म्हणून नाही तर आत्तापर्यंत दडपून टाकलेल्या इच्छा आकांक्षा पूर्ण करून घेण्यासाठी! “आता मी बाहेरच्या जगात जाईन आणि सर्व गोष्टी करीन!” सर्व गोष्टी... म्हणजे कोणत्या? ज्या गोष्टी स्त्रीला करायच्याच असतात. त्या!

त्या गोष्टी म्हणजे या विशाल जगात जाऊन भरपूर पैसा कमवायचा, प्रत्येकावर छाप पाडायची आणि परत इतिहासजमा व्हायचं!

हा शेवट काही चांगला नाही. पुन्हा इतिहासजमा व्हायचं म्हणजे पुन्हा थडग्यात जाण्यासारखं आहे. इतिहास म्हणजे मरून गेलेल्या माणसांचा कालक्रमानुसार लिहिलेला वृत्तांत! याशिवाय त्याला अर्थ नाही... किती विचित्र कल्पना तुझ्या डोक्यात नाचत आहे? स्त्रीला जे काय करायचं असतं ते इथंच करावं ना... बाहेरच्या जगात कशाला?

‘भरपूर पैसा कमवायचा!” ...काय करणार आहेस त्या पैशाचं? धर्मादाय संस्था उभी करायचीय, का आणखीन काही करायचंय?... पैसा हा काही खाता येत नाही त्यामुळे फक्त पैशावर जगणं कधीही होत नसतं. बरं तुला पैसा हवाय तोसुद्धा फक्त जगण्यापुरता नव्हे तर भरपूर हवाय... भरपूर म्हणजे किती? काही मर्यादा आहे का? कारण ‘भरपूर पैसा’ याचा अर्थ ‘कितीही’ असा होतो. आणि हा भरपूर पैसा तू मिळवणार आहेस कसा?... ‘स्त्री’ ज्या मार्गानं मिळवते तसाच ना?”

हे पहा. मूर्खपणानं विचार करू नकोस. – जगामध्ये अशा अनेक स्त्रिया आहेत की ज्या असा ‘भरपूर’ पैसा कमावून पुन्हा इतिहासजमा होतात. असली विचित्र इच्छा तू मनामध्ये का बाळगत आहेस? तू जगाच्या पटावरून नाहीशी होशील तेव्हा ‘कदाचित’ इतिहासात नाव होईलसुद्धा... मी ‘कदाचित’ असं म्हणतोय... कारण अशा अनेक स्त्रिया होऊन गेलेल्या आहेत परंतु इतिहासात नोंद होण्यासारखा त्यातल्या किती?

उदा. क्लिओपात्रा! जगातली सुंदर स्त्री म्हणून इतिहासानं तिची नोंद घेतली. जे कोणी इजिप्त जिंकायला म्हणून आले त्यांना तिनं आपलं शरीर बहाल केलं. मग तो सीझर असो अँथनी असो वा आणखी कोणी असो! तिचं शरीर हेच तिचं संरक्षण होतं... तिच्या काळातली ती फार मोठी वारांगनाच तिला म्हणायला पाहिजे. तिला तिचं स्वप्नं गवसलं असं तुला वाटतं? किंवा ती सुसंस्कृतपणे विकसित झाली असं वाटतं का तुला?... मुळीच नाही, तिचा विकास झालाच नाही. एका जनरलकडून दुसऱ्या जनरलकडे... असा सातत्यानं तिचा फूटबॉल होत गेला. इजिप्तची सम्राज्ञी

म्हणून ती गाजली... भरपूर संपत्तीची मालकीण झाली. परंतु तेवढंच! बाकी काही नाही. 'स्त्री' म्हणून सर्व शस्त्रांचा तिनं आयुष्यभर उपयोग केला...

परंतु अशा घाणेरड्या प्राणी मात्रांचं अनुकरण कशासाठी करायचं? क्लिओपात्राचं फक्त 'शरीर' सुंदर होतं. परंतु तिच्या वृत्ती या खरोखरच क्षूद्र असणार. पूर्णपणे क्षूद्र वृत्तीचीच ती असणार यात वाद नाही. प्रेमासाठी सर्व काही देण्याची तुमची तयारी असते. शरीर... मन... आत्मा... सगळं सगळं प्रेमामध्ये स्वाहा असतं आणि हा अनुभव नितांत सुंदरच असतो. परंतु केवळ पैशांसाठी किंवा सत्तेसाठी शरीराचा बाजार मांडणं म्हणजे सर्वात वाईट गोष्ट आहे. आणि इतरांवर छाप पाडून तुला मिळवायचं काय आहे? या ठिकाणी निदान मी तुझं उदाहरण चांगल्यासाठी तरी इतरांना देऊ शकेन... आणि मग इतर मंडळी तुझ्याकडे आदरानं पाहातील... परंतु बाहेरच्या जगामध्ये लोकांवर तू कशी काय छाप पाडणार? अलौकिक असं तुझ्याजवळ काय आहे? काव्य? शिल्पकला? चित्रकला? लेखन?... काय आहे काय तुझ्याजवळ? की ज्यामुळे लोकांच्या आकर्षणाचा विषय तू होशील? या सर्व कलांमध्ये सध्या प्रचंड स्पर्धा आहे. इथे मात्र तुला काहीच करावं लागणार नाही.

"प्रसिद्धीच्या काल्पनिक गोष्टी माझ्या मनात सध्या नव्यानं उगवतायत... मला प्रश्न पडतो तो असा की इथल्या शांत वातावरणात, तुम्ही करीत असलेल्या प्रेमवर्षावात भिजून जाऊन मी शांत चित्तानं इथं स्वस्थ का बसत नाही? मी खरोखरच आंधळी झाले आहे का?" असं तू विचारतेस... तुझ्या दडपल्या गेलेल्या इच्छा आकांक्षांच्यामुळे तुला आंधळेपणा आलाय– तुझं अंतरंग तू स्वच्छ केलेलं नाहीस. तू इथे आली आहेस खरी. परंतु मनाच्या तळाशी मात्र तुझ्या इच्छा, आकांक्षा, इतर विकारांचे साप, खेकडे, कोळी इ. प्राणी दबा धरून बसलेलेच आहेत... इथे येणाऱ्या प्रत्येक संन्यासी स्त्रीनं पहिल्या प्रथम हे सारं स्वच्छ केलं पाहिजे. आणि मग त्या स्वच्छ जमिनीवर गुलाब फुलवायला सुरुवात केली पाहिजे. अन्यथा एक दिवस हे सारे प्राणी तुझी सुंदर गुलाबाची बाग नष्ट करून टाकतील... अजूनही वेळ गेलेली नाही... तेव्हा मन स्वच्छ करायला सुरुवात कर.

ध्यानधारणा करणारी व्यक्ती ही पुरुष किंवा स्त्री असत नाही. कारण ध्यानधारणेला तुमच्या शरीराशी काही कर्तव्य नसतं किंवा मनाशी नसतं. ध्यानधारणेमध्ये तुम्ही संपूर्णपणे शुद्ध स्वरूपात जागरूक जाणिवांमध्ये असता. आणि जाणीव ही काही पुरुष नाही किंवा स्त्री नाही... तिला माणसाच्या प्रकाराशी काही देणंघेणं नाही.

ज्या क्षणी तुमच्यातल्या जागरूकतेच्या जाणिवा तुम्हाला ज्ञात होतात तेव्हाच, त्या क्षणी तुमच्या मनातल्या... पैसा प्रसिद्धी सत्ता, लोकांवर छाप पाडणे, आणि इतिहासजमा होणे या इच्छा आकांक्षा लगेचच नाहीशा होतात... तू अजूनही तुझ्या मनोभूमीवरचं गवत पूर्णपणे साफ केलेलं नाहीयेस... शिवाय गुलांबची बाग फुलवायला

सुरुवातही केलेली नाहीयेस. आता ते गवत उंच वाढून तुझे गुलाब झाकले जाण्याची शक्यता आहे. कारण गवत वाढलेलं आहेच. तू गुलाबाला पाणी देत होतीस, खत देत होतीस, त्यांची काळजी घेत होतीस परंतु ते सारं त्या गवतानंच शोषून घेतलंय. गुलाबापर्यंत ते पोहोचलेलंच नाही. आणि एक लक्षात ठेव, कोणतंही गवत, त्यातल्या त्यात रानगवत हे सुंदर गुलाबांपेक्षा कणखर असतं. ते हळूहळू तुझी गुलाबाची बाग वाळवून टाकेल, नष्ट करून टाकेल... आणि नंतर तुझ्या बागेत मृत झालेले गुलाब आणि त्याजागी डोलणारं रानगवत... असं दृष्य दिसायला लागेल. म्हणून सुरुवातीलाच बागेची जमीन सगळी स्वच्छ करून गवत मुळापासून काढून टाकणं हे प्रत्येक माळ्याला करावंच लागतं... नाहीतर ते पुन्हा पुन्हा उगवत राहातं... त्या साफसफाईनंतरच मग सुंदर नाजूक फुलं फुलू शकतात. ध्यानधारणा हे असंच एक नाजूक, सुंदर फूल आहे. इतर साप-विंचू-किडे... यांचा विचार न करता खुशाल तू मशागत करायला घेतलीस तिथंच चुकलं. कारण हे किडे-मकोडे तिथेच तसेच राहीले... आणि आता डोकं वर काढायला लागलेत... फार राजकारणी मंडळी आहेत ती; अशा तऱ्हेनं निषेध करणारच.

वैज्ञानिक तर म्हणतातच की जिथे मानवजात आहे तिथे हे किडे-मकोडे-झुरळं असणारच. किंवा उलट म्हणता येईल की जिथे झुरळं तिथे मानवप्राणी असणारच. तेव्हा त्यांच्यापासून सुटका नाही. मी तर असं ऐकलंय की चंद्रावर गेलेल्या रॉकेटमध्येसुद्धा झुरळ निघालं होतं. सगळ्या तऱ्हेची सावधगिरी घेऊनसुद्धा ते तिथे निघालं. झुरळांनी काहीतरी मार्ग काढलाच आणि मानवाबरोबर ते चंद्रावर पोहोचलं. असो...

अजून वेळ गेलेली नाही. पहिल्यांदा भूमी स्वच्छ करायला सुरुवात कर. तुला अंतराळयानाच्या शांतीचा अनुभव आलेला आहे. शिवाय तुझ्यामध्ये कुवतही आहे. तेव्हा तू हे निश्चितपणे पार पाडू शकशील. परंतु तुझ्या मनाच्या तळाशी असलेले हे विकार गुप्तपणे तुझ्यावर अंमल गाजवत आहेत. तेच तुला सांगतायत. ''जा... बाहेरच्या जगात वावरण्याइतकी परिपक्व तू आता झालेली आहेस...'' मी म्हणतो बाहेरच्या जगात कशासाठी जायचं आहे तुला? कारण ध्यानधारणेनं परिपक्व झालेला मनुष्य हा पैसा, प्रसिद्धी इ. गोष्टींचा विचारसुद्धा करू शकत नाही... आणि तू म्हणतेस मला हे सारं मिळवायचं आहे आणि इतिहासजमा व्हायचं आहे! कुठून ही कल्पना पैदा केलीस? मला वाटतं तुझ्याच मेंदूतली ही कल्पना असावी.

प्रेमदीपा...! ....वाऽऽ!.. प्रत्येकानं हे नांव ऐकलं असेल. तिनं तुमच्यावर छाप पाडली ना?... बस्स आता तुम्ही आनंदी आणि तीसुद्धा आनंदी. फक्त तिला पहा... जिथे ती भेटेल तिथं तिला सांगा की तुझ्यामुळे आम्ही प्रभावित झालोय म्हणून... मला तर वाटतं... मंडळी क्लिओपात्राबद्दल कशासाठी बोलतात? प्रेमदिपा इथं

असताना... क्लिओपात्राचा विषय कशाला? आणि इतिहासात कशाला जायचं... इथं आश्रमाच्या आसपास पहा म्हणजे झालं.

काल उशीरा रात्री सीबीएसच्या बातम्यात इराणमधल्या ओलीसांबद्दल निवेदकानं एक मजेशीर बातमी दिली ती अशी... "आता ऐका ताज्या बातम्या... काही चांगल्या बातम्या आणि काही वाईट बातम्या! चांगली बातमी म्हणजे ओलीसांच्या बदल्यात रॅक्वेलवेल्च या अभिनेत्रीनं स्वत:ला ठेवून घेण्याची इराणला विनंती केली आहे. आणि आयतुल्ला खोमोनी यांनी ती विनंती मान्य केली आहे. दुसरी वाईट बातमी म्हणजे टेडी केनेडी यांनी रॅक्वेलवेल्चला विमानतळापर्यंत पोचवलं!

ते आयातुला खोमोनी आणि टेडी केनेडी जाऊ देत, परंतु तुझ्या साऱ्या इच्छा आकांक्षा माझे इथले लोक निश्चितपणे पूर्ण करू शकतात... बाहेरच्या जगात कशासाठी? इथं का नाही? तुला लोकांवर छाप पाडायची आहे ना? मग इथल्या लोकांवर पाड ना? इथली मंडळी तेवढी दयाळू निश्चित आहेत... तू सुंदर नसतीस तरीही ते म्हणाले असते वाऽ.. काय वेगळ्या तऱ्हेचं सौंदर्य आहे. आता इतिहासाचा विचार करायचा झाला तर तूच आता जगाचा इतिहास लिहायला घे आणि आतापर्यंत होऊन गेलेल्या स्त्रियांपेक्षा फार मोठी नायिका म्हणून स्वत:चा गौरव कर. इतर इतिहासकारांची वाट कशाला पाहायची. त्यांनी तुझ्याबद्दल नाही लिहिलं तर? इथं तर असे अनेक लोक आहेत की ते तुझा इतिहास स्पष्टपणे लिहू शकतील. ते आताच लिहायला सुरुवात करतील. तू जीवंत असताना लिहायला सुरुवात करणं यासारखी दुसरी आनंदाची गोष्ट नाही. आम्ही आमचं पुस्तक तयार करू. इतर कुणाचीही गरज नाही.

रेशीमबांधणीचं एक सुंदर इतिहासाचं पुस्तकं, त्यात तुझे मोठेमोठे फोटो... असं एकंदरीत ते होईल. फार कॉपीज काढायची गरज नाही. थोड्या पुरतील... सर्व संन्यासिनींना वाटण्यासाठी, जगातल्या प्रत्येक केंद्रात, प्रत्येक कम्युनमध्ये देण्यासाठी.. अशा तयार करू... "प्रत्येक ध्यानधारणा करणारानं वाचलंच पाहिजे असं पुस्तक." अशी त्याची भलावणसुद्धा करू... इथं या ठिकाणी हे सर्व काही आम्ही घडवून आणू शकतो.

बाहेरच्या जगात तू एकटी असण्याची मला काळजी वाटते. तू कदाचित यशस्वी होशीलसुद्धा किंवा यशस्वी होणारही नाहीस. परंतु इथं याठिकाणी मात्र तुला फक्त यशच मिळेल.

■

प्रकरण ३

इथं हजारो माणसांना डोळे आहेत. परंतु एकाएकी एखादाच 'दिव्यचक्षू' होऊ शकतो, एकाएकी एखादंच हृदय उचंबळून येत असतं... खरोखर एकच सुरावट... प्रगाढ शांतता... जणूकाही आजुबाजूला कोणीही नाही... तिथली ही जादूच म्हणायची!

कोडी तशीच राहतात, परंतु त्यातून तुम्ही सुटलेले असता

प्रिय ओशो,

तुमच्याबद्दल असलेल्या आमच्या मनातल्या भावना आम्ही व्यक्त कराव्या यासाठी वेळोवेळी तुम्ही प्रोत्साहन दिलं आहे. तुमच्याबद्दल सुंदर शब्दात काहीतरी लिहावं असं सरितोला वाटतंय. त्याबद्दल ती विचारत होती. परंतु तिला असंही वाटतंय की तेवढंही लिहिण्याचा तिला अधिकार नाहीये. प्रिय स्वामी, सुंदर सुंदर शब्द लिहिणारी मी काही एखादी लेखिका नाही, किंवा उत्तम वक्तृत्व असलेलीसुद्धा नाही. परंतु तरीही जगामध्ये आतापर्यंत सर्वांबराबेर सर्व तऱ्हेचे अनुभव वाटून घेण्याची मला सवय आहे. तुमच्या सहवासाचे, तसंच तुमच्या विचारांचे अमूल्य क्षण मी वाटून घेतलेले आहेत. त्यामुळे मी त्यावर थोडंफार लिहू, बोलू शकते. अशा काही क्षणी ज्या ज्या वेळी तुमच्या प्रकाशात न्हाऊन निघाल्याचा मी अनुभव घेतला तो प्रत्येक अनुभव प्रत्येकवेळी मला नवीन आणि ताजा वाटून गेला... प्रिय ओशो... 'वाटून' घेण्यातली ही जी जादू आहे. त्याविषयी आणखी काही सांगू शकाल?

प्रेमकोमल...

जगामध्ये एकमेव जादू कशामध्ये आहे तर ती वाटून घेण्यात. इतरांबरोबर एखादा अनुभव मिळवण्यात! जादूच्या नावाखाली इतर गोष्टी ज्या चालतात त्या केवळ... हातचलाखी म्हणून! परंतु इतरांबरोबर 'वाटून घेणे' म्हणजे अंतीम सत्याच्या जवळ जाणे... वाटून घेणं केव्हा शक्य होतं. तर ज्यावेळी अतीव प्रेमानं, उत्कटतेनं, पूर्ण समाधानानं, प्रचंड आनंदानं तुम्ही तो अनुभव घेत असता तेव्हाच! तिथं फक्त शब्दच असत नाहीत तर तुमच्या हृदयाची स्पंदनं तिथं असतात. आणि तेव्हाच जादू घडते. इथे कोणी जादूगार नसतो. फक्त जादू असते. तुमही काहीच करत नसता... जे काही घडत असतं ते संपूर्णपणे तुमचा ताबा घेत असतं. जो एखादा कुणी मोकळ्या मनानं, तहानेलेल्या भावानं उत्कटतेनं आत्मसात करणारा असेल तर नकळत कोणतीतरी अदृश्य अशी शक्ती त्याच्यातून वहायला सुरूवात होते.

देणारा आणि घेणारा यांच्यातला हा धागा तुम्हाला दिसू शकत नाही. परंतु मनाच्या पलीकडची ही अनुभूती जाणवते खरी! इतर कोणीही पाहू शकत नाही... परंतु आजुबाजूला समजून घेणारी मंडळी असतील तर त्यांना मात्र त्याचा परिणाम जाणवल्याखेरीज राहत नाही. जो मनुष्य या अदृश्य आनंदानं वेढला जातो तो मनुष्य म्हणून न राहता तो फक्त अस्तित्व म्हणून राहतो. तो फूल म्हणून राहत

नाही तर फक्त सुगंध बनून जातो. तुम्ही त्याला पकडून ठेवू शकत नाही. परंतु त्यांच्या पूर्णतेचा आनंद घेऊ शकता... जो कोणी त्याच्या सान्निध्यात येतो तोसुद्धा त्यात विरघळून एकरूप होऊन जातो. तिथं मग दोन निरनिराळी माणसं म्हणून राहात नाहीत तर फक्त दोन शरीरं आणि एक आत्मा अशी परिस्थिती निर्माण होते. एवढंच काय परंतु आपल्याला माहीत नसलेली एक गोष्ट म्हणजे या चराचर सृष्टीचा, या विश्वाचा आत्मा एकच आहे. झाडं-झुडपं, प्राणीपक्षी जे कुणी जीव असलेले आहेत त्या सर्वांना एक वैश्विक आत्मा आहे. आपण त्याचे फक्त भाग आहोत. आपण स्वत:ला या विश्वापासून वेगळे समजत असतो हा आपला अहंकार. 'वेगळं समजणं' म्हणजेच अहंकार. ज्या क्षणी ही खोटी कल्पना नाहीशी होते. त्या क्षणापासून जीवन हे अदभूत अनुभवांनी भरून जातं, चमत्कारांनी भरून जातं आणि जादूमय बनून जातं इतर तहानलेली मंडळी तुमच्याजवळ येऊ लागतात. त्यांना तुमच्या आकर्षणाचा पूल, जाणवायला लागतो. तुमच्या आत्मिक सुंदरतेकडे ते ओढले जातात. त्यांना कदाचित तुमच्यापाशी यायचंही नसेल... परंतु त्यांना यावंच लागतं. त्या आकर्षणापासून स्वत:ला थांबवणं त्यांच्या आवाक्याबाहेरचं होऊन बसतं. एकदा का तुमच्यातल्या अलौकिकत्वाचा त्यांना स्पर्श झाला की मग त्या धारेच्याविरूद्ध जाण्याची त्यांची शक्तीच संपून जाते. आणि मग प्रवाह नेईल तिकडे वाहत जाणे एवढंच त्यांच्या हातात उरतं...

इथं या ठिकाणी या समूहामध्ये रोजच्या रोज जादूच घडत असते. तुम्ही कदाचित त्याला जादू म्हणणार नाही कारण जादू हा शब्द आत्तापर्यंत वेगळ्या अर्थानं वापरला गेलाय... अन्यथा तो अर्थाच्या दृष्टीनं एक सुंदर शब्द आहे. इथं या समुहात हजारो डोळे आहेत. परंतु त्यातला एखादाच "अलौकिक असं पाहू शकतो... हजारो लोकांची हृदये आहेत. परंतु एखादं हृदयच उचंबळून येतं. एकच सुरावट... प्रगाढ शांतता... जणू काही तिथं कोणी नाहीच! यालाच तिथली एकमेव जादू म्हणता येईल.

प्रेमकोमाल... तू मुद्दामहून या गोष्टींचं शिक्षण घेतलेलं नाहीस. कारण ती काही कोणती कला नाही. हे शिकण्याची तुझी कुवतसुद्धा नाही. तुझ्या कुवतीनुसार तू या चराचर विश्वाचा अंश म्हणूनच तुझ्यातून तिचं अस्तित्व वाहून ने. या विश्वाच्या शक्तीच्या प्रवाहामध्ये उभी राहून अडथळा न आणणं ही खरी कला. तू या प्रवाहात अडथळा बनू नकोस... तू काय कर! तर फक्त बाजूला उभी रहा आणि वैश्विक जाणीवेचा हा प्रवाह इतरांपर्यंत नेण्याचं एक मोलाचं माध्यम बनून जा.

जेव्हा जेव्हा आम्ही सगळेजण इथं भेटतो... भेटतो म्हणजे सर्वसाधारण अर्थानं नव्हे. तर खरेखुरे भेटतो... 'ये हृदयीचे ते हृदयी' अशी ही भेट असते. दोन अस्तित्वांची ती भेट असते... तर या भेटीतल्या अनुभूतीच्या विलक्षण लाटा या

जगात कुठेही असलेल्या संन्यासी स्त्रियांपर्यंत पोचतात. एकाएकी विलक्षण शांततेचा अनुभव का येतो आहे. एकाएकी त्यांना गाणं का सुचतं? बासरी का वाजवावीशी वाटते? नृत्य का करावंसं वाटतं?... असा बदल एकाएकी आपल्यात का घडतोय हे त्याचं त्यांनाच कळून येत नाही... परंतु ते घडतं... खरंखुरं घडतं; या अनुभवाविषयी त्या पुरेशा जागरूक नसतीलही परंतु असा अनुभव येतोच. म्हणूनच हा मेळा फक्त इथं हजर असलेल्या मंडळींचाच आहे असं नाही तर जे कोणी माझ्यावर प्रेम करतात आणि जे कोणी माझं प्रेम आत्मसात करतात त्या, जगातल्या सर्व मंडळींचा हा मेळा आहे. ही मंडळी कुठे का असेनात, जिंवत किंवा मृत का असेनात ती सगळी मंडळी या कम्युनचाच एक भाग आहेत. त्यामुळे ती सगळीच या अनुभवापासून आनंद घेणार, नाचणार, गाणार आणि प्रकृतीच्या या देण्याबद्दल धन्यता मानणार. एका महान झेन मास्टरांची एक गोष्ट आहे. ते वृद्ध झाल्यानंतर एकदिवस सगळे शिष्य त्यांच्याभोवती गोळा झाले. आणि म्हणाले 'गुरुदेव... तुमचा मृत्यु आता जवळ आलाय असं तुम्हीच आम्हाला सांगितलेलं आहे... पण आता एक सांगा की तुमच्या मृत्युनंतर तुमचे अंत्यसंस्कार कुठे आणि कसे करायचे?

वृद्ध झेन गुरूंनी शिष्यांकडे एकवार पाहिलं आणि ते डोळ्यात मिश्कील भाव आणून ते म्हणाले, "चकित करा मला..."

हीच खरीखुरी ज्ञानी माणसं! हे खरे जादूगार... मृत्युसुद्धा त्यांना दुःखी करू शकत नाही.... हे झेन गुरू म्हणजे किती छान माणूस असेल की जो सांगतोय... "चकित करा मला... मी मेल्यानंतर तुम्ही काय करताय ते बघायचंय मला... मी तुम्हाला कोणत्याच सूचना देऊन जाणार नाहीये. मी वाट पाहीन आणि नंतर बघेन. असं काहीतरी करा की जे आतापर्यंत कोणीही केलेलं नाही. असं आश्चर्यकारक काहीतरी करा. इतरांनी केलेलं तेच तेच करू नका. नंतर काय झालं मला माहीत नाही. कारण मी सुद्धा 'आश्चर्यकारक काय करायचं' याविषयी विचार करू शकत नाही. जे काही तुम्ही करायला जाल ते कोणीतरी कधीतरी हजारोवेळा यापूर्वी केलेलंच असणार. त्या वृद्ध माणसांनं शिष्यांना कोड्यात टाकलं खरं!... त्यांच्या संपूर्ण आयुष्याची ती शिकवण होती...

ही साक्षात्कारी मंडळी विचित्रच असतात... मरतानासुद्धा... शिक्षण देणं सोडत नाहीत; शिक्षण द्यायला विसरत नाहीत. तेच तर त्यांचं शिक्षण... शिष्यांना कोड्यात टाकणं हेच शिक्षण. जे कोडं कधीही पूर्ण सुटत नसतं! काहीही करा... कितीही प्रयत्न करा, काही फरक पडत नाही. हा बुद्धिमत्तेचा प्रश्न नाही; ज्या क्षणी सगळे उपाय हरतात, तुम्हाला कळून चुकतं की आपण हे कोडं सोडवायला असमर्थ आहेत त्या क्षणीच असं घडतं. की एकतऱ्हेची प्रगाढ शांतता तुमच्यामध्ये प्रवेश करायला लागते त्या शांततेत तुमचं अस्तित्वच नाहीसं होतं... आणि घडतं काय?

तर कोडं तसंच राहतं परंतु तुम्ही सुटले जाता.

त्या कोड्याचा (Kogn) तोच तर मुख्य हेतू असतो. म्हणून तेच कोडं सतत वापरलं गेलं असणार की जे कधीच सुटत नाही. कारण आत्तापर्यंत असं हे कोडं (Kogn) कधीच सुटलं गेलेलं नाही. परंतु तेच कोडं माणसांची सुटका मात्र जरूर करतं. माणसांचे प्रश्न, शंकाकुशंका, अडचणी सगळं काही एका अवस्थेत नाहीसं होतं आणि ते छोटं कोडं सोडवण्यात संपूर्ण पराभूत झालेलं मन एकाएकी स्तब्ध होतं आणि तुमचा तुमच्याशी समोरासमोर सामना होतो. तो वृद्ध मनुष्य गेल्यानंतर त्याचे शिष्य प्रयत्न करत बसले असतील... आश्चर्यकारक असं काय करावं? या प्रश्नाभोवती डोकं खाल्लं असेल. जो काही विचार मनात येत असेल तो पूर्वीही झालाच असणार. लाखो लोक आत्तापर्यंत मृत्यु पावले आहेत. हजारो साक्षात्कारी मंडळी मृत्यु पावलेली आहेत... प्रत्येकानं प्रयत्न केलेच असतील... पण... 'आश्चर्यकारक असं काही'... हे शक्यच नाही... म्हणून त्या वृद्ध झेनमास्टरांच्या डोळ्यात मिश्कील झांक होती. त्यांना माहीत होतं की तुम्ही अडचणीत येणार आहात.

तुम्ही कदाचित 'त्यांना' आश्चर्यकारक असं काही देऊ शकला नसाल परंतु यातून 'बाहेर' पडण्यासाठी तुम्ही जे प्रयत्न केलेत तेच प्रयत्न कदाचित तुम्हाला 'स्वत:मध्ये' जाण्यासाठी उपयोगी पडले असतील. तुम्हाला कदाचित स्वत:चा शोध लागला असेल. त्यांचा मृत्यु हे कदाचित तुमचं पुनरूत्थान असू शकेल. त्यांच्या मृत्युमध्ये कदाचित 'शाश्वत' म्हणजे काय याचा खरा अर्थ कळून आला असेल. 'चिरंतनाचा' अर्थ कळला असेल.

'चिरंतनाची' चव चाखणं आणि इतरांबरोबर तो आनंद वाटून घेणं. हीच एक खरी जादू आहे असं मला वाटतं. जे कोणी 'तयार' आहेत, परिपक्व आहेत ते त्याचक्षणी स्वत:च्या उन्नतीचे प्रयत्न सुरू करतील. जे अजून परिपक्व नसतील त्यांनी थोडीशी वाट बघत थांबलंच पाहिजे–

वाट बघण्यात कोणताही त्रास नाही. कारण 'वेळ' ही अशी गोष्ट आहे की तिला सुरुवात नाही आणि शेवट नाही... कोणत्याही दिवशी तुम्हाला साक्षात्कार घडू शकतो. आठवड्याचे सात दिवस असतात. त्यातल्या कोणताही दिवस तुम्ही निवडू शकता. हे सात दिवस इंद्रधनुष्याच्या सात रंगासाठी निवडले गेलेत. सूर्याच्या प्रकाशातले हे सात रंग आहेत. या सात दिवसांना प्रकाश आणि रंगानुसार नाव देण्यात आली आहेत– आत्मसाक्षात्कार ही गोष्ट म्हणजे मनाला विलक्षण आनंद देणारा अनुभव! साक्षात्काराशिवाय जगात कोणतीही गोष्ट रंगतदार नाही. संपूर्ण भरलेला प्रकाश... आणि परमसुख!

□

प्रिय ओशो,

गेली चार वर्ष मी 'झाझेन' मेळ्यामध्ये भाग घेत आहे. मला जेव्हा प्रचंड राग येतो तेव्हा केवळ त्रयस्याच्या दृष्टीनं त्या रागाकडे पहाणं मला फार कठीण जातं. तो राग इतरांवर काढला जातो. प्रिय ओशो... त्रयस्थाच्या दृष्टीकोनातून फक्त पहात राहणे याविषयी आणखीन काही स्पष्टीकरण तुम्ही देऊ शकाल?

आनंदउर्मिला...

त्रयस्थाच्या दृष्टीकोनातून स्वत:कडे 'पाहण्याची' कला या विषयी मी सातत्यानं तुम्हाला सांगत आलो आहे. वेगवेगळ्या प्रकारांनी, वेगवेगळ्या बाजूंनी मी समजावत आलो आहे. माझ्या तुम्हाला शिक्षण देण्याच्या सर्व गोष्टींबाबत एकच शब्द वापरता येईल तो म्हणजे 'पाहणे'! ही एकमेव अशी गोष्ट आहे की जी मनोव्यापाराशी संबंधित नाही; ही एकमेव अशी गोष्ट तुमच्यात आहे की जी तुमच्या मालकीची नाही. तर ती या चराचर विश्वाच्या मालकीची आहे. उदाहरणार्थ मी माझे हात 'पाहू' शकतो याचाच अर्थ मी हात नव्हे; जे काही तुम्ही पाहता ते तुम्ही नसता... हे एक साधं गणित आहे. 'पाहाणारा' हा त्या वस्तूपेक्षा वेगळाच असायला हवा, म्हणजेच ती वस्तू तो पाहू शकेल. तुम्ही तुमचं शरीर बाहेरून पाहू शकता तसंच 'आतून'सुद्धा पाहू शकता. डोळे मिटून घेऊन तुम्ही तुमचं शरीर आतून पाहू शकता. तिथं आतमध्ये सगळा अंधार असेल... दृश्य स्वरूपात दिसणारं काहीही नसेल परंतु तरीही काही गोष्टींची जाणीव तुम्हाला निश्चितपणे होऊ शकेल; तुम्ही हृदयाचे ठोके ऐकू शकाल, तुम्ही खरोखरच पूर्णपणे एकाग्रतेनं प्रगाढ शांततेत बसला असाल तर रक्ताभिसरणाचे आवाजसुद्धा ऐकता येतील– कारण तुम्ही म्हणजे शरीर नाही. तुम्ही शरीरापासून निराळं असलेलं अस्तित्व आहात.

शरीराप्रमाणेच तुम्ही मनाकडेही

त्रयस्थासारखं पाहू शकता. सगळे मनोव्यापार पाहू शकता. मनाचे सूक्ष्मातिसूक्ष्म अविष्कार पाहू शकता... अर्थातच यामुळे एक गोष्ट स्पष्ट होते ती म्हणजे तुम्ही म्हणजे मन नाही... आपल्या साऱ्या भावभावना... त्रयस्थाप्रमाणे लांबून पाहता येणं हे तसं थोडं कठीण आहे. परंतु अशक्य नाही.... कवीमंडळी हृदयाला काय म्हणतात... तर ते त्याला भावभावना, म्हणतात... मनाच्या लहरी म्हणतात. तुमच्या व्यक्तिमत्त्वातल्या याच सूक्ष्मातिसूक्ष्म गोष्टी!– दु:खी स्वभाव, आनंदी स्वभाव, औदासिन्य इ. इ... औदासिन्य हीसुद्धा एक तऱ्हेची प्रवृत्ती आहे. तुम्ही जितकं जास्त दुरून पाहात राहाल तितके खोलवर जाऊ शकाल. मनाच्या स्थितीच्या पलीकडे पाहण्यासारखं काहीही नाही. फक्त शांतता. त्या शांततेत विलक्षण अदभूत गोष्टी घडू शकतात. जी शक्ती 'पाहाण्यामध्ये' खर्च होत होती ती आता स्वत:कडे वळते. म्हणूनच अनेक जुन्या धार्मिक कल्पनांमध्ये एक चिन्ह वापरलं जातं... ते चिन्ह म्हणजे 'सापानं स्वत:च्या तोंडात धरलेली स्वत:ची शेपटी'– तोंड आणि शेपटी एकमेकांजवळ येणारं ते एक वर्तुळ आहे. हे चिन्ह तिबेटीयन शाळांमध्ये पुरातन काळी वापरलं जायचं. मादाम 'बनव्हेट्स्वी' यांनी ते तिथून घेतलं आणि नंतर थिऑसॉफीस्ट चळवळीचं ते एक प्रमुख चिन्ह बनून गेलं.

आत्तापर्यंत मी अनेक थिऑसॉफीस्ट मंडळींना भेटलोय. मी काही दिवस राहात असलेल्या शहरात त्यांच्या संस्थेचं एक सभागृह होतं. त्यांचं खूप मोठं केंद्र होतं... त्या सभागृहाच्या दर्शनी भागातच 'सापानं तोंडात धरलेल्या शेपटीचं' ते प्रसिद्ध चिन्ह होतं.

त्या केंद्राचे प्रमुख जे होते त्यांनी मला भाषणासाठी निमंत्रण दिलं होतं... आतमध्ये गेल्यानंतर मी त्यांना विचारलं की तुम्हाला माहितेय का या चिन्हाचा अर्थ?–

ते म्हणाले, "मी सुद्धा कोड्यात पडलोय. काय असावा याचा अर्थ? आत्तापर्यंत मी सगळ्या थिऑसॉफीस्ट मंडळींना, अनेक थिऑसॉफीस्ट प्रेसिडेंटसना याचा अर्थ विचारलेला आहे. परंतु कोणालाही तो सांगता आला नाही. जगातल्या सर्व शाखांमधल्या कोणत्याही व्यक्तिला तो सांगता आला नाही. सर्व शाखांमध्ये या चिन्हाचा वापर केला जातो. परंतु याचा अर्थ मात्र मला वाटतं सगळे विसरून गेले आहेत..."

मी त्यांना म्हणालो, "या साध्या चिन्हाचा अर्थ तुम्ही विसरला असाल तर थिऑलॉजी, थिऑसॉफीचं तत्त्वंच तुम्ही विसरला आहात. धर्माबद्दलचं मूलतत्त्वच तुम्ही विसरला आहात. कारण हे चिन्ह म्हणजे 'स्वत:कडे पाहाण्याच्या' अनुभवातला अंतिम आविष्कार आहे." जेव्हा 'पाहाण्याची' शक्ती ही पुन्हा स्वत:कडे (उगमाकडे) वळून वर्तुळ पूर्ण करते. सापासारखी, तेव्हाच स्वत:ची स्वत:ला ओळख पटते... हे एक साधं तत्त्व त्यामागे आहे. म्हणूनच सॉक्रेटीस त्याच्या शिष्यांना सतत सांगत

असे की 'स्वत:ला जाणून घ्या! कारण स्वत:ला जाणून घेतल्याशिवाय तुम्ही तुमचे कधीच होऊ शकणार नाही.

तुम्ही तुमच्या अस्तित्वाचा विचार 'अजाणतेपणी' करता. परंतु तुम्हाला हे माहीत नसतं की तुम्ही म्हणजे कोण? आणि कसे आहात! का आहात?... तुम्ही तुमचं संपूर्ण जीवन बेसावधपणात जगत असता.

एकदा पॉमेरी बाईंची मोलकरीण खूप आजारी पडली... सौ. पॉमेरी तिला म्हणाल्या, 'तू माझ्या बिछान्यावर झोपून रहा तोपर्यंत मी डॉक्टरांना बोलावते...'

डॉक्टर आल्यानंतर पॉमेरींनी त्यांना शयनगृहात नेऊन... मोलकरणीला तपासायला सांगितलं. आणि त्या निघून गेल्या. ती मोलकरीण डॉक्टरांना म्हणाली, ''हे पहा डॉक्टर, मी अगदी ठणठणीत आहे. मला काहीही झालेलं नाही... माझ्या या मालकिणीनं माझा तीन महिने पगार दिलेला नाही. जोपर्यंत ती पगार देणार नाही तोपर्यंत तिचा हा बिछाना मी सोडणार नाही.'' हे ऐकल्यानंतर डॉक्टरांचे डोळे चमकले. ''माझ्याही गेल्या तीन व्हिजिटसचे पैसे तिनं दिलेले नाहीत. बरं झालं तू मला युक्ती सांगितलीस... असं म्हणूनच डॉक्टरांनी थर्मामीटर स्वत:च्या तोंडात खुपसून घेतला आणि त्या मोलकरणीला म्हणाले, ''सरक तिकडे!''

हे असं आपण जीवन जगत असतो. मूर्खपणानं!

समुद्रात वादळ झाल्यानंतर प्रचंड हेलकावे खात असलेल्या जहाजातून एक तरुण स्त्री बाहेर फेकली गेली.. लगेचच आणखी एका व्यक्तिनं तिच्या मागोमाग उडी टाकून तिला वाचवलं. वाचवल्यानंतर सर्वांच्या लक्षात आलं की तिला वाचवणारी व्यक्ति म्हणजे एक वृद्ध माणूस आहे. ब्याण्णव वर्षांचा गृहस्थ! सगळ्यांना आश्चर्यच वाटलं.

त्याच रात्री त्या वृद्ध माणसासाठी बोटीवरच्या सर्व मंडळींनी एका मेजवानीचं आयोजन केलं. त्यांनं दाखवलेल्या धैर्याबद्दल त्याचा सत्कार करण्यासाठी ही मेजवानी होती... ''भाषण करा– भाषण करा'' सर्व प्रवासी ओरडायला लागले. तो म्हातारा माणूस हळूहळू उठला आणि सर्व प्रवाशांकडे निरखून पाहू लागला म्हणाला, ''एक गोष्ट मी शोधतोय. ती म्हणजे... मला ढकलणारा तो सैतान कोण असावा?

अशा तऱ्हेचे खेळ माणसं खेळत असतात. आपलं जीवन हे खरोखरच अत्यंत हास्यास्पदच असतं. ते सुंदर करण्यासाठी आणि शहाणपणाचं बनवण्यासाठी तुम्ही स्वत:कडे दुरून पहायला शिकलं पाहिजे. अशावेळी मग तुम्ही झोपलेले असा किंवा जागे असा... 'पाहणारा' आत तुमच्यामध्ये जागा असतो. एखादी छोटीशी ज्योत अखंडपणे जळत राहावी तस्साच तो असतो. तो तुमची झोप पाहात असतो, तुमची

स्वप्नं पाहात असतो. सगळं काही तो दुरून पाहात असतो... अखेरीला तो तुमचा मृत्युही पाहतो. याचा अर्थ असा की ज्या अर्थी तो तुमचा मृत्यु पाहू शकतो त्या अर्थी 'तुम्ही' मृत्यु पावत नसता तर जे 'तुम्ही' नसता ते मृत्यु पावत असतं. ती ज्योत तुमची जीवनशक्ती बनते जीवनाचं उगमस्थान बनते आणि ते जीवनाचं केंद्र मृत्युनंतर फक्त आपली जागा बदलतं... वेगळ्या साच्यात प्रवेश करतं, वेगळ्या देहात प्रवेश करतं... एवढाच बदल फक्त घडत असतो. बाकी ते केंद्र तसंच असतं!– ही ज्योत (पाहणारा) विझणारी नसते. ती चिरकाळ टिकणारी असते. शाश्वत असते. या ज्योतीचा अनुभव म्हणजेच आत्मसाक्षात्काराचा अनुभव... या अनुभूतीमुळेच जीवनातली सारी भीती नष्ट होते...

शिल्लक राहतो तो शुद्ध आनंद आणि प्रकृतीबद्दलची धन्यतेची भावना... या कृतार्थतेच्या भावनेलाच मी प्रार्थना म्हणतो. कोणतेही शब्द नसलेली, फक्त खोलवर कृतार्थतेची भावना असणारी प्रार्थना!'' माझी लायकी नसताना मला खूप काही मिळालं आहे... ते सुद्धा मी मिळवलेलं नाही. जीवनानं मला मर्यादेपेक्षा भरपूर दिलेलं आहे... असं नाही की मला गरज होती किंवा मी खरोखर लायक होतो!... अक्षरश: तुडुंब वाहून जाण्याइतकं प्रकृतीनं मला दिलेलं आहे.'' सृष्टीची ताकद अफाट असते... ती देतही भरपूर असते... तेव्हा जो कोणी खुल्या अंत:करणानं तिला सामोरा जातो तोच प्रकृतीतली सगळी श्रीमंती भोगू शकतो. सुगंधी फुलं, अदभुतता, प्रकृतीचं गूढ... सारं सारं त्याला मिळू शकतं.

त्यासाठी एक सोनेरी किल्ली आहे... ती म्हणजे 'पाहणे'! त्रयस्थाप्रमाणे स्वत:कडे पाहाणे... हे काही फार अवघड नाही... फार सोपं आहे... सृष्टीची दारं आपल्यासाठी मोकळी होणं यासारखं साधं, सोपं दुसरं काही नाहीच.

□

प्रिय ओशो,

नुकत्याच काही दिवसात इथे असतानाच मी माझ्या ब्रिटिश कातडीच्या प्रभावाखाली पुन्हा एकदा ओढली गेले आणि त्या प्रभावाचा मला अक्षरश: कंटाळा आला. निराश, गंभीर, खिन्न, दबलेली, क्षमा याचना करणारी, गोंधळून गेलेली, तसंच विनोदाचा लवलेशही नसलेला, आनंद नसलेला दिनक्रम असलेली कंटाळवाणी अशी माझी अवस्था ही मला खरोखर केविलवाणी वाटते. माझी सारी शक्ती जेव्हा कार्यरत असते. तेव्हा संपूर्णपणे निराळी अशी स्त्री मी असते. परंतु काहीतरी घडतं आणि पुन्हा मी माझ्या जुन्या ब्रिटिश कातडीच्या प्रभावाखाली जाते. यातून बाहेर पडण्यासाठी मला कृपा करून मदत करा.

देव वचना...

जगातल्या अत्यंत विचित्र अशा कातडीच्या प्रभावाखाली तू सध्या आहेस. परंतु मी तुला त्यातून बाहेर निघायला निश्चित मदत करेन. तुलासुद्धा त्यातून बाहेर पडायची इच्छा आहे. परंतु काही जुन्या सवयीमुळे तू पुन्हा पुन्हा त्या प्रभावात जातेस... म्हणूनच वाटतं तितकं काही ते फार अवघड नाहीये. तू ब्रिटिश मनोवृत्तीचं वर्णन मात्र अगदी बरोबर केलं आहेस. जगातली सर्वात गंभीर आणि निराश जमात आहे ती. तू म्हणतेस की नुकतीच मी पुन्हा माझ्या ब्रिटिश कातडीच्या प्रभावाखाली गेले आणि अस्वस्थ झाले. याचाच अर्थ प्रत्यक्षात तू त्याच्या बाहेर असल्यामुळे ही 'ब्रिटिश कातडी' म्हणजे काय आहे हे तू समजू शकलीस. जे त्याच्यातच मग्न असतात ते याप्रमाणे त्याचं वेगळेपण ओळखू शकत नाहीत. ते दुसऱ्या कोणत्याही कातडीशी तुलना करू शकत नाहीत... ते कधीही स्वत:च्या कोशातून बाहेरच पडू शकत नाहीत.'' मी कंटाळून गेले असं तू म्हणालीस... त्या अवस्थेत (ब्रिटिश मनोधारणा) सगळेच कंटाळून जातात.

परंतु एखाद्या विशिष्ठ तत्त्वाप्रमाणे जगत असण्याची मूळ धारणा अशी आहे की तुम्हाला आवडो न आवडो पण ते तुम्हाला जगावचं लागतं... वर्षानुवर्षे पक्क्या झालेल्या त्या धारणा आपल्याला इतक्या चिकटलेल्या असतात की त्या नसल्या तर नग्न असल्यासारखं वाटतं. त्या नसल्या तर एकाकी वाटू लागतं.

तुला यातून बाहेर पडावसं वाटतंय कारण तुला जाणवतंय की ही निराशा विनाकारण आहे, हे गांभीर्य विनाकारण आहे. जीवन हे गंभीर नाही. ते खूप खेळकर आहे. आणि ज्या कोणाला जीवन हे थोडंफार कळून येतं, ते या पूर्वापार चालत आलेल्या मनोधारणा झटकन टाकून देतात आणि प्रकृतीच्या शाश्वत आणि चिरंतन आनंदामध्ये सहभागी होतात.– तू म्हणालीस. 'दुःख, अस्वस्थता, निराशा, गंभीरता, सावधपण आणि कंटाळा... या सगळ्या गोष्टी मला दमवून टाकतात. या सर्व गोष्टी... वा! फार महान गोष्टी आहेत या.– या गुणांनीच मंडळी संत बनतात. तेव्हा कातडीच्या या प्रभावाखालून बाहेर पडण्यापूर्वी पुन्हा एकदा विचार कर. तूसुद्धा एखादा इंग्लिश संत बनण्याची शक्यता आहे.

परंतु खरोखरच या गोष्टी तुला तुझ्यातून काढून टाकायच्या असतील तर निश्चितच तू एक निरोगी, हसरी, निरोगी व्यक्ति म्हणून बनशील. आणि माझ्या दृष्टीनं जो मनुष्य... शहाणा आहे, प्रेमळ आहे, विनोदबुद्धीचा आहे, आनंदी आहे, हसतमुख आहे तो एखाद्या संत माणसापेक्षाही जास्त मौल्यवान आहे. परंतु तू आता अगदी वाईट अवस्थेच्या काठावर आहेस. तू म्हणतेस "ही अवस्था अगदी केविलवाणी आहे... माझी सारी ताकद जेव्हा संपून जाते तेव्हा मला कळून येतं की ही मी अशी खरी नाहीये. एक गोष्ट लक्षात घे. अशी कोणती कळ असेल की जी दाबली गेल्यानं तू पुन्हा त्याच वर्णन केलेल्या मनाच्या निरनिराळ्या अवस्थांमध्ये जाशील? हे निश्चितच वारंवार घडत असणार... म्हणूनच तू दुरून स्वत:ला पाहू शकतेस– कुठे आहे ते बटण... की जे तुला पुन्हा इंग्लिश स्त्री बनवतं. ते बटणच बंद करून टाक नां... म्हणजे बघ... त्या इंग्रजी कातडीच्या प्रभावाबाहेर तू येशील की नाही! एकदा का तुला त्या बटणाचा शोध लागला. की मग नंतर... मला वाटतं ते बटण म्हणजे कदाचित 'मत्सर' असू शकेल, अहंकार असू शकेल... कारण दुःख... निराशा... इ. इ. तू वर्णन केलेल्या गोष्टींनी माणूस अत्यंत अहंकारी बनवला जातो. दुसऱ्यापेक्षा आपण शहाणे असं वाटायला लागतं... लोक आनंदात असले, हसत असले की ही मंडळी त्यांचा धिक्कार करतात. त्यांच्या दृष्टीनं ही आनंदी मंडळी अगदी बालीश आणि मूर्ख असतात. अशी गंभीर मंडळी स्वत:ला आध्यात्मिक म्हणवतात. तुझ्याही मनात कुठेतरी स्वत:ला आध्यात्मिक म्हणवून घेण्याचा, स्वत:ला संत म्हणवून घेण्याचा उद्देश असेल तर तो उद्देश म्हणजेच ते बटण आहे. की जे दाबलं की तू परत तुझ्या जन्मजात कातडीची बनून जातेस. या तुझ्या इंग्लिश कातडीतून तुला बाहेर पडायचं असेल तर एक साधा उपाय सांगतो. ज्या वेळी ज्या भावना तुला घेरून टाकतात.... बरोबर त्याच्या विरूद्ध वागणूक ठेव. म्हणजे समजा. दुःखं वाटत असेल... मोकळी हो. स्वत:ला मोकळं कर. व्यक्त कर! लोकांनी वेडं ठरवलं तरीही पर्वा करू नको. तू व्यक्त होण्याच्या दृष्टीनं त्यांना कदाचित ही वेळ योग्य

वाटणार नाही. हे ठिकाण योग्य वाटणार नाही. परंतु तो त्यांचा प्रश्न आहे. एक लक्षात ठेव... कोणतीही गोष्ट दडपून टाकण्याची इथं परवानगी नाही. आपल्या मनात काही गोष्टी दडपून टाकल्या जात असल्याची जाणीव ज्याक्षणी तुला होईल त्या क्षणी ते दडपणं तू गाण्यातून व्यक्त कर, नृत्यातून व्यक्त कर, हसण्यातून व्यक्त कर. तुला कोणत्यातरी मार्गानं हे केलंच पाहिजे तरच तुझ्या मनातल्या विरोधी भावनांना उत्तर मिळेल. इथं या ठिकाणी हे करणं सहज शक्य आहे.

इंग्लडमध्ये परत जाऊन ते करणं फार कठीण आहे. कारण तो एकमेव देश असा आहे की तिथं प्रत्येकजण संत आहे– हवामान तसंच खिन्न, उदास! हे अर्थातच डोळ्यापुढे चित्र उभं करून म्हणता येईल कारण, तिथल्या सर्व गोष्टींचा मी धिक्कार करेन या भितीनंच कदाचित, त्यांनी मला त्यांच्या देशात प्रवेश करायचीसुद्धा मनाई केली. तिथली खरी परिस्थिती मला कळू शकली नाही हे एकाअर्थी बरंच झालं. कारण तिथं प्रत्येकजण आपला रस्त्यावरून छत्री घेऊन चालतोय! काय कारण आहे?... कल्पना करा, छत्री घेतलेल्या माणसाच्या तोंडावर हसू कसं काय दिसू शकेल? नाहीच... तो हसू शकणारच नाही. कारण छत्री घेतलेल्या माणसाला... उदास, दु:खी चेहराच जास्त योग्य आहे. तेव्हा... तिकडे जाऊन बदल करणं अशक्य आहे...

एक इंग्लिश पर्यटक पहिल्यांदाच अमेरिकेतल्या ‘वाईल्ड वेस्ट शहरात गेला होता. तिथल्या एका हिंदुस्थानी म्हाताऱ्याबद्दल त्यानं बरंच ऐकलं होत कारण त्या म्हाताऱ्याची स्मरणशक्ती म्हणजे चमत्कारच होता म्हणे! या इंग्लीश माणसानं त्याला गाठलं आणि त्याची परिक्षा घेण्याच्या उद्देशानं त्याला विचारलं “चार ऑक्टोबर एकोणीसशे वीस साली सकाळच्या न्याहरीला तुम्ही काय खाल्लं होतं?”

म्हाताऱ्यानं उत्तर दिलं, “अंडी!”

इंग्लीश माणूस म्हणाला, “त्यात काय.. न्याहारीला सगळेजणच अंडी खातात. तू फसवतो आहेस. त्यानंतर आठ वर्षांनी त्याच गावात पुन्हा एकदा त्या म्हाताऱ्यापाशी गाठ पडल्यानंतर इंग्लिश माणसानं विचारलं कसं काय (सहज चौकशीच्या दृष्टीनं) तो हिंदुस्थानी म्हातारा उत्तरला, “स्क्रॅम्बल्ड!”

स्वत:मध्ये परिवर्तन करणं इथे या ठिकाणी तुला शक्य आहे. इथल्या हवेमधेच हास्य आहे. एवढंच काय पण या इथल्या मंदिरात एखादा माणूस दु:खी कसा काय राहू शकतो हा मला प्रश्नच आहे, कारण हे मंदिर म्हणजे नृत्यगान करणाऱ्या देवाचं मंदिर आहे. आत्तापर्यंतच्या गंभीर वातावरण असलेल्या मंदिरापेक्षा हे मंदिर निराळं आहे... हे प्रेमाचं मंदिर आहे.

जुन्या सवयी आपला ताबा घेणार नाहीत याबद्दल तू सावध राहिलं पाहिजे. काही

दिवसांनी त्या परत परत तुझ्याजवळ येतील. परंतु त्यांना प्रवेश देऊ नकोस. – तिथून पळ काढ स्वत:च्या मनानं खंबीरपणे उभी रहा... कोणताही मूर्खपणा कर... परंतु पुन्हा इंग्लिश बनू नको. कारण ते राष्ट्र म्हणजे शुद्ध वेड्यांचं घर आहे.

आनंदी राहण्यासाठी थोडेसे प्रयत्न कर... इथे सगळ्या गोष्टींची मुभा आहे. इथे एका बाजुला उभी राहून तू नुसती हसत बसलीस तरी कोणीही काही म्हणणार नाही. एखाद्याला तुझ्या हसण्यात रस वाटला तर तोही तुझ्या हसण्यात सामील होईल. तुला अडवण्याचं कारणच काय? कारण हसणं हा एक छानसा व्यायाम आहे. एखादा हसतो आहे... व्हा त्याला सामील! एखादा आनंदी आहे... जा त्याच्याबरोबर! जुन्या सवयी टाकून देण्यासाठी असे छोटे छोटे प्रयत्न करत रहा. कधीही केविलवाणी होऊ नकोस. संभ्रमात पडू नकोस.

क्षमा मागायचा इथं प्रश्नच नाही... तू काही कोणतं पाप केलेलं नाहीस किंवा तू काही कोणाच्या खासगी आयुष्यात लुडबूड केलेली नाहीस किंवा त्यांच्या स्वातंत्र्यावर गदा आणलेली नाहीस... मग प्रश्नच कुठे येतो? तेव्हा सतत 'सॉरी' म्हणण्याचं कारण नाही.

एका माणसाची ही गोष्ट आहे. तो खेडेगावांतून एकदा मोठ्या शहरात आला. त्यानं शहर असं कधी पाहीलंच नव्हतं. भारतात तर असे लाखो लोक आहेत की त्यांनी आयुष्यभरात शहर बघितलेलं नाही. रेल्वे पाहिलेली नाही– तर हा माणूस शहरात आल्यानंतर आश्चर्यानं पहात होता. त्याला ते सारं विचित्र वाटत होतं. रस्त्यावर इतकी गर्दी की गर्दीतले लोक एकमेकांना ढकलत होते, तसेच त्यालाही ढकलत होते. कुणी कुणी त्याच्या पायावर पाय देत होतं...

हे सगळं करून प्रत्येकजण पुन्हा वरती 'क्षमा करा' असं म्हणत होता... त्याला काही समजेना... हा कसला तरी खेळ दिसतोय?... पहिल्यांदा ढकलायचं आणि नंतर मग 'क्षमा करा' म्हणायचं? पायावर पाय द्यायचे आणि 'क्षमा करा' म्हणायचं! त्यानं विचार केला... या मोठ्या शहरातला हा एक प्रकारचा खेळच दिसतोय... चला. आपणही यामधे भाग घेऊ...'

असा विचार करून त्यानं समोर येईल त्याला तडाखे द्यायला सुरुवात केली... एक तडाखा दिला की 'क्षमा करा' दुसरा दिला की 'क्षमा करा' लोकांना समजेना की हा माणूस असं का करतोय... एकानं त्याला धरलं आणि विचारलं... 'काय प्रकार आहे?' ...कारण तो खरोखरच सणसणीत तडाखे देत होता.

तो उत्तरला, 'चाललेल्या खेळात मी भाग घेतोय... कारण आता मी शहरात आलोय... मला सगळ्या गोष्टी शिकल्या पाहिजेत. सगळेजण मला मूर्ख बनवतायत. मला आता कळून चुकलंय... मी आता चालवून घेणार नाही. त्यातून मी पडलो एक खेडूत... मी करणार ते अगदी जबरदस्त करणार! हे तुमचे शहरी शामळू लोक! एवढासा धक्का मारला तरी क्षमा करा (sorry) म्हणतात... मी आपले सणसणीत

दणके देतो. आणि मग म्हणतो 'क्षमा करा' असे दणके देतो की आयुष्यभर त्यांना त्याचा विसर पडणार नाही... आवडला बुवा आपल्याला हा खेळ! आता कशाला मी परत खेडेगावात जातोय? मस्तपैकी हा खेळ खेळत राहणार... कारण कसली चिंताच नाही. काहीही केलं तरी नुसतं 'क्षमा करा' म्हणायचं! अगदी काहीही केलं तरी!'

या इथं कम्युनमध्ये सारखं सारखं क्षमा मागायचं तुला कारण नाही. कारण तुझ्याविरूद्ध कोणाची तक्रारच नसणार आहे. तुझ्या प्रांतात कोणीही ढवळाढवळ करणार नाही. इथं तू अगदी एकटी स्वतंत्र आहेस. तुझ्या इंग्लीश कातडीचा तसंच त्या इंग्लीश सवयीचा त्याग करण्यासाठी ही जागा सगळ्यात सोयीची आहे... आनंदी, ताजतवानं आणि खेळकर कसं बनावं याचे मार्ग इथं तुला गवसतील...

तुला त्या सवयीचा त्याग करण्याची इच्छा असेल तर तू एक छान निरोगी व्यक्ति बनू शकशील. –हे कम्यून म्हणजे मृत माणसं तयार करण्याचं ठिकाण नाही. या ठिकाणी संपूर्णत; तीव्र उत्कटतेनं क्षण न् क्षण जगणारी माणसं तयार होतात. अगदी शेवटच्या थेंबापर्यंत जीवनाचा रस पिणारी माणसं इथं तयार होतात. आणि एकदा का त्याप्रमाणे तू तयार झालीस की मग नंतर जुन्या वाईट सवयीचा गुलाम बनून राहाणं शक्यच होणार नाही. तू जीवनाशी संपूर्णत: एकरूप झाली पाहिजेस तरचं जीवनाच्या विरोधी जाणाऱ्या विकारांबरोबर तू लढा देऊ शकशील.

जीवन ही एक विलक्षण शक्ती आहे. त्यामुळे जीवनाने एकदा का तुमचा ताबा घेतला की मग कुठल्याहि सवयी त्यापुढे फिक्या आहेत. शिवाय या सवयी निरोगी नाहीत. मनाला आजारी करणाऱ्या आहेत. समाजानं त्यांना निर्माण केलंय. अशा समाजानं त्या निर्माण केल्या आहेत की जो समाज जगामधला सर्वात सुसंस्कृत समाज म्हणून गणला गेलेला आहे, सामर्थ्यवान म्हणून गणला गेलेला आहे; सर्वात मोठं साम्राज्य असलेला हा देश! आणि पूर्वी ते सर्वात मोठं साम्राज्यसुद्धा होतं! "सूर्य ज्या साम्राज्यावरून कधीही मावळत नाही असा देश!" असं म्हटलं जात असे.

हे सगळे साम्राज्यशाहीचे गुण आहेत. कारण उघडच आहे. जे राज्यकर्ते असतात त्यांना खेळकर वृत्तीचं राहून चालत नाही. त्यांना गांभीर्यानंच वागावं लागतं; त्यांना कठोरपणेच निर्णय घ्यावे लागतात. इतरांशीच कठोरपणे वागावं लागतं असं नाही तर स्वत:शीसुद्धा कठोरच व्हावं लागतं. सर्व संगपरित्यागी एखाद्या संन्याशाची वृत्ती अंगी बाणवावी लागते. गंभीर राहावं लागतं. अवघ्या पृथ्वीचं ओझं जणू काय त्यांना वाहून न्यायचं असतं. ते त्याला white man's burden म्हणतात. आणि साहजिकच आहे की तुम्ही सगळ्या जगाचं ओझं जेव्हा आपल्या डोक्यावर घेत असता तेव्हा हास्याविनोद करणं, आनंदी राहणं कसं शक्य आहे? गंभीरच राहावं लागणार. यातली हास्यास्पद गोष्ट अशी आहे की त्यांनी आपणहून ही संपूर्ण जबाबदारी आपल्या खांद्यावर घेतलीय... स्वत:च्या स्वातंत्र्यासाठी! कारण उघड

आहे की जबाबदारी दुसऱ्याजवळ गेली की स्वातंत्र्य जाणार आणि जबाबदारी आणि स्वातंत्र्य हे दोन्ही नेहेमी एकत्र नांदत असतात. 'व्हाईट मॅन्स बर्डन' याचाच अर्थ जगभर गुलाम निर्माण करणे. जवळजवळ अर्ध्या जगभर तर त्यांनी तसं केलंच. आणि आपलं स्वातंत्र्य अबाधित ठेवलं... हीच ती घाणेरडी आणि विकृत मनोवृत्ती!

परंतु त्यावेळी साम्राज्य वाढवणं हे कारण तरी होतं. आता ते कारणही नष्ट झालेलं आहे. आता ब्रिटन बलाढ्य देश म्हणून राहिलेला नाही. परंतु गतकाळातल्या सामर्थ्यवान देशाच्या स्मृती म्हणून अजूनही त्या स्मृतींना ते कुरवाळत नसतात. शिवाय ज्या गुणांनी (दुर्गुणांनी) त्यांना सामर्थ्यशाली बनवलेलं होतं ते गुण टाकून देणं त्यांना जमणार नाही. परंतु तुझ्यासारख्या नवीन पिढीतल्या तरुण माणसांनी ते करणं भाग आहे. गतवैभव आठवून त्याबद्दल काळजी करण्याचं काहीही कारण नाही. प्रत्यक्षात खरं पाहाता ते दिवस म्हणजे इंग्लडच्या दृष्टीनं खूप वाईट होते, इतर मानवजातीवर तुम्ही जेव्हा गुलामी लादता तेव्हा त्याला माणूसकीशून्यता म्हणतात. त्यांनी इतर देशांना खरोखरच वाईट पद्धतीनं पारतंत्र्यात ढकललेलं असल्यानं त्याचे परिणाम त्यांना भोगायला लागले आणि स्वत:मधला आनंद ते गमावून बसले– ओघानंच काही काळानंतर मनातली अपराधी भावना वाढत गेल्यानं सतत क्षमा मागण्याची भावना बळावत चालली... ते इतर मंडळीमध्ये मिसळू शकत नाहीत कारण सर्वच माणसं यांच्यापेक्षा खालच्या पातळीवर!

भारत त्यांना तीनशेवर्ष ओळखतो. भारतातसुद्धा ते निराळेच राहीले. भारतातल्या शहरांमध्ये ते कधीच राहिले नाहीत. गावाबाहेर स्वतंत्रपणे निराळ्या बंगलीमध्ये ते राहात असत. त्या बंगलीमध्ये नुसता प्रवेश करण्याची सुद्धा कोणा भारतीयाला मुभा नव्हती... त्यांचा स्वतंत्र असा छोटा समाज, क्लब... इ. ठिकाणी भारतीय माणसाला परवानगी नसायची. भारतीय माणसाची, 'माणसात' गणना ते करतच नव्हते. त्यामुळे सभोवती असलेल्या माणसांच्यामध्ये इंग्रज लोकांना चेहरा गंभीर ठेवणं क्रमप्राप्तच होतं. कारण इतर लोकांशी मित्रत्वाचं नातं नव्हतंच! इतरांना सतत धाकात ठेवणं त्यांना भागच होतं कारण त्यांची संख्या कमी होती.

भारतीय मंडळी खरंच सहनशील नसती तर? सर्व गोष्टी शांतपणे स्वीकारणं ही भारतीयांची परंपरा आहे. त्यांनी कोणाविरूद्ध कधी बंड केलं नाही किंवा कोणावर आक्रमणही केलं नाही... त्यांचं स्वत:चं मोठं साम्राज्य असताना आपल्या सीमा ओलांडून शेजारच्या कोणत्याही लहान देशावरसुद्धा त्यांनी कधी आक्रमण केलं नाही. किंबहुना ते सहज सोपं होतं. खूप वेगळ्या प्रकारची संस्कृती होती ती. या वेगळ्या प्रकारच्या संस्कृतीमुळेच ब्रिटनसारखं एक लहान राष्ट्र एका खंडप्राय देशावर सहजपणे राज्य करू शकले... आपण वरचढ आहोत हे स्पष्टपणे दाखवून देण्यासाठी कधीही इथल्या मंडळींमध्ये मिसळले नाहीत. साध्या-सामान्य माणसांमध्ये

ते मिसळणार तरी कसे?–

या मनोवृत्तीचा नैसर्गिकपणे माणसांवर परिणाम होणारच!... माणुसकी शून्यतेची ही मनोवृत्ती सतत वागवत राहण्याचे भलते परिणाम होणारच! तेच परिणाम आता दिसत आहेत. इंग्लड हे राष्ट्र आता जवळजवळ अंधारात जाण्याच्या मार्गावर आहे. त्यातून बाहेर पडण्याची कोणतीही शक्यता आता दिसत नाही.

इथं मात्र परकीय असा कोणीही नाही... इथं कुणी इंग्लिश नाही, कुणी भारतीय नाही, कुणी जर्मन नाही. किंवा चिनी नाही. माझा स्पष्ट दृष्टीकोन असा आहे की जागतिक स्पर्धा, राष्ट्रभेद, वर्णभेद मी मानत नाही!... एक जग, आणि एकच मानवजात मी मानतो. आणि इथं राहणाऱ्या मंडळींना मी तसंच तयार करतो. हे विश्व आपल्या सर्वांचे आहे. कोणीही वरचढ नाही तसंच कोणीही नीच नाही. यामुळेच जीवन आनंदी बनून जातं, समाधानकारक बनून जातं.

एक इंग्रज स्त्री एकदा सफारीला आफ्रिकेच्या घनदाट जंगलात चालली होती. खूप रोमांचित झालेली होती. मधेच तिला कळलं की प्रवासाचा काही भाग हा 'कॅनिबल' देशातून होणार आहे म्हणून! त्या सफारीचा स्वैपाकी कॅनिबल जमातीतला असल्यानं तिनं त्याच्याजवळ माहीती विचारली... तो फारच सुसंस्कृत आणि सभ्य माणूस होता... तो तिला म्हणाला "माझ्या माणसांकडून तुम्हाला कसलीच भिती नाही. पर्यटकांना कोणत्याही प्रकारचा त्रास ते देत नाहीत." नंतर तिचा सौष्ठवपूर्ण बांधा न्याहाळत तो पुढे म्हणाला, "पण जर का एखाद्या अपघातात तुम्ही मेलात तर मात्र तुम्हाला वाया घालवलं जाणार नाही."

शेजारणीच्या अंगातला 'मिंक कोट' पाहून एका नवपरिणीत स्त्रीनं विचारलं, "एवढा महाग कोट घ्यायला तुला कसं परवडलं?" शेजारीण म्हणाली, "तुझा विश्वास बसणार नाही पण सांगते, माझा नवरा आणि मी जेव्हा जेव्हा प्रेम करत होतो त्या प्रत्येक वेळी मी त्याबद्दलचा मोबदला म्हणून नवऱ्याकडून पाच डॉलर वसूल करत होते. त्यातूनच पैसे साठवले..."

नवपरिणीत बायकोला तो कोट हवाच होता. त्या रात्री नवरा जवळ आल्यानंतर तिनं त्याला बाजूला ढकललं आणि पुढे कृती करण्यापूर्वी पाच डॉलरची मागणी केली... गोंधळलेल्या नवऱ्यानं खिसे चांचपले. तर चार डॉलर आणि पन्नास सेंट एवढेच निघाले.– बायको त्यावर म्हणाली, 'ठीकय, एवढ्या पैशात मी तुला फक्त 'नमुना'च देईन... नंतर बराच वेळ प्रदीर्घ नमुने देणं झाल्यानंतर बायको समजून चुकली की यापुढे नवऱ्याचा अंत बघणं शक्य नव्हतं. कारण तीच जास्त उत्तेजित झालेली होती. ती हळूच नवऱ्याला म्हणाली, "उद्या सकाळपर्यंत पन्नास सेंट मी तुला उसने का देऊ नये बरं!"

■

प्रकरण ४

तुम्ही जर मृत्यूला घाबरत असाल आणि पुढे येणाऱ्या धोक्यांची तुम्हाला जर भीती वाटत असेल तर याचाच अर्थ ध्यानधारणेमध्ये अजून तुम्ही खोलवर पोचला नाहीत. ध्यानधारणा ही फॅशन म्हणून तुम्ही करताय. ध्यानधारणेचा खोलवर विचार करण्याची, त्यामध्ये मनापासून उत्कटतेनं प्रगती करण्याची हीच वेळ आता आहे. कारण ध्यानधारणा ही एकमेव गोष्ट तुमच्या मनातली मृत्यूची, म्हातारपणाची आणि रोगी होण्याविषयीची भीती नष्ट करते.

स्मरणशक्ती ही समजूतदार नसते

प्रिय ओशो,

शब्दांचा अर्थ कळत नसताना तुमच्या प्रवचनांना येणं योग्य आहे कां? माझी एक जपानी मैत्रिण, तिला इंग्रजी भाषा मुळीच येत नाही. तरीसुद्धा ती तुमच्या प्रवचनाचा पूरेपूर आनंद घेते... तिनं मला लिहिलंय की, ''मी अजिबात इंग्रजी भाषा शिकणार नाही. कारण तुम्ही काय बोलताय हे समजणं त्यानंतर फार अडचणीचं होईल...''

तुमचं काय मत आहे? गुरू-शिष्यांमध्ये भाषेविना संवाद होऊ शकतो का? का प्रकृतीनं जे दिलंय त्यातच उन्नती करून मी इंग्रजी भाषा शिकावी का?

आनंद आलोक...

गुरूशिष्यांमधला खरा संवाद हा निश्चितपणे शब्दांच्या माध्यमातून नसतोच. उलट शब्द हे अडथळाच निर्माण करतात. तुझी जपानी मैत्रिण म्हणते ते अगदी शंभर टक्के सत्य आहे. माझ्या नुसत्या सान्निध्यातसुद्धा तिला सारं काही उमगत असेल, आनंद वाटत असेल तर भाषेची मुळीच गरज नाही.

ती म्हणते तसं उलट शब्दांच्या माध्यमातून मला जाणून घेणं धोकादायक होईल... धोकादायक दोन प्रकारे. मूळ कारण शब्द असले की मनाशी संबंधित विचार आले. आणि 'मनाच्या' द्वारे होणाऱ्या गोष्टी या उत्तमप्रकारे संवाद साधु शकत नाहीत. ती एक भ्रामक, खोटी जोडणी असते. अगदी शुद्ध संवाद हा फक्त दोन हृदयामधेच होऊ शकतो; दुसरा धोका असा, शब्दांच्या माध्यमामुळे कदाचित तिच्या मनातल्या पूर्वधारणा आणि पूर्वग्रह यांना धक्का पोहोचेल. त्यामुळे ती गोंधळून जाऊ शकेल. एवढं असूनही तिला एका गोष्टींची आठवण दे की हृदयांचा संवाद हा जास्त धोकादायक असतो. मनाच्या संवादामध्ये काही संरक्षणात्मक जागा निश्चित असतात तशा हृदयांच्या संवादामध्ये नसतात.

'हृदय' हे मुक्त असतं. त्याला संरक्षक पवित्रा घेण्यासारखं त्याच्याजवळ काहीही नसतं– 'मन' मात्र वेगळ्या पद्धतीनं अर्थ लावत असतं. तुमचं मन तुमच्या पूर्वधारणेनुसार कदाचित माझ्याबाबतीत

विचार करेल. परतुं तुमचं हृदय मात्र कोणतेही पूर्वग्रह न धरता मला प्रवेश देईल. तुझ्या मैत्रिणीनं हाच मार्ग निवडलेला आहे. जो अत्यंत सत्याच्या जवळ जाणारा आहे, शुद्ध आहे, आणि पटकन गाठता येणारा आहे. हा मार्ग अवघड आहे परंतु जास्त निखळ आहे.

तेव्हा तिचं चित्त विचलित करू नको तसंच तिला भाषा शिकण्याची सक्तीही करू नको. भाषा ही विसरली गेली पाहिजे. तुम्हाला जे ज्ञात आहे. त्याबद्दल तुम्ही अशिक्षित राहिलं पाहिजे. अशिक्षित अवस्थेतच निष्पापपणा वाढीस लागतो. माझ्या शिकवणीमधल्या काही नि:शब्द पोकळी समजावून देण्यासाठी मी बोलण्याचा आधार घेत असतो. परंतु माझे प्रयत्न नि:शब्दतेसाठीच असतात. शब्दांच्या... 'सहाय्यानं' मी प्रयत्न करत नसतो तर दोन शब्दामधल्या नि:शब्द 'पोकळीसाठी' मी प्रयत्न करतो. शब्द हे खेळण्यासारखे आहेत. तुमच्या मनाला खेळण्यासाठी मी ते देत असतो... नि:शब्द शांतता ही एखाद्या तलवारीसारखी असते की जी तुमच्या हृदयात थेटपणे घुसते. आणि तुमच्यात परिवर्तन घडवून आणते.

'मन' हे आडमुठं असतं. बदल घडवून घ्यायची त्याची तयारी नसते. किंबहुना त्याला बदल नकोच असतो. भूतकाळातल्या इतक्या नको त्या गोष्टी त्यानं जमा केलेल्या असतात की भविष्यकाळातल्या कोणत्याही शक्यतांबद्दल ते आंधळंच असतं. हृदयाला (अंतरंगाला) भूतकाळ नसतो. त्याला फक्त वर्तमानकाळ असतो. आणि भविष्यकाळात उघडणारे मोकळे दरवाजे असतात. अज्ञाताला जाणून घेण्याची, त्यातली अदभुतता समजून घेण्याची उत्कट इच्छा ते बाळगून असतं... सांसारिक गोष्टींमध्ये, पैसा, प्रसिद्धी, प्रतिष्ठा यामध्ये त्याला रस नसतो. सामान्य गोष्टींच्या पलीकडचं, सामान्य महत्त्वाकांक्षेच्या पलीकडचं असं काहीतरी प्राप्त करून घेण्यासाठी अति उत्कटतेनं ते शोध घेत असतं. कारण सर्वसामान्य ऐहिक गोष्टींच्या पलीकडेच कमळांची बाग फुललेली आहे.

तुझ्यापेक्षाही तुझ्या जपानी मैत्रिणाला जास्त खोलवर समजूत आहे. एवढंच काय परंतु हा एक विचित्र योगायोग आहे की, तू चिनी आहेस.

अध्यात्माचं संपूर्ण तत्त्वज्ञान हे भारतातून पहिल्याप्रथम चीनमध्ये गेलं. परंतु त्यापूर्वीपासून चीनजवळ त्यांचा म्हणून एक विशिष्ठ विचार होताच. तिथे कन्फ्यूशस हा एक ऐहिक जगात वावरणारा तत्त्ववेत्ता होता. चीनमधली ती एक वजनदार व्यक्ति होती. कारण फार मोठा नीतीमान आणि कर्मठ धर्मनिष्ठ असा तो होता. व्यक्तिमत्त्व विकासासाठी अनेक प्रकारच्या शिस्तीचे प्रकार त्यानं तयार केले आणि लोकांना त्याप्रकारे शिकवण दिली. याउलट ध्यानधारणेमध्ये 'व्यक्तिमत्त्व' म्हणून जे काही असतं ते तर संपूनच जात असतं.

त्यामुळे ध्यानधारणा आणि कन्फ्यूशसचं तत्त्वज्ञान (की जे चीनमध्ये लोकमानसात

प्रचंड अंगिकारलं जात होतं) यामध्ये तिथं परस्परविरोधी सूर होताच. खूप काळ चाललेला झगडा होता. शिवाय ताओलाओत्सु, च्युआंग त्सु, आणि लीत्सु यांचा एक छोटा विचार प्रवाह होताच. पण तो फारच लहान होता. संपूर्ण राष्ट्रावर असा त्यांचा प्रभाव नव्हता कारण कन्फ्यूशसची विचारसरणी ज्या मंडळींना भारून टाकत होती त्यातून ती मंडळी बाहेरच पडत नव्हती.

ताओचं तत्त्वज्ञान हे थेट हृदयाशी संबंधित होतं. आणि म्हणून बौद्ध मठवासी ज्यावेळी चीनमध्ये गेले त्यावेळी तात्काळ या छोट्या प्रवाहातल्या विचारवंतांशी त्यांची नाडी एकदम जुळून गेली. एकमेकांच्या डोळ्यात थेटपणे नुसतं पाहूनच त्यांना एकमेकांचं सारं काही समजून यायचं... भाषेचा अडसर नव्हताच.

कन्फ्यूशसच्या तत्त्वज्ञानाबद्दल वर्षानुवर्ष वाद होताच. अर्थातच कन्फ्यूशसचा त्यामध्ये विजय होत असे. त्याला कारण असं होतं, चीनमध्ये साम्यवादाचा प्रसार व्हायला सुरुवात झालेली होती. आणि साम्यवाद, म्हणजे कन्फ्यूशस तत्त्वज्ञानाचाच एक वाढवलेला भाग. माओ हा कन्फ्यूशस तत्तवज्ञानाचा पुरस्कर्ता त्यामुळे ताओ साधुंचे सगळे मठ त्याने उद्ध्वस्त केले आणि बळजबरीनं त्याने ताओ साधकांना शेतावर काम करण्यासाठी पाठवले.

चीनमध्ये लाओ त्सुच्या विरोधातच सगळेजण होते. खरं पाहता चीनचा तो एक महान सुपुत्र होता. अवघ्या चीनमध्ये कन्फ्यूशसचा प्रभाव होता. आणि कन्फ्यूशस हा भारततल्या मनुप्रमाणेच एक सामान्य समाजसुधारक, विचारवंत होता. चांगला, सुसंस्कृत समाज निर्माण करण्यासाठी निरनिराळे मार्ग अवलंबणे एवढंच त्याचं कार्य! 'मनुष्याच्या जाणिवांची जागरूकता' ही गोष्ट त्यांनी कधीही विचारात घेतली नाही. पाश्चात्य जगातसुद्धा अशाच प्रकारचे विचारवंत बरेच होऊन गेले.

ताओत्सु आणि च्युआंग त्सु हे दोघे म्हणजे खरं पाहता तिथली दुर्मिळ फुलं होती. एका शब्दाच्याही अविष्काराशिवाय बोधीधर्माला जाणून घेणारे हेच लोक होते. गौतमबुद्धांचं ध्यानधारणेतलं महान योगदान त्यांनीच समजून घेतलं होतं. परंतु ताओंच्या निश:ब्द जगाची, भाषा नसलेल्या जीवनक्रमाची ओळख चीनला कधीच पटली नाही.

जपानमध्ये गोष्ट यापेक्षा निराळी होती. ज्यावेळी ध्यानधारणेचं तत्त्वज्ञान जपानमध्ये पोहोचलं तेव्हा त्यापूर्वीच जपानमध्ये त्यांचा एक धर्म होता 'शिंटो.' अत्यंत प्राचीन, अशा या धर्मात कोणतेही फार मोठे विचारवंत होऊन गेले होते असं नाही किंवा काही संघर्षही घडला नाही. लोक आपले सहजगत्या तो पाळत होते इतकंच. त्यात त्यांना फार मोठा आनंद वाटत होता असं नाही. जुनापुराणा, कंटाळवाणा असा तो धर्म होता. खूप मोठं रिकामपण असं त्या धर्माच्याबाबतीत होतं. ती पोकळी भरून निघण्याची त्यांना गरज होती. आणि त्याचवेळी ध्यानधारणेसंबंधीचा विचार तिथे पोहोचला. आता आत्तापर्यंत तो विचार तिथं इतक्या मोठ्या प्रमाणात प्रभावी झालेला

आहे की चीनमध्ये तो इतका प्रभावी कधीच नव्हता. कारण गौतमबुद्धांचा जीवनविषयक दृष्टीकोन हा ताओ साधकांनी खूप आत्मसात केला होता. आणि ताओंना चीनमध्ये दुर्लक्षित केलं गेलं होतं–

ताओ तत्त्वज्ञान आणि बुद्धांचं तत्त्वज्ञान हे एकमेकांमध्ये पूर्णपणे विरघळून गेले, ते पूर्णपणे एकरूप झाले, त्यांनी एकमेकांना तेजस्वी, प्रेमळ, उच्च विचारसरणीचं बनवलं. ध्यानधारणेचं तत्त्व इतक्या उच्च पातळीवर आत्तापर्यंत कधीच पोहोचलं नव्हतं. गौतमबुद्ध आणि ताओ यांच्या मौल्यवान भेटीमुळे जे काही निर्माण झालं ते म्हणजे ध्यानधारणेच्या विचारांचा अत्युच्च बिंदू!

आणि जपानमध्ये पोचले ते बुद्धांचे आणि ताओंचे एकत्रित विचार. बुद्धांचा दृष्टीकोन ताओंनी जास्त शुद्ध स्वरूपात, वेगळ्या परिमाणात मांडला. जपान हे राष्ट्र फारच सुदैवी म्हणायला पाहिजे की पूर्णपणे पोकळी निर्माण झालेली असताना हे विचार तिथे पोचले. आणि मग त्यामुळे हे तत्त्वज्ञान पचवण्यासाठी त्यांना काहीही त्रास पडला नाही. म्हणून ध्यानाच्या बाबतीत, ध्यानधारणेच्या बाबतीत जपानमध्ये अत्यंत विकसित स्वरूपात कार्य झालं. झेन तत्त्वज्ञानही मागे पडले, इतकंच काय परंतु त्या तत्त्वज्ञानाचे मूळ उगमस्थान गौतमबुद्ध तेसुद्धा मागे पडले. लाओत्सुपण मागे पडले. ध्यानधारणेचे तत्त्व विकसित होत राहिलं. कारण त्याला विरोधी सूर कुठे नव्हताच, कोणता वाद नव्हता, संघर्ष नव्हता. तो सहजपणे आत्मसात करण्याकडेच प्रत्येकाचा कल होता.

आनंद आलोक... तू बरेच वर्ष माझ्याबरोबर आहेस परंतु मुळातून तू कन्फ्यूशिअन राहीला आहेस आणि तुझा वरवरचा थर कम्युनिस्ट आहे... तुझा विकास व्हायला हे दोन फार मोठे अडसर ठरलेले आहेत... अनेक वसंत येऊन गेले आहेत परंतु तुझी ध्यानधारणेची अवस्था अत्युच्य शिखरापर्यंत गेलेली नाही... तू माझ्याविषयी विलक्षण प्रेम बाळगून आहेस शिवाय ध्यानधारणेविषयी तुला आस्थासुद्धा आहे. पण तरीही अजून त्यात तू शिखरापर्यंत जाऊ शकलेला नाहीस. कारण कन्फ्यूशस, कार्लमार्क्स आणि माओत्सेतुंग... या भिंती तुला अडथळा बनून राहिल्या आहेत... आणि तुझ्या वाटेतले हे खूपच मोठाले खडक आहेत की ज्यामुळे तू जागरूकतेचं शिखर गांठू शकत नाहीस. तुझी मैत्रिण मात्र तुझ्या खूपच पुढे गेलेली आहे. तेव्हा तिला अडथळा आणू नकोस... तिला मूक संवादाचा आनंद पुरेपूर उपभोगू दे. पवित्र संवादातलं हे अंतिम शिखर आहे.

ती इंग्रजी भाषा जाणत नाही हे फारच चांगलं! कारण त्यामुळे तिचं मन तिला अडथळा आणू शकत नाही... तिला समजतं... परंतु मी काय बोलतो ती भाषा कळत नाही... तिला काहीतरी आनंददायी असं जाणवतं, परंतु शब्दांचा अर्थ कळत नाही. ती केवळ माझ्या सान्निध्यातच प्रगाढ शांतता अनुभवते... याच कारणामुळे

ती जास्त जागरूक झालेली आहे... तिचा आंतरिक विकास होत आहे, त्यामुळेच इंग्रजी भाषा शिकण्याची तिला इच्छा नाहीये... ती जर मला 'समजून' घेतेय, 'जाणून' घेऊ शकतेय... तर मग मी काय बोलतोय याची काळजी करण्याचं कारण काय?

तूसुद्धा जर का कन्फ्यूशस, कार्लमार्क्स आणि माओत्सेतुंग यांना विसरायचा प्रयत्न केलास तर गौतमबुद्ध किंवा लाओत्सुकडे जाण्याची तुझी प्रगती चटकन होऊ शकेल. तू माझ्याजवळ लवकर येऊ शकशील... आणि अगदी शेवटी तू तुझ्यापर्यंत लवकर पोचशील.

एकदा 'हिमी' खूप घाईघाईनं मानसोपचारतज्ञाकडे गेला आणि म्हणाला, ''मला विस्मरणाचा रोग झालाय. जास्तीस जास्त पाच मिनिटांपर्यतचंच फक्त मी आठवू शकतो.''

डॉक्टरांनी विचारलं, ''किती दिवसांपासून ही अडचण सुरू झालीय?''

हिमीनं विचारलं, ''कोणती अडचण?''

मन म्हणजे दुसरं तिसरं काही नसून ते म्हणजे फक्त एक स्मरणसाखळी! एक स्मृती! आणि 'स्मृती' म्हणजे 'जागरूकता' नव्हे... तुझ्याबाबतीत हाच उलगडा पहिल्याप्रथम व्हायला हवा... स्मृती ही संपूर्ण वेगळी प्रक्रिया आहे. एखाद्या मूर्ख माणसाजवळ सुद्धा काहीवेळा विलक्षण स्मरणशक्ति असते. बुद्धिमत्ता हा संपूर्णपणे वेगळा प्रकार आहे. एवढंच काय परंतु खूप बुद्धिमान माणसं बऱ्याचवेळा विसरभोळीच असतात. त्यांची संपूर्ण मानसिक शक्ति ही बुद्धिमत्तेकडे खेचली गेलेली असते. परंतु त्यांच्या 'स्मृती'ला फारसं पोषण मिळत नसतं. जो माणूस बुद्धिमान नसतो त्याची सगळी शक्ति ही 'स्मृती'साठी वापरली जाते. असे असंख्य प्रकार आपल्याला आढळतात की एखादा अत्यंत मूर्ख मनुष्य 'स्मृती'चे लोकविलक्षण चमत्कार दाखवत असतो.

लॉर्ड कर्झनच्या काळामध्ये हे असं घडलेलं आहे. कर्झनच्या काळातली घटना ही खरोखरची वेगळी घटना म्हणायला हरकत नाही. कारण अशातऱ्हेची एखाद्या खेडूत माणसाची अवघड परिक्षा कधीच घेतली गेली नव्हती... हा खेडूत मुळीच बुद्धिमान नव्हता... ही घटना तशी फार जुनी नाही. कारण कर्झन हा आपल्याला माहितीचा गव्हर्नर जनरल. या घटनेचा तपशील न् तपशील लिखित स्वरूपात उपलब्ध आहे–

लॉर्ड कर्झनने या माणसाविषयी बरंच ऐकलेलं होतं... त्या माणसाची स्मरणशक्ती इतकी अफाट होती की कुणाचाही विश्वास बसणार नाही... कर्झनला चैन पडेना. त्यानं त्याला बोलावून घेतलं. त्या खेडूताला फक्त मातृभाषाच अवगत होती. ती म्हणजे राजस्थानी. हिंदीला जवळची भाषा! काहीही शिक्षण नाही, दुसऱ्या कोणत्याही

भाषांचं ज्ञान नाही, असा तो अशिक्षित खेडूत होता. कर्झन हा अत्यंत कपटी राजकारणी होता. त्या खेडूत माणसाची परिक्षा घेण्यासाठी कर्झननं इतक्या धूर्तपणानं आखणी केली की तो मनुष्य त्यात नापासच व्हावा.

व्यवस्था अशी. तीस माणसं त्यानं सभेमधे बोलावली. ही तीस माणसं वेगवेगळ्या भाषांमधली होती... परीक्षा घेण्याची प्रक्रिया अशी... तीसपैकी प्रत्येक माणसानं स्वत:च्या भाषेमध्ये एक शब्द बोलायचा. त्या खेडूतानं सुरुवातीला पहिल्या माणसाजवळ जायचं, त्यानं त्याच्या वाक्यातला एक शब्द उच्चारायचा. त्यानंतर त्याक्षणी एका मोठ्या घंटेचा एक टोला दिला जायचा.. का तर त्या खेडूताचं चित्त विचलित व्हावं हा उद्देश. त्यानंतर त्या खेडूतानं दुसऱ्या माणसाजवळ जायचं. त्या माणसानं एक शब्द उच्चारायचा... नंतर एक घंटेचा टोल वाजे... नंतर तिसऱ्याकडे... जायचे... असं तीस माणसांकडे जाऊन त्यांनी उच्चारलेले एकेक शब्द ऐकायचे... त्यानंतर दुसऱ्या फेरीत तीस माणसांनी उच्चारलेला दुसरा शब्द... तिसऱ्या फेरीत तिसरा शब्द. अशा तऱ्हेने प्रत्येक भाषेतलं एक संपूर्ण वाक्य... अशी तीस भाषातली तीस वाक्य त्यानं असंख्य फेऱ्यांमध्ये ऐकायची त्यातच घंटेचे टोल वाजवणं... खरोखर अत्यंत क्रूरतेनं ही परीक्षा घेणं चाललेलं होतं. परंतु अत्यंत आश्चर्याची गोष्ट अशी की त्या खेडूतानं म्हणे तीसही वाक्य जशीच्या तशी (निरनिराळ्या भाषांमधली) म्हणून दाखवली... खरोखरच हे सगळं अदभुतच म्हणायला पाहिजे...

लॉर्ड कर्झननं आपल्या आत्मचरित्रात या घटनेचा उल्लेख केलाय. त्यानं लिहिलंय. ''माझ्या डोळ्यांनी ही घटना मी प्रत्यक्ष पाहिलीय. मीच ती सारी व्यवस्था केली होती. अजूनही काहीवेळा मला प्रश्न पडतो की हे खरंच घडून गेलेय का? एवढी तीव्र स्मरणशक्ती एखाद्याजवळ असणं शक्य आहे का?– आणि हा माणूस तर खरोखरच एक मूर्ख खेडूत होता.'' सगळ्या गावातले लोक त्याला एक साधा भला माणूस समजत होते. बुद्धी वापरून एकही गोष्ट त्यानं आतापर्यंत केली नव्हती. परंतु ही अशी स्मरणशक्ती मला वाटतं एखाद्या कॉम्प्युटरप्रमाणे निसर्गानं एखाद्यालाच बहाल केली असावी–

आता याउलट बुद्धिमान माणसांच्या वेडेपणाच्या शंभर गोष्टी तुम्ही आतापर्यंत ऐकल्या असतील. अशा लोकांची स्मरणशक्ती अगदीच सुमार असते.

'Law of averages' शोधणारा मोठा गणिती याची एक गंमतीशीर कथा आहे. तो एकदा त्याची बायको आणि सहा मुलांबरोबर सहलीला गेला होता. चालता चालता एक छोटा ओढा पार करायचा होता... पाण्याचा वेग तसा बराच होता. बायकोनं त्याला तंबी दिली की ''ओलांडताना मुलांची काळजी घे; प्रत्येक मुलाला घट्ट धरून पलीकडे पोचव..'' तो उत्तरला, ''काही काळजी करू नकोस.'' आता तसं पाहता ही अगदी साधी गोष्ट. परंतु ती साधी गोष्ट करण्याऐवजी हा आपला

गणितं करत बसला... कशी? तर प्रत्येक मुलाची उंची मोजली आणि नदी काठांच्या वाळूची उंची मोजली दोघांच्या उंचीची सरासरी काढली; काही ठिकाणी ओढ्याची उंची मोजली, त्यानंतर त्याची सरासरी काढली... त्याच्या गणिताप्रमाणे ओढ्याच्या खोलीच्या सरासरीपेक्षा मुलांची सरासरी उंची जास्त ठरली... तो म्हणाला, 'चला, आता काळजी करायचं कारण नाही.'

परंतु बायकोच्या मनामध्ये संशय होता. प्रत्येक बायकांच्या मनात नवऱ्याच्या बुद्धिमत्तेबद्दल शंकाच असतात. ती नवऱ्याला म्हणाली, "तुझ्या या गणितावर तसंच या मूर्खपणावर माझा मुळीच विश्वास नाही. मला माझ्या मुलांच्या जीवाची काळजी आहे. बस्स!"

तो म्हणाला, "काहीच काळजी करू नकोस. माझे हिशोब अगदी बरोबर आहेत."

तो चालू लागला... आणि बायको मोठ्यांदा किंचाळली. कारण दोन मुलं गटांगळ्या खात खाली चालली होती. प्रवाह जोरदार होता. तुमचा विश्वास बसणार नाही परंतु या गंभीर प्रसंगातसुद्धा तो बायकोला म्हणाला, "हे असं का घडतंय... माझ्या हिशोबात नक्कीच काहीतरी चूक झालेली असणार... तू इथं मुलांना धरून ठेव. मी त्या वाळूची केलेली आकडेमोड तपासून येतो..." बायको संतापून उत्तरली, "खड्ड्यात गेलं तुमचं गणित! पहिल्यांदा मुलांकडे पहा... ती लागली आहेत बुडायला. नंतर करा ती गणितं!..." ती ओरडत असल्यामुळे त्याला मुलांकडे आधी पाहणं गरजेचं होतं... त्याच्या एक गोष्ट लक्षात येत नव्हती ती म्हणजे 'सरासरी' हा प्रकार नेमकेपणाकडे जाणारा नसतो. तो अंदाजच असतो.

एखादं मूल उंच असतं, एखाद मूल बुटकं असतं. पाण्याची खोलीसुद्धा एखाद्या ठिकाणी जास्त एखाद्या ठिकाणी कमी असते... इथं सरासरी काय कामाची? त्यामुळे सरासरीनं हिशोब करणं हे वेडेपणाचंच आहे. परंतु त्याचा त्याच्या गणितावर विलक्षण विश्वास होता. आणि तो त्यामध्ये पूर्णपणे मग्न होता. खूप मोठमोठे विचारवंत, तत्त्ववेत्ते, शास्त्रज्ञ यांच्याबाबतीत अशा प्रकारच्या कथा नेहेमीच ऐकीवात येत असतात... त्यांची बुद्धिमत्ता अफाट असते. त्यांनी लावलेले शोध, त्यांनी जगाला दिलेलं योगदान विलक्षण आहे यात संदेह नाही. परंतु त्यांची स्मरणशक्ती आणि त्याचं तर्कज्ञान हे कुठेतरी कमी पडते. हे निर्विवादपणे सत्य! आनंद आलोक बुद्धिमान आहे. त्याला प्रत्येक शब्दाचा अर्थ जाणून घ्यायचा असतो, त्याचं पृथःकरण करायचं असतं. विरोधी बाजू मांडायची असते; आणि मग निर्णयाला यायचं असतं. परंतु ध्यानधारणेसाठी हा मार्ग योग्य नाही.

आनंद आलोक, तुझी मैत्रिण अगदी बरोबर मार्गावर आहे. तेव्हा तिला विचलित करू नको. माझं फक्त सान्निध्य जर तिला पुरेसं होत असेल, त्यामध्ये तिला शांतीचा

अनुभव येत असेल, शब्द कळले नाहीत तरीही माझ्या फक्त आवाजातून तिच्या जागरूकतेचा विकास होत असेल तर चाललंय ते योग्य चाललंय असंच म्हणावं लागेल. उलट तूच आता यापुढे कन्फ्यूशस, कार्लमार्क्स आणि माआत्से-तुंग यांचा विचार करणं सोडून दे. कारण ही मंडळी फक्त बुद्धिमान होती पण ध्यानधारणा करणारी नव्हती!

□

प्रिय ओशो,

गेली बारा वर्षं संन्यासी म्हणून राहताना माझ्या प्राप्तीपेक्षा माझा खर्च जास्त होत असे. परंतु मी योग्य तेवढे धोके पत्करूनही ते बरोबर जमवत असे. त्यामुळे फक्त निर्वाह व्हायचा असं नाही तर मला समाधानही मिळत असे. परंतु चिनी समाजात मी पुन्हा प्रवेश केल्यानंतर आता मात्र माझ्या आरोग्याचा विमा उतरवावा असं मनापासून वाटतंय... आणि त्या पद्धतीनं आर्थिक तरतूद असावी असं वाटतंय. संन्यासी म्हणून... समाजामध्ये सगळ्या मानसिक ताणांशिवाय राहणं शक्य आहे का? सत्याच्या दृष्टीनं विकास होणं... हे या असुरक्षित वातावरणात शक्य आहे का?

आनंद आलोक...

संन्यासी मंडळींनी एक गोष्ट पहिल्याप्रथम लक्षात घेतली पाहिजे की जीवन हे असुरक्षित असतं, 'मृत्यूचा विमा' कधीही नसतो. आणि जीवनाला जितकं जास्त तुम्ही सुरक्षित बनवायला जाता तितकं ते वैराण होतं, कोरडं बनतं. असुरक्षितता म्हणजे सर्व धोक्यांमध्ये सतत सावध राहणं सतर्क राहणं! आयुष्य हे धारदार पात्यावरून चालत असतं सुरक्षिततेचे मार्ग अवलंबणं हे फार धोकादायक आहे. कारण हे मार्ग अवलंबणं म्हणजे सतर्क किंवा सावध राहण्यापासून दूर पळणं. किंबहुना सावध राहायला नको, जाणीवपूर्वक वागायला नको म्हणूनच तुम्ही सुरक्षितेचे मार्ग अवलंबत असता. असुरक्षित असलेल्या जीवनातच तुम्ही क्षण न क्षण चांगल्या तऱ्हेनं जगायचा प्रयत्न करायला हवा. झाडं-झुडपं जगत असतात. प्राणीपक्षी जगत असतात.... त्यांना 'विमा' म्हणजे काय हे माहीत नसतं. त्यांना सुरक्षित म्हणजे काय हे माहीत नसतं... त्यांचा या गोष्टींशी काहीही संबंध नसतो. म्हणूनच रोज सकाळच्या प्रहरी ते गाणं गाऊ शकतात. तुम्ही रोज सकाळी गाऊ शकणार नाही. किंबहुना कुठल्याच सकाळी तुम्ही गाऊ शकणार नाही. कारण रात्रभर तुमच्या आसपास असुरक्षितता, धोका असल्या भानगडी लपून राहिलेल्या असतात. त्यामुळे रोज सकाळी तुम्ही उठता ते आनंदी मन:स्थितीत उठत नाही. तुम्ही जागे होता

ते परत दिवसभरातल्या अडीअडचणी, धोके, चिंता... यांना तोंड देण्यासाठी! परंतु पक्षांना ऐका... किती आनंदात ते गाणं गात असतात. मला नाही वाटत त्यांनी काही गमावलंय म्हणून! हरिणाकडे पहा! पहा त्याचा डौल, आणि पहा त्याचं सौंदर्य... झाडांकडे पहा... किती आनंदानं ती सळसळत असतात. खरं म्हणजे कोणत्याही क्षणी ती तोडली जाणार असतात. परंतु त्यांना त्याच्याशी काहीही घेणं-देणं नसतं. आहे तो क्षण त्यांना महत्त्वाचा असतो. नंतरच्या क्षणाची ते पर्वाच करीत नाहीत. आत्ताचा क्षण पूर्णपणे आनंदानं, शांततेनं... घालवणं हेच उद्दिष्ट... प्रत्येक गोष्ट हिरवीगार आणि रसदार!

तू वयानं वाढला आहेस हे मला माहीत आहे. आणि एखादा मनुष्य वयानं वाढला की तो समजायला लागतो की आपण आता मृत्यूच्या जवळ चाललो आहोत. परंतु ते तर होणारच... ते टाळण्याचा मार्ग नाही. आतापर्यंत कुणीही मनुष्य ते टाळू शकलेला नाही. त्यामुळे त्याची फिकीरही करण्याचं काही कारण नाही. घडून घडून आणखी काय घडणार? त्यासाठी आत्ताचा क्षण का वाया घालवायचा? कारण जे घडायचं आहे ते घडणारच आहे. तेव्हा आधी घडू तर द्या. मग चिंता करा. मृत्यू आधी येऊ दे तर खरा. मग नंतर थडग्यामध्ये चिरंतन काळ त्याची चिंता करत बसा. कारण त्यावेळी तुमच्याजवळ वेळच वेळ असणार आहे. दिवसातले चोवीस तास त्या थडग्यात तुम्ही विचार करू शकता पूर्णपणे खासगी आणि सुरक्षित अशी जागा आहे. ती तुम्ही त्यातून बाहेरही येऊ शकत नाही; कुणीच आत्तापर्यंत आलेलं नाही. थडग्यातले लोकच खरं म्हणजे जास्त सुरक्षित असतात...

जितक्या प्रमाणात तुम्ही जगण्यातला आनंद मिळवाल... तितकं असुरक्षिततेवर तुम्ही प्रेम कराल. ही असुरक्षितता तुमची बुद्धिमत्ता आणखी प्रखर करू शकेल; तुमची सतर्कता सूक्ष्म होईल. आणि तुमच्या जागरूकतेत सतत वाढ होत राहील.

तुम्ही कधी लक्षात घेतलंय का? की जगातले मोठमोठे जे शास्त्रज्ञ होऊन गेलेत त्यापैकी कोणीही श्रीमंत घरामधून आलेला नाही. महान कवी, महान विचारवंत हे कधीही श्रीमंत घरात जन्माला आलेले नाहीत. आत्तापर्यंतचा विचार केला तर एक लक्षात येतं ते म्हणजे श्रीमंत घराण्यांनी आजपावेतो...मनुष्याच्या जागरूकतेसंदर्भात अथवा मानवी विकासासंदर्भात कोणतंही योगदान दिलेलं नाही... काय कारण असावं बरं? कारण एकच, सोन्याचा चमचा तोंडात घेऊन जन्माला येणारा मनुष्य सुरक्षिततेची काळजी करत नाही. त्यांची प्रत्येक गोष्ट सुरक्षित असते. अर्थातच त्यामुळे मेंदूला काही कामच नसल्यामुळे त्याला एकप्रकारचा मंदपणा आलेला असतो. त्याच्यापुढे कोणतीच आव्हानं नसतात, सभोवती अखंडपणे नोकराचाकरांचा वावर, सगळ्या सुखसुविधा, वैभव सगळ्याच गोष्टी मुबलक असल्यामुळे तो 'जागरूकता' या गोष्टीबद्दल विचारसुद्धा करीत नाही. सतर्कता त्याला स्पर्शही करू

शकत नाही. आणि ध्यानधारणा तर फारच दूर. माझ्या ऐकण्यात एक अशी घटना आहे, एकदा कॅलिफोर्नियामध्ये एका उंची हॉटेलसमोर एक रोल्स राईस लिमोसीन उभी राहिली. आत बसलेल्या स्त्रीनं फर्मावलं "चार नोकर बाहेर पाठवा, कारण माझ्या मुलाला आत घेऊन जायचंय..." दारावरच्या पहारेकऱ्याला काही कळेना. पण त्याला त्या मुलाची दया आली. त्याच्या मनात विचार आला की कदाचित या मुलाला चालता येत नसेल– तो मुलगा दिसत होता चांगला निरोगी; जरासा जाडजूड होता. पण चांगला होता... शिवाय वयही फार मोठं नव्हतं... जेमतेम दहा वर्षाचा होता... दारावरच्या पहारेकऱ्याला वाटलं काय बरं अडचण असेल?... असो तर त्यानं हॉटेलच्या चार नोकरांना बोलावणं पाठवलं... ते नोकरही बुचकळ्यात पडले. ते त्या मुलाला म्हणाले. 'तुला चालता येत नाही का? काही अडचण आहे का?...' तो मुलगा उत्तरला 'मला काहीही अडचण नाही. मी छान चालू शकतो... पण चालण्याची मला गरजच काय. मला आत नेण्यासाठी चार चार नोकर दिमतीला आहेत. जगामध्ये फक्त गरीब मंडळी चालतात. खोलीपर्यंत मला नेण्यासाठी चार नोकर ठेवण्याची जर माझी ऐपत असेल तर गरीब माणसासारखा मी चालत का जाऊ?'

ते नोकर त्याच्या आईला म्हणाले, "परंतु हे असं वागणं चांगलं नाही." त्यावर ती स्त्री उत्तरली. "तुम्ही काळजी करायचं कारणच नाही. तो तुमचा प्रांत नाही. ज्या ज्या वेळी माझा मुलगा जेव्हा कुठे जाईल... तेव्हा तुम्ही त्याला घेऊन कारपर्यंत जायचं. तो चालणार नाही. तो माझा एकुलता एक मुलगा आहे. तो वैभवातच राहणार, आरामात राहणार... तुम्ही मागाल तेवढे पैसे मी देऊ शकते. तेव्हा काळजी करू नका."

आता अशा तऱ्हेच्या वातावरणात वाढत असलेला हा मुलगा कधीतरी पुढे ध्यानधारणेचा विचार करू शकेल का? मुळीच नाही; जागरूकतेचा विचार करेल का? मुळीच नाही– स्वतःचा शोध घेण्याचा विचार त्याच्या कल्पनेत तरी येऊ शकेल का? कधीच नाही... तो एखाद्या भाजीपाल्यासारखाच राहणार.

काही वर्षांपूर्वी जगामध्ये सगळीकडे हिप्पींचा गोंधळ चालू होता. ते सगळेजण तिशीच्या आतले होते. तिशीनंतर एकाएकी ते नाहीसे झाले. कुणाच्याही ते लक्षात आलं नाही. तिशीनंतर सगळ्यांना सुरक्षिततेची काळजी वाटायला लागली. अर्ध आयुष्य जवळजवळ वाया गेलं होतं. संपूर्णपणे त्यांना हवं तसं त्यांनी उपभोगलं होतं. परंतु नंतर म्हातारपणाबद्दल आणि मृत्यूबद्दल भीती वाटायला लागल्यानंतर मात्र ते पूर्वपदावर आले आणि हिप्पीचं स्वतःचं असं निर्माण केलेलं तत्त्व ते विसरले. माझ्या काही मित्रांनी सांगितलेल्या माहितीप्रमाणे पूर्वी ही मंडळी आंघोळी करायची नाहीत, दाढी करायची नाहीत, दात घासायची नाहीत... परंतु आता मात्र

ही मंडळी पूर्णपणे सामान्य माणसासारख्या सर्व गोष्टी करतात. आता ते चांगल्याप्रकारे, प्रामाणिकपणे नोकऱ्या करतात... हिप्पी मंडळी आता नाहीशीच झाली आहेत.

तुम्ही जसजसे मोठे होत जाता तसतशी मृत्यूची सावली तुम्हाला घेरायला लागते मग भीती निर्माण होते. परंतु एकदा संन्यासी म्हणून जगायला सुरुवात केल्यानंतर मृत्यूची भीती नाहीच.

मृत्यूला जर तुम्ही घाबरत असाल, पुढे येणाऱ्या धोक्यांना तुम्ही जर घाबरत असाल तर यावरून असं अनुमान काढता येईल. ते म्हणजे ध्यानधारणेत अजूनपर्यंत तुम्ही खोलवर उतरलेले नाही. कारण तीच एकमेव अशी एक जागा आहे की तिथं तुम्ही सगळ्या प्रकारच्या भीतीपासून मुक्त असता. म्हातारपण, रोगराई या गोष्टींची धास्ती वाटत नाही. ध्यानधारणेमुळे तुमच्या मनाची समजूत पक्की होण्यासाठी मदत होते ती म्हणजे... तुम्ही म्हणजे शरीर नाही, तुम्ही म्हणजे मनही नाही; किंवा तुम्ही म्हणजे हे जीवनही नाही, तर तुम्ही म्हणजे एक शाश्वत अस्तित्व! असंख्य वेळेला मृत्यू येऊन गेलाय परंतु तुम्ही जीवंत आहात. अजूनही असंख्य वेळेला मृत्यू येणार आहेत. तरीही तुम्ही जिवंत राहणार आहात.

ध्यानधारणेचं अंतिम सार असं आहे की प्रत्येक क्षण हा संपूर्ण समरस होऊन जगणं, तीव्रतेनं जगणं, आनंदानं जगणं! कारण घाबरण्यासारख जगात काहीच नाही. कारण 'मृत्यू' हीसुद्धा परंपरेनं मान्य केली गेलेली एक काल्पनिक गोष्ट आहे कोणत्याही सुरक्षिततेची काळजी घेण्याचं कारण नाही. झाडंझुडपं, पक्षी, प्राणी ज्या पद्धतीनं सारा भार प्रकृतीवर टाकून निर्धास्तपणे क्षण न क्षण आयुष्याचा उपभोग घेतात तसंच जगणं आवश्यक आहे. प्रकृतीपासून अलग राहू नका. त्याचाच एक भाग म्हणून जगा... आणि मग प्रकृती आपोआप तुमची काळजी घेईल. ती तशी काळजी आताही घेतेच आहे.

एकदा एक फिरता विक्रेता आपलं काम संपवून वेळेपूर्वी घरी परतणार होता. त्यासाठी त्यानं बायकोला टेलीग्राम करून कळवलं की मी शुक्रवारी घरी पोचतोय. घरी आल्यानंतर शयनगृहात त्याला बायको दुसऱ्याच माणसाबरोबर प्रेम करताना दिसली. तो तसा मवाळ असल्यानं त्याने सासऱ्याकडे तक्रार केली... सासरा म्हणाला, "मला वाटतं यामागे काहीतरी कारण असावं."

दुसरा दिवस उजाडल्यानंतर सासरा हसत हसत म्हणाला, "कारण सापडलं बर का? तुझा टेलीग्राम तिला मिळालाच नव्हता."

मन अशा पद्धतीनं मार्ग शोधत असतं. खोलवर पाहिलंत तर कळून येईल की मन हे पूर्णपणे मूर्खच असतं. सगळी दुःखं, चिंता या मनानं निर्माण केलेल्या गोष्टी आहेत.–

माझं तुम्हाला हेच सांगणं आहे; की तुम्ही म्हणजे मन नाही. त्यामुळे कोणत्याही स्पष्टीकरणाची गरज नाही. तुम्हाला अनुभवाची गरज आहे. आणि तोच अनुभव तुम्हाला पारखा झालेला आहे. म्हणून अडचणी समोर येतायत...

मनाच्या खेळांकडे लक्ष देऊ नका... मनाच्या पल्याड जायचा प्रयत्न करा... ज्याठिकाणी फक्त शांतीच आहे! कोणतीही असुरक्षितता नाही. सुरक्षेचा प्रश्न नाही. त्या शांततेतच प्रत्येक गोष्ट सुरक्षित आहे. कारण या विश्वासाचा तुम्ही एक भाग आहात. तुझी चिंता म्हणजे झाडावरच्या एखाद्या पानाला स्वत:च्या सुरक्षिततेची काळजी वाटण्यासारखी चिंता आहे. ते झाड त्या पानाची काळजी वाहातच असतं. अन्न पाणी पुरवत असतं... सगळी काळजी घेत असतं. त्यामुळे त्या पानाला कसलीही चिंता नसते. त्या पानाला कळलेलं असतं की ते म्हणजे या विशाल झाडाचा एक भाग आहे म्हणून!

तू सुद्धा या अफाट विश्वाचाच एक भाग आहेस. तू स्वत:ला या विश्वापासून वेगळा समजू नकोस... मग बघ तुझे प्रश्न सुटतात का नाही ते! दुसऱ्या शब्दात सांगायचं म्हणजे तुझा अहंकार हीच एक मोठी अडचण आहे. 'मी' हा फार मोठा प्रश्न आहे.

"मी नाही... तर मी हे विश्व आहे." हे त्यावरचं योग्य उत्तर आहे.

ठीक आहे मनीषा?

होय ओशो.

■

प्रकरण ५

तुमच्या एकटेपणाचा असा अर्थ नाही की तुम्ही कोणाशी संबंधितच नाही... तुम्ही अत्यंत निराळ्या गोष्टींशी जोडले गेलेले आहात. सर्वस्वी नवीन गोष्टींशी नातं राखणं तुम्हाला गरजेचं आहे. या नवीन गोष्टी कोणत्याही प्रकारच्या चिंता, काळज्या, संघर्ष यापैकी काहीही निर्माण करत नाहीत. किंवा दुसऱ्याला गुलाम बनवणं, दुसऱ्यावर वरचष्मा गाजवणं... असल्या गोष्टींची मनोवृत्तीही या वेगळ्या भागात निर्माण होत नाही. कारण या वेगळ्या मार्गावरचं जीवन हे पूर्ण शुद्ध स्वरूपातलं जगणं असतं. कोणत्याही भीतीतून निर्माण झालेलं जगणं नसतं. आणि ज्या गोष्टी भीतीतून निर्माण होत नाहीत त्या नेहमीच सुंदर असतात.

तुम्ही तुमच्यासाठी पुरेसे आहात

प्रिय ओशो,

गेले दोन वर्ष ध्यानधारणेच्या मार्गात खोलवर उतरल्यानंतर... आता काहीवेळा मला एका विशिष्ठ आवाजाची जाणीव होते. लांबवरून ऐकायला येणारी समुद्राची गाज असावी तसा तो आवाज असतो.

पुढच्या प्रगाढ शांतीची ही सुरुवातच आहे असं मी मानतो. परंतु कालच्या रात्री तुम्ही सांगितलेलं आठवतं. तुम्ही म्हणालात की आपण शांततेत असलो तर आपल्या रक्ताभिसरणाचे आवाजसुद्धा आपल्याला ऐकायला येतात... मग मला ऐकू येणारे समुद्राच्या लाटांचे जे आवाज वाटतात ते तेच असतील का? 'फक्त पाहणे' या व्यतिरिक्त आणखीन काही तुम्ही स्पष्टीकरण देऊ शकाल का?... ते आवाज ऐकल्यानंतर 'फक्त पाहणे' हीच क्रिया माझ्या हातून घडते त्याबद्दल काय सांगू शकाल?

बोधीनावर!...

हा काही तुझ्या रक्ताभिसरणाचा आवाज नाही. रक्ताभिसरणाचा आवाज ऐकू येण्यासाठी मनाची शांतता जितकी आवश्यक आहे. तितकीच खोलीतही शांतता आवश्यक आहे. पूर्णपणे ध्वनीरहित खोली असेल तरच ते शक्य आहे. तुला जो आवाज ऐकायला येतोय त्याचं महत्त्व फार निराळं आहे. हा आवाज जो तुला ऐकू येतोय तो म्हणजे पूर्वेकडे पुरातन काळातले ऋषी याला विश्वाचा आवाज म्हणत असत; चराचर सृष्टीचा आवाज म्हणत असत. प्रकृतीचा स्वतःचा आवाज! त्यांनी त्याला नाव दिलं ओंकार. हा आवाज म्हणजे 'ओम'चा ध्वनी! आणि तुम्ही जर लक्षपूर्वक ऐकलंत तर तुम्हाला जाणवेल की खरोखरच 'ओम'चा उच्चारच पुन्हा पुन्हा होत आहे म्हणून! जगामध्ये हा एकमेव शब्द असा आहे की ज्या शब्दाचा मूळाक्षरांमध्ये अंतर्भाव नाही. कारण तो मूळाक्षरांमधे बसणारा शब्द नाही. किंवा त्याचा विशिष्ठ असा अर्थही काढता येत नाही. तो फक्त या चराचर सृष्टीचा ध्वनी म्हणूनच वाटतो. तुम्ही जेव्हा पूर्ण शांत, स्तब्धतेत असाल तरच तो तुम्ही ऐकू शकता.

या एका मुद्द्यावर प्राचीन काळातल्या द्रष्ट्या मंडळीचं आणि आधुनिक काळातल्या भौतिकशास्त्रज्ञांचं मत बरंचसं जुळणारं आहे. आधुनिक भौतिकशास्त्र म्हणतं की ही सृष्टी ही विद्युतशक्तिनं बनलेली आहे. आणि ध्वनी म्हणजे त्याच

विद्युत लाटांचा एक अविष्कार! पुरातन योगी, साधुचं म्हणणं यापेक्षा निराळं होतं. त्यांनी असं मत मांडलं की ध्वनी हे प्रकृतीचं मूळ आहे आणि ध्वनीच्या लाटा म्हणजे विद्युतशक्ति!

म्हणूनच पूर्वेकडे असं म्हणतात की विशिष्ठ राग म्हटला गेला तर अग्नी प्रज्ज्वलित होतो... तुम्ही गायकासमोर एखादा न पेटलेला दीप ठेवू शकता. आणि जेव्हा तो विशिष्ठ राग वाद्यावर वाजवला जातो अथवा गायला जातो तेव्हा त्या विशिष्ठ वेळेला सगळे दिवे पेटायला लागतात. इथे ज्योतीला निर्माण केलंय ध्वनीनं! म्हणून प्राचीन ऋषीचं म्हणणं असं की विद्युतशक्ति, अग्नी किंवा तत्सम काही हे दुसरं तिसरं काहीही नसून ध्वनीची वेगवेगळी रूपे आहेत.

त्यामुळे दोघांनीही एकेक गोष्ट मान्य केलीय हे खरं. एक विद्युतशक्तिच्या अस्तित्वावर ठाम तर दुसरा ध्वनीच्या अस्तित्वावर!... परंतु मुळामध्ये फरक काही नाहीच. फक्त या चराचर सृष्टीचं मूळ, ध्वनीमध्ये आहे हे प्राचीन मुनीचं मत विलक्षण काव्यात्म आहे हे निश्चित. कारण नंतर मग ओघानंच 'संगीता'ला विलक्षण महत्त्व प्राप्त होणार हे उघडच आहे. तसंच गाण्याला आणि नृत्याला अतिशय महत्त्व असणार हे निश्चित!

विद्युतशक्तिला मूळ पाया मानणं ही कल्पना अतिशय निरस आहे. काव्यमय नाही. कारण यातून संगीत, नृत्य, आनंद, या गोष्टींची निर्मिती होत नाही. त्यामुळे काही का असेना; परंतु मी स्वत: प्राचीन योगी मंडळींची कल्पनाच जास्त पसंत करतो. ही काव्यमय कल्पना... गणितीशास्त्राच्या दृष्टीनं बरोबर नसेलही परंतु ती कल्पना सृजनात्मक आहे, कलापूर्ण आहे. आणि माझ्या दृष्टीनं काव्याला विज्ञानापेक्षा उच्च दर्जाचं मूल्य आहे. संगीतांचे मूल्य हे अंकगणितापेक्षा मोठं आहे. कारण अतीव आनंदाची भावना ही जीवनाचं अंतीम लक्ष्य आहे तशीच ती जीवनाचा उगमही आहे.

त्यामुळेच आतापर्यंत हजारो वर्ष आपण जे ऐकत आलेलो आहे, त्या सर्व मंडळींनी 'प्रगाढ शांतता' हा विशिष्ठ बिंदू मान्य केलेला आहे... प्रगाढ शांततेचा हा बिंदू म्हणजेच या चराचर विश्वाचा आवाज... या चराचर सृष्टीचं स्वत:चं गाणं! 'फक्त पाहात राहणे' याविषयी तू विचारतोयस... मी तुला विचारतो... याशिवाय दुसरं काही तू करू शकतोस? नाहीच... कारण दुसरं काही करणं म्हणजे 'पाहात राहण्यात' अडथळा आणणे. तू फक्त पाहत रहा. आनंदानं, विलक्षण प्रेमानं पाहत रहा. कोरडेपणानं पाहू नकोस... रस घेऊन पहा. एखादा कवी सूर्योदयाकडे जसा पाहतो, एखादा चित्रकार फुलाकडे जसा पाहतो, किंवा एखादा प्रियकर प्रेयसीकडे जसा पाहतो तसा पाहत राहा. बायको नवऱ्याकडे पाहते तसा कधीही पाहू नको.

एका मानसोपचारतज्ञाकडे एक स्त्री गेली... डॉक्टर विचारू लागले, "हं सांगा बरं... गेल्या आठवड्यात कुठली रोमांचकारी घटना घडली?"

ती म्हणाली, "... रोज रात्री जेवणामध्ये सशाचं अन्न मी नवऱ्याला वाढत असे..."

डॉक्टरांनी विचारले, "मग नवरा काय म्हणायचा?"

"काहीच नाही" ती उत्तरली, "परंतु टेबलापलीकडून तो ज्या गुलाबी डोळ्यांनी माझ्याकडे पहायचा ना... ओह !"

तर अशा मार्गानं पाहू नका. प्रत्येक स्त्री ही नवऱ्याचा ससा बनवत असते. खरे म्हणजे डोळे हे आनंदी असले पाहिजेत. तेजस्वी असले पाहिजेत, आणि सुंदर असले पाहिजेत. म्हणूनच तू जे करतोयस ना ते पूर्णपणे बरोबर आहे. फक्त त्यात आणखी थोडं माधुर्य घाल; म्हणजे बघ येणारा आवाज आणखी स्वच्छपणे यायला सुरुवात होईल. इतका स्वच्छ येईल की तुझं हृदय आनंदानं उचंबळून येईल. तुझ्या शरीरातला कण न् कण नाचायला लागेल.

सृष्टीचा अंतीम मंत्र जाणून घेण्यासाठी हाच एक खरा मार्ग आहे. नुसता ओम, ओम, हा परत परत जप करणं म्हणजे मूर्खपणा आहे. तू पुन्हा पुन्हा उच्चार करण्याचा प्रश्नच नाहीये... तर तू संपूर्ण शांततेत राहिलं पाहिजे. प्रकृतीनं तुझा ताबा घेतला पाहिजे. आणि मग प्रकृती स्वतः पुन्हा पुन्हा तुझ्यामध्ये उच्चार करू दे... हा अनुभव खूपच ताजा असणार आहे, अतीव समाधानाचा असणार आहे. त्याला तुलनाच नसणार. कोणत्याही मानवी अनुभवांपलीकडचा हा अनुभव आहे. तुम्ही त्याला अंतीम अनुभव म्हणू शकता.

ही तुझी सुरुवात फारच छान आहे. आता फक्त पुढे पुढे जा. हळूहळू कोणताच आवाज तुला ऐकायला येणार नाही. कारण तू स्वतः 'आवाज' बनून जाणार आहेस. तोच तुझ्या प्रवासाचा शेवट असेल. तू स्वतःच्या 'घरी' आलेला असशील. 'आत्मस्वरूपी' तुझं आगमन झालेलं असेल.

□

प्रिय ओशो,

व्यवसायाची देखभाल करणं, तो सतत चालू ठेवणं, गरज नसलेली मूल्यं सांभाळणं या सगळ्या गोष्टी स्वातंत्र्याच्या, स्वाभाविकतेच्या अगदी विरोधी गोष्टी आहेत... की ज्यासाठी मन आसुसलेलं असतं. तुम्ही मला असा काही मार्ग दाखवा की ज्या ठिकाणी या दोन्ही गोष्टी सुखानं एकत्र नांदतील.

आनंदनंदा..

एकाच वेळी दोन घोड्यांवर तुला स्वार व्हायचं असेल तर मग फार अडचणीचं होईल. एकावेळी एकच गोष्ट तुला करायला हवी... स्वातंत्र्याची किंवा स्वाभाविक जगण्याची जर का तुला आस असेल तर तू व्यवसायाची काळजी करता कामा नये. तू व्यवसाय चालू ठेवू शकतोस परंतु तुला तुझ्या व्यावसायिक दृष्टीकोनात परिवर्तन करणं भाग आहे. दोन्हीमध्ये तू तडजोड करू शकत नाहीस.– दोन्हीचा संयोग करू शकत नाहीस. एकासाठी दुसऱ्याचा त्याग तुला करावाच लागेल... या अशावेळी मला माझ्या आजोबांची आठवण येते... माझ्या वडिलांना, आणि काकांना, आजोबांनी दुकानात आलेलं नको असायचं. ते दोघे त्यांना नेहमी म्हणायचे... आता तुम्ही विश्रांती घ्या... फिरायला जा... परंतु काही गिऱ्हाईके अशी होती की ती आजोबांची आठवण काढून सांगून जात... "ठीक आहे... ते आल्यानंतर आम्ही येऊ..." अडचण अशी होती की आजोबांना व्यावसायिक पळवाटा माहीत नव्हत्या. ते म्हणायचे "या वस्तुचा उत्पादनखर्च हा आम्हाला दहा रुपये आलेला आहे. दहा टक्क्यांच्यावर नफा मी तुम्हाला मागू शकत नाही. त्यामुळे या वस्तुची किंमत अकरा रुपये तुम्ही द्यावी. दहा टक्के नफा तुम्ही देऊ शकत नसाल तर मग आम्ही जगायचं कसं?..." गिऱ्हाईक ताबडतोब सौदा पूर्ण करीत असत.

परंतु माझ्या वडिलांच्या मते यात फार मोठा तोटा असे. कारण त्यांनी वस्तूची किंमत वीस रुपये लावलेली असायची. नंतर मग घासाघीस व्हायची. गिऱ्हाईक पंधरा रुपयापर्यंत यायचं. वडिलांना, काकांना आनंद व्हायचा... कारण तसा तर चार रुपये जास्तच फायदा झालेला असायचा... त्यामुळे हे दोघं आजोबांना सारखे बाहेर जायला सांगत... तिथे थांबू देत नसत. – आजोबा त्या दोघांना म्हणायचे 'हे पहा गिऱ्हाईकांना मी कसा आहे हे माहीत आहे आणि तुम्ही कसे आहात हे माहीत आहे. त्यांना एक चांगलं माहीतेय की मी पूर्णपणे व्यावसायिक नाही. व्यापारी वृत्तीचा नाही. तुम्ही दोघं खरे व्यापारी आहात. मी माझ्या गिऱ्हाईकांना सांगून ठेवलंय की मी नसलो तरी थांबून माझी वाट पहा... मी येतोच... मी त्यांना हेही सांगतो. ''एक गोष्ट लक्षात ठेवा. एखादं टरबूज सुरीवर पडलं काय किंवा सुरी टरबूजावर पडली काय... तुकडे होतात ते टरबूजाचे, सुरीचे नव्हे... तेव्हा व्यापारी वृत्तीच्या मंडळींपासून सावध रहा.''

अशा तऱ्हेच्या स्वभावामुळे त्यांना त्यांची स्वतःची अशी गिऱ्हाईके असायची. ती मंडळी माझ्या वडिलांना-काकांना त्यांना काय पाहिजे ते मुळीच सांगायची नाहीत. ते लोक आजोबांची वाट पहात थांबून राहत असत...

प्रामाणिकपणे, सचोटीनंसुद्धा व्यापार करता येतो. व्यापार करायचा म्हणजे धूर्तपणा, खोटेपणा करायलाच पाहिजे असं नाही. म्हणूनच व्यवसायाची काळजी, तो वाढवणे, त्याची कर्तव्यपूर्ती करणे, जबाबदारी पार पाडणे आणि स्वातंत्र्य स्वाभाविकपणा असलेल्या क्षणांची अपेक्षा करणं की ज्याची प्रत्येकाला आस असते... अशा दोन गोष्टींचं एकत्रीकरण करण्याची कल्पनासुद्धा मनात आणू नकोस...

फक्त हृदयाची हाक ऐक! कारण तुझ्या अस्तित्वाची योग्यता काय आहे याची जाणीव फक्त त्यालाच असते. तुझ्या आत्म्याचा विकास, त्याची जागरूकता, मृत्यूच्याही पार नेणारी ही जागरूकता त्याला माहीत असते. बाकी साऱ्या गोष्टी या सांसारीक आहेत. ऐहिक आहेत. कर्तव्यपूर्ती ती कोणती? अंगावर घेतलेली कोणती जबाबदारी! शहाणा माणूस मूर्खपणाच्या जबाबदाऱ्या स्वीकारतच नाही. त्या जबाबदाऱ्या पार पाडणं म्हणजे काय. तुमच्या वाडवडिलांनी केलेला व्यवसाय पुढे करत राहणे हेच ना? इथे तुम्ही जन्माला आला आहात ते काय फक्त भूतकाळ गिरवण्यासाठी? जुनं जे आहे, सडलेलं, निकामी झालेलं आहे ते टाकून देऊन नवीन काही निर्माण करण्याचं तुझ्यात काहीच धाडस नाही का? तुझ्या जीवनात तसंच तुझ्या संबंधातल्या इतर मंडळींच्या जीवनात नवीन काहीतरी ताजतवानं निर्माण करावं असं नाही का तुला वाटत? मागचं चालू ठेवणं. याला काही अर्थ नाही. भूतकाळातल्या जुन्या गोष्टी खरं म्हणजे तू खंडित केल्या पाहिजेत. एवढंच काय, परंतु तुझा भूतकाळाचा

क्षण न क्षण तू विसरला पाहिजेस. मागचा क्षण गेला तो गेलाच त्या गेलेल्या क्षणांची थडगी पुढच्या आयुष्यात सांभाळून ठेवण्याचं तुझ्यावर मुळीच बंधन नाही... जबाबदारी स्वीकारणे किंवा वचनबद्ध होणे ही गोष्ट बेसावधपणे केली जाते. उदा. एखाद्या स्त्रीवर तुम्ही प्रेम करता आणि तिच्याशी लग्न करायची इच्छा करता... परंतु त्या स्त्रीला तुमच्याकडून तसं वचन हवं असतं... तुम्ही प्रेमाच्या इतके बेहोशीत असता की तुम्ही सहजपणे वचन देऊन भविष्यकाळातलं बंधन स्वीकारता की जो भविष्यकाळ तुमच्या हातात नसतो. – येणाऱ्या 'उद्या'विषयी तुम्ही कसं काय सांगू शकता? 'उद्या' हा काही तुमची मालमत्ता नाही. तुम्ही उद्या कदाचित इथे असाल किंवा नसालही... तुम्हाला काय माहीत उद्या काय असणार आहे ते? ज्या प्रेमानं एकाएकी तुमचा ताबा घेतला आहे तेसुद्धा उद्या कदाचित नाहीसं होण्याची शक्यता आहे.

परंतु तरीसुद्धा प्रत्येक मनुष्य वचनबद्ध होतोच. "मी आयुष्यभर तुझ्यावर प्रेम करीत राहीन." असं पुरुष म्हणतो आणि स्त्री तर त्याही पुढे जाऊन "फक्त याच जन्मात नाही तर प्रत्येक जन्मात तूच माझा नवरा व्हावास अशी देवाजवळ प्रार्थना करीन." असं वचन देते.

एकाही माणसाला हे कळत नाही की येणारा पुढचा एक क्षणसुद्धा आपल्या हातात नसतो. अनेक दिली घेतली गेलेली वचनं, जबाबदाऱ्या या पुढे अडचणीत टाकतात. कदाचित तुमच्यातलं प्रेमही निघून जाण्याची शक्यता आहे. जसं एकाएकी ते तुमच्या आयुष्यात आलं होत. अगदी तस्संच! ते एक घडणं होतं. तुम्ही केलेलं काहीच नव्हतं. उद्या जेव्हा प्रेम संपुष्टात येईल आणि तुमचं हृदय कोरडं ठणठणीत होईल तेव्हा काय कराल? म्हणूनच समाजानं तुमच्यासाठी छान सोय करून ठेवलीय... ती म्हणजे ढोंग करणे... खोटं वागणे... जे शिल्लक राहिलेलं नाही त्याचं ढोंग करा... म्हणत रहा... 'मी प्रेम करतो...' मी प्रेम करते. दोघांनाही माहीत असतं की हे शब्द निरर्थक आहेत. कारण शब्दातली सचोटी निघून गेलेली असते आणि प्रेमाच्या बाबतीत स्त्रीला तर तुम्ही फसवूच शकत नाही. त्याबाबतीत ती विलक्षण संवदेनशील असते. खरं म्हणजे मनापासून खरं प्रेम असेल तर त्याचा पुनःपुनः उच्चार करण्याची गरजच भासत नाही. कारण दोघांनाही त्यातला खरेपणा माहीत असतो. पुनःपुनः उच्चार करण्यामुळे एवढं मात्र सिद्ध होतं की तुमच्या हृदयात त्या प्रेमाचा काहीही अंश शिल्लक नसल्यामुळे ती उणीव तुम्ही शब्दांनी भरून काढता.

परंतु शब्द हे फार पोकळ असतात. तुमचे अविर्भाव, तुमचा चेहरा, तुमचे डोळे जेव्हा वेगळंच दाखवत असतात त्याचवेळी तुमचे शब्द मात्र अगदी विरुद्ध काहीतरी बोलत असतात. मी तुला कसं काय वचन देऊ... कारण मी एक सहजपणे भंग

पावणारा मानव प्राणी आहे... मी खूप जागरूकतेनं विचार करणारा नाही. त्यामुळे मी स्वत:च बराच अंधारात आहे. उद्याचे माझे किंवा तुझे उद्देश निराळे असू शकतील त्याचा काहीही विचार आपण केलेला नाही. अर्थातच त्यामुळे तू किंवा मी एकमेकांना कुठलंही वचन देणं इष्ट नाही– जोपर्यंत एकमेकांमधलं प्रेम व्यवस्थित टिकून आहे तोपर्यंत राहू. परंतु ते खरं प्रेम जेव्हा संपुष्टात येईल तेव्हा ढोंग करत राहण्यापेक्षा एकमेकांपासून दूर गेलेलं चांगलं. कारण ढोंग करणं ही गोष्ट केव्हाही चांगली नाही.

अशा तऱ्हेचा संवाद कुठेही घडत नसल्याने नेहमी अडचणी येतात... "आपल्यातले चांगले क्षण स्मरणात ठेवूनच आपण विभक्त होऊ या. ढोंग करण्यामध्ये त्या चांगल्या स्मृती नष्ट करायची माझी इच्छा नाही. किंवा तूसुद्धा खोटेपणाचा बुरखा घ्यावा असं मला वाटत नाही." असे विचार मंडळी का करत नाहीत?

माझ्या इथल्या लोकांसाठी मी ठामपणे सांगेन की कोणत्याही वचनात बांधून घेऊ नका. एक गोष्ट मनामध्ये स्पष्ट असू द्या. की वचनात अडकण्यानं पुढे अडचणीची परिस्थिती निर्माण होऊ शकते. कारण नंतर लक्षात येतं की आपण या गोष्टी पार पाडू शकत नाहीये.

आता जबाबदारीविषयी! 'जबाबदारी' या कल्पनेचं सतत ओझं बाळगत तुम्ही जगत असता. आईवडिलांची जबाबदारी, बायकामुलांची जबाबदारी, शेजाऱ्यांची जबाबदारी, समाजाची जबाबदारी, देशाची जबाबदारी... म्हणजेच तुम्ही इथं आहात ते फक्त सर्वांच्या कर्तव्यपूर्तीसाठी असा अर्थ होतो ना?... फक्त स्वत:विषयीचं कर्तव्य काय याचा विचार नाही! किती विचित्र गोष्ट आहे!

एक स्त्री आपल्या मुलाला शिकवत होती. "आपल्या धर्माचं मूळ तत्त्व असं आहे की इतरांची सेवा करणं!" – त्या छोट्या मुलाने विचारलं, "मग इतरांनी काय करायचं?" आईनं उत्तर दिलं, "अर्थातच त्यांनीही दुसऱ्यांची सेवा करायची!" त्यावर तो छोटा मुलगा म्हणाला, "हे तर विचित्रच आहे. जर का इतर सारेजण दुसऱ्यांची सेवा करणार... तर मी माझीच सेवा का करू नये? तसंच तू तुझी सेवा का करू नये... प्रत्येकानं स्वत:ची सेवा केली तर केवढी तरी गुंतागुंत कमी होईल. प्रत्येकाच्या मनावरचं केवढं तरी ओझं कमी होईल. मी इतरांची सेवा करणार... मग इतर लोक माझी सेवा कधी करतात याची वाट पाहणार... हॅ... हे चांगलं नाही."

खरं म्हणजे त्या मुलानं निरागसपणे दिलेलं हे उत्तर अगदी बरोबर आहे. परंतु जगातले सगळे धर्म हे सूत्र विसरून गेले आहेत. एवढंच काय परंतु जबाबदारीचा खरा अर्थ सर्व धर्मांनी बदलूनच टाकलेला आहे. सर्व राजकारणी मंडळींनी, सर्व समाजकार्यकर्त्यांनी, शिक्षकांनी, आईवडिलांनी... या सर्वांनीच जबाबदारी या शब्दाचा अत्यंत विपरीत अर्थ उपयोगात आणलेला आहे– त्यांनी त्याचा 'कर्तव्य' या अर्थी

वापर केला– आणि 'कर्तव्य' हा माझा दृष्टीनं अत्यंत घाणेरडा शब्द आहे. 'कर्तव्य' भावनेनं तुम्ही कोणतीच गोष्ट करता कामा नये. प्रेमाच्या भावनेनं ती करा, अथवा ती करूच नका. एकदा मनाशी पक्कं करा की आपलं जीवन हे प्रेममय जीवन असायला पाहिजे. त्यानुसार अनुसरण करा... त्यालाच माझ्या दृष्टीनं मी जबाबदारी म्हणेन– दोन शब्दामध्ये याची विभागणी करा. response-ability! ते शब्द एकत्र करू नका. हे दोन शब्द एकत्र केल्यामुळेच जगामध्ये गोंधळ माजलेला आहे– ही responsibility नसून response-ability आहे. 'प्रेम' ही गोष्टच उत्तम प्रतिसाद देऊ शकते. जगामध्ये एवढी जबरदस्त गोष्ट कुठलीच नाही. तुम्ही प्रेम करत असाल तर तुमच्याकडून प्रतिसादही उस्फूर्तपणे घडतो... तिथं कोणतंही ओझं असत नाही. पण कर्तव्यामध्ये ओझं असते.

माझ्या आजोबांची मला पुन्हा पुन्हा आठवण येते. ते एक खेडूतच होते. अशिक्षित होते. परंतु लहान मुलाचा निरागसपणा त्यांच्यात होता... त्यांना झोपताना त्यांचे पाय कुणीतरी चेपायला हवं असायचं... सगळ्यांना हे माहीत असल्यानं ते काम टाळण्यासाठी प्रत्येक जण बरोबर त्याचवेळी पसार व्हायचा. परंतु मी मात्र त्यांच्याजवळ जायचो... ते म्हणायचे "काय गंमत आहे... आता आत्तापर्यंत इथं असलेली सारी पोरंटोरं बरोबर माझ्या झोपायच्यावेळी पसार होतात... मला झोप लागल्यानंतर कदाचित मधेच मला जाग आली आणि मी डोळे उघडून पाहिलं तर जाणवतं की सगळे परत येऊन चिडीचूप झोपलेत."

मी त्यांना म्हणायचो, "त्यांना तुमचे पाय चेपण्याचा कंटाळा येतो... ते कर्तव्य वाटतं. मला मात्र 'कर्तव्य' वाटत नाही. कारण मला कंटाळा आला तर मी तसं स्पष्ट सांगेन. हेही सांगेन की मला कंटाळा येईपर्यंतच मी तुमचे पाय चेपेन... नंतर नाही!" ... कंटाळा आल्यानंतर त्यांच्या लक्षात येण्यासाठी मी खुणेचा एक शब्द वापरायचो 'कोमा', ते म्हणायचे "थांब जरा अजून वेळ आहे!"

मी त्यांना म्हणायचो, "हे बघा. मी तुम्हाला कंटाळा आल्याची ही पूर्वसूचना दिली आहे असं समजा. हा अर्धविराम समजा! आता पूर्णविराम येणार हे लक्षात घ्या!" हे सगळं मी प्रेम म्हणून करत असे. कर्तव्य म्हणून नाही.

या गोष्टीला जे कर्तव्य समजत ते सगळे पळून जात. त्यांना हे चांगलं कळून चुकलं होतं म्हणून नंतर ते मला म्हणाले की "कर्तव्य आणि प्रेम यामध्ये एवढा मोठा फरक आहे. हे मला इतक्या चांगल्या पद्धतीनं कळलं नव्हतं."

एक आफ्रिकेत राहणारे हिंदू संत एकदा हिमालयात तीर्थयात्रा करण्यासाठी भारतात आले होते. त्यातल्या त्यात बद्रीकेदारसाठी ते आले होते. त्याकाळी तिथे जाण्याचा मार्ग आणखीनच अवघड होता. अनेक मंडळी परतसुद्धा येत नसत. अगदी निमुळता पर्वतावरचा मार्ग आणि कडेला दहा हजार फूट खोल दरी! आणि

सतत बर्फ... अगदी थोडा जरी पाय घसरला तरी तुम्ही खाली दरीतच. आता सध्या बऱ्याच सुधारणा झालेल्या आहेत. परंतु त्याकाळी हा मार्ग फारच खडतर होता. हिंदू संन्यासी थकून जायचे. बरोबर अगदी थोडं सामान नेणंच बरं पडायचं कारण जास्त सामान घेऊन चढणं शक्यच नसायचं. पुढे पुढे हवा इतकी विरळ होत जाते की श्वासोच्छवास करणंही कठीण होतं.

तर या हिंदू साधुंनी पाहिलं की एक जेमतेम दहा वर्षाची मुलगी पाठीवर आपल्या धष्टपुष्ठ भावाला घेऊन चढण चढत होती. घामानं निथळत, धापा टाकत पण ती नेटानं चढत होती. ते संन्यासी पुरुष तिला म्हणाले, "मुली... इतकं ओझं घेऊन तू चढते आहेस. खूप दमलेली आहेस!" ती मुलगी त्यावर रागानं म्हणाली, "ओझं असं म्हणाल तर ते तुमच्याच खांद्यावर आहे. माझ्या खांद्यावर नाही. कारण माझ्या खांद्यावर माझा धाकटा भाऊ आहे. त्याला मी ओझं समजत नाही..."

मी जेव्हा त्या संत माणसाचे चरित्र वाचत होतो त्यावेळी हा प्रसंग त्यात वाचला. कारण त्या मुलीचं ते वागणं त्याला आश्चर्यात टाकून गेलं होतं. ते खरंही होतं. कारण 'ओझं' या अर्थी तिथं फरक होता. वजनाच्या काट्यांवर कदाचित काहीच फरक नसणार. मग तो लहान भाऊ का असेना किंवा एखादी पेटी का असेना... वजनाचा काटा वजनच दाखवणार. परंतु भावनेचा विचार करता... भावना म्हणजे काही वजनाचा काटा नाही... ती छोटी बालिका बोलली ते खरंच होतं–

प्रेमाचं कधीही ओझं होत नसतं. प्रेमातून येणारा कोणताही आविष्कार हा नेहेमीच सुंदर असतो. परंतु प्रेम नसताना जी जबाबदारी पार पाडली जाते ती म्हणजे तुम्ही तुमच्या मनाचे गुलाम असल्याचंच फक्त दर्शवते.

तेव्हा मला जर विचाराल तर मी एवढंच सांगेन की स्वातंत्र्याची, स्वाभाविकपणाची, जर खरोखरची उत्कट इच्छा तुम्ही बाळगून असाल तर व्यवसायाशी ती जोडायचा प्रयत्न करू नका. व्यवसायाकडे पाहण्याच्या मूळ दृष्टीकोनातच तुम्हाला बदल केला पाहिजे. तुमचा व्यवसाय ही एकप्रकारची ध्यानधारणाच झाली पाहिजे. तुमचा खरेपणा, प्रामाणिकपणा या गोष्टीमुळे व्यवसायातली पिळवणूक थांबू शकेल– पिढ्यान पिढ्या चालत आलेला एवढंच त्याचं स्वरूप न राहता तुम्ही त्यात काहीतरी नाविन्य निर्माण करू शकाल. 'जबाबदारी' ही गोष्ट खूप हास्यास्पद आहे. तुम्ही स्वत:लासुद्धा वचनात बांधून ठेवू शकत नाही कारण येणारी वेळ तुमच्या हातात नसते. प्रेम तुमच्या हातात नसतं. कोणत्या आधारावर तुम्ही वचन देणार?

तुमची अवस्था मी नेहेमी सांगतो त्या दोन माणसांसारखी आहे. ते दोघंही अफूचे व्यसनी होते. एकदा पौर्णिमेच्या रात्री एका झाडाखाली आरामात पहुडले होते आणि आकाशातल्या पूर्णचंद्राचा आनंद घेत होते... एक म्हणाला, "चंद्र फारच सुंदर दिसतो आहे. मी विकत घ्यावा म्हणतोय." दुसरा त्यावर म्हणाला, "विकत

घ्यायची गोष्ट विसर. कारण मी तो कधीच विकणार नाही. पुन्हा उच्चारही करू नकोस.''

चंद्राची मालकी कुणाकडेही नसताना ते दोघंही बेहोशीत बोलत होते. एक समजत होता चंद्र त्याच्या मालकीचा आहे आणि दुसरा समजत होता की तो चंद्राला विकत घेऊ शकतो. पहिला त्यावर म्हणतो, ''ठीक आहे. रागावू नकोस. तुला पाहिजे ती किंमत मी देईन पण मला विकत दे. आपण एकमेकांचे चांगले जुने मित्र आहोत त्याची जाण ठेव...''

दुसरा म्हणतो, ''मैत्री-बित्री असो नसो. मी काही तो विकायला काढलेला नाही.''

अतिशय गंभीरपणे त्या दोघांची चर्चा चालली होती. तुम्हा मंडळीची ही अशी अवस्था आहे.

एखादा पुरुष आपल्या मैत्रिणीला म्हणतो ''मी जन्मभर तुझ्यावर प्रेम करीन!'' आणि दुसऱ्याच दिवशी तो दुसऱ्याच स्त्रीच्या प्रेमात पडलेला दिसतो. आंधळ्या शारीरिक ओढीचा हा रेटा जबरदस्त असतो. मी जन्मभर तुझ्यावर प्रेम करीन– हे तो खोटं बोलत असतो असं नाही... तो ते पूर्णपणे खरंच बोलत असतो. तसंच जो मनुष्य 'चंद्र' खरेदी करायला निघालेला असतो तोसुद्धा ती इच्छा मन:पूर्वक गंभीरपणे करत असतो त्यात खोटेपणा काहीच नसतो. किंवा जो मनुष्य विकायला तयार नसतो तोही अगदी प्रामाणिकपणे ते सांगत असतो. यापैकी कुणाच्याही उद्देशात कोणताही खोटेपणा नसतो.–

'मी तुझ्यावर आजन्म प्रेम करीन' यामध्ये त्याच्या भावनेत कोणताही खोटेपणा नसला तरीही हे शब्द तो पूर्णपणे बेहोशीत म्हणत असतो. कारण 'उद्याचा दिवस' त्याच्या नियंत्रणात नसतो. तो फक्त आता असलेल्या क्षणापुरतंच बोलू शकतो. ते म्हणजे ''मी आता तुझ्यावर प्रेम करतो आहे.'' इतकंच. ''उद्या काय घडेल ते पाहू... मी तुझ्या बंधनात अडकता कामा नये आणि तूसुद्धा माझ्या बंधनात अडकता कामा नये. समजा भविष्यातही आपण एकमेकांवर प्रेम करत राहिलो तर ती एक मोठी अद्‌भुत गोष्ट घडेल.''

तेव्हा तुम्ही तुमचं आयुष्य वचनामध्ये का अडकवून ठेवता? निरनिराळ्या अद्‌भुत घटनांसाठी ते मोकळं का ठेवत नाहा? निरनिराळ्या साहसांसाठी ते खुलं का ठेवत नाही? बंधनांच्या थडग्यात स्वत:ला गाडून का घेता? तसं केल्यानं तुम्ही संकटात येता... 'मी वचन दिलंय, मी जबाबदारी स्वीकारली आहे.' असा विचार मग सतत सुरू होतो. ''आता मी माझ्या वचनांशी प्रामाणिक राहायला हवं... मग ढोंग करत करत का होईना परंतु मला ते पाळायला हवं... वचन देताना मी मूर्खपणा केला असं मला वाटत नाही... हे म्हणावंच लागतं.

म्हणूनच आनंदनंदा ढोंगीपणा, खोटेपणा, आणि सचोटी यांचं एकत्रीकरण करण्याचा प्रश्नच उद्‌भवत नाही. तुम्हाला खोटेपणाची साथ सोडायलाच हवी आणि हृदयाची हाक ऐकायला हवी. आणि त्याप्रमाणे वागायला हवं. मग कितीही का किंमत मोजायला लागेना... तरीही ते फायद्यातच पडणार आहे. तुम्हाला जे काही गमवावं लागेल ते गमवा परंतु हृदयाला जे पटेल तसं वागलात तर अंती यश आहे हे निश्चित समजा. परंतु तुम्ही स्वत:ला फसवत राहिलात, दुसऱ्याला फसवत राहिलात तर मात्र कठिण आहे.

एकदा पॅडी एक विज्ञानाचं मासिक वाचत होता. त्यात लिहिलं होतं की सिगारेटमुळे उंदीर-घुशीमध्ये कॅन्सरचा रोग होऊ शकतो... हे वाचल्यानंतर त्याच रात्री तो जेव्हा झोपायची तयारी करू लागला तेव्हा पहिल्यांदा त्यानं त्याच्या सिगारेटस कपाटात बंद करून ठेवल्या... का? तर त्या उंदीर-घुशींनी घेऊ नयेत म्हणून!...

केवढा हा समजूतदारपणा... तुम्ही मंडळी खरं खोटं 'अशा पद्धतीनं' एकत्र करणंच फक्त जाणता...

□

प्रिय ओशो,

माझा एकांत मला खूप आवडतो. खूप ताजतवानं, संपूर्णपणे पूर्णत्व प्राप्त झाल्यासारखं वाटतं. परमानंदाचा अनुभव येतो. ...पण तरीही काही वेळा मला एकाकी वाटतं मग मी दु:खी होतो, ध्यानधारणेची मन:स्थिती नष्ट होते; चिडखोर बनतो. एकाकीपणातून एकटेपणाकडे जाण्याच्या मार्गामध्ये कसं वागावं याविषयी सांगू शकाल?

निर्वाण...

एकांत हे ध्यानधारणेतलं एव्हरेस्टचं शिखर आहे... अत्युच्च बिंदू आहे! एकदा का तुम्ही तुमचा एकटेपणा आनंदानं उपभोगायला लागलात की मग नंतर तो आनंद कुठे थोपवून धरायचा याला शेवट नाही. तो वाढतच जातो; तो विस्तारत जातो. असं वाटतं की संपूर्ण विश्वच जणू आनंदानं आणि सुगंधानं पूर्ण भरून गेलंय. एकटं असणं हे आयुष्यातलं महान साध्य आहे. परंतु तिथंपर्यंत पोचण्याचा प्रवास थोडा खडतर आहे हे खरं!

मनुष्य साधारणत: एकाकी जगत असतो. तो एकाकीपणा घालवण्यासाठी निरनिराळ्या प्रकारची नाती निर्माण करत राहतो, मैत्रीचे संबंध प्रस्थापित करतो, संस्था स्थापन करतो निरनिराळे राजकीय पक्ष स्थापन करतो, धर्म स्थापन करतो. एक ना अनेक, याचं कारण एकच; ते म्हणजे मूलत: एकाकीपणाला तो घाबरत असतो. एकाकीपणा हा एखाद्या अंधाऱ्या गुहेसारखा, भीतीदायक अशा निराशेचा, जवळजवळ मृत्यूसारखा भयानक असतो.

मृत्यूनं तुम्हाला गिळून टाकल्यासारखी तुमची परिस्थिती होते. ही परिस्थिती टाळण्यासाठी तुम्ही त्यापासून पळत राहता आणि कुणाच्या तरी ताब्यात स्वत:ला झोकून देता. आधारासाठी दुसऱ्याचा हात हातात घेता. का? तर आपण एकाकी नाही या मनाच्या समजुतीसाठी!

अशी अनेक माणसं आपण पाहतो

की रात्रीच्या वेळी लोक एकटेच रस्त्यावरून चालले असले तर मोठमोठ्यानं गाणी म्हणायला सुरुवात करतात. ते स्वत:चं एकाकीपण विसरण्यासाठी गाणी गात असतात. स्वत:च्या आवाजाची सोबत शोधत असतात... खरोखरच एकाकीपणासारखं दुसरं दु:ख नाही.

परंतु तरीही केवळ एकाकीपणाच्या भीतीतून निर्माण झालेले नातेसंबंध हे फार काळ समाधानकारक नाही राहू शकत. कारण समोरचा माणूसही त्याच भीतीपोटी तुमच्याजवळ आलेला असतो. तुम्ही दोघंही त्याला प्रेम म्हणता... परंतु ते एकमेकांना फसवणं असतं... एकाकीपणाची फक्त भीती आणि भीतीच. प्रेमाचा लवलेशही नसतो. जे प्रेम निर्भय असतं, जे प्रेम एकाकीपणाला घाबरत नाही तेच प्रेम खरं प्रेम म्हणता येईल.

मनुष्याची साधारण मानसिकता ही एकाकीपणाची असते. मनुष्य ते टाळण्याचा प्रयत्न करत असतो खरा. परंतु तो एकाकीपणा तिथं असतोच. आपल्या सावलीसारखा! आपल्या सावलीकडे तुम्ही पाहत बसत नाही परंतु ती तिथे आहे हे तुम्हाला माहीत असतं. एखाद्या वेळी मात्र उत्सुकता गप्प बसू देत नाही. आणि तुम्ही पाहता तेव्हा समजून येतं की सावली तिथे आहेच. तुम्ही तुमच्या सावलीपासून तुमची सूटका करून घेऊ शकत नाही... अगदी तस्संच तुम्ही तुमच्या एकाकीपणापासून सुटू शकत नाही. मैत्रीचे संबंध, विवाह, अनेक संस्थांशी संबंधित, धर्माशी निगडित अशा अनेक गोष्टींनी तुम्ही एकाकीपणा घालवण्याचा प्रयत्न करता... परंतु हे प्रयत्न फोल आहेत–

हे ज्या क्षणी खऱ्या अर्थानं तुम्हाला समजून येईल त्या क्षणी तुमच्या मनातली भीती दूर होईल– त्यावेळी कळून चुकेल की ज्या गोष्टीला आपण घाबरत होतो ती गोष्ट म्हणजे आपल्या स्वभावाचा भाग आहे म्हणून!... अशावेळी त्यापासून दूर पळण्याऐवजी फक्त डोळे मिटून घ्यायचे आणि 'स्वत:त' प्रवेश करायचा... तत्क्षणी रात्र संपून नवी पहाट दिसायला लागेल. एकाकीपणा हा एकटेपणामध्ये बदलून जाईल. (aloneness) एकटेपणा ही तुमची स्वाभाविकता असते. तुम्ही जन्माला येताना एकटे येता... मरतानाही एकटेच असता. आणि ही जाणीव न ठेवता तुम्ही जगत असता. 'एकटं' असणं म्हणजेच एकाकी (Lonelyness) असं तुम्हाला वाटत असतं. ती तुमची गैरसमजूत असते... तुम्ही तुम्हाला एकटे निश्चितच पुरेसे असता– या एकटेपणापर्यंत जाण्याचा प्रवास थोडा खडतर वाटतो खरा परंतु तो फार लांबलचक नसतो. तो मार्ग छोटा करणं, सुखदायी करणं म्हणजे स्वत:चं एकटेपण आनंदानं उपभोगणं– त्यामध्ये मग गाणं गा, नृत्य करा, चित्र काढा... तुम्हाला नेहेमी जे काही करावंसं वाटत होतं ते करा. आत्तापर्यंत निरनिराळ्या नातेसंबंधात तुम्ही इतके जखडून गेलेले होता की वेळच उरत नव्हता– सर्जनशील

बना... जास्त जास्त सर्जनशील बना. आनंदी व्हा... गाणं गा... नाचा... तुमचं एकटेपण हे जास्तीत जास्त आनंददायी बनवा. असं केलंत तरच तुमच्या जुन्यापुराण्या दुःखद आठवणी, चिडखोरपणा हळूहळू गळून पडेल. झाडावरची वाळलेली पानं जशी एकेक गळून पडतात तशीच. ती पानंसुद्धा... काही काळ झाडाला चिकटून होतीच... परंतु त्यांनाही खाली येणं भाग पडतंच.

तुमचं एकटं असणं हे जास्तीत जास्त कणखर बनवणं तुमच्या हातात आहे. त्यामुळे निराशा, चिडखोरपणा, भीती या गोष्टी दूर ठेवायला हव्यात. नाहीतर त्या पुन्हा पुन्हा उफाळून येतील... त्यामुळे त्याचा विचारच करू नका. तुम्ही तुमची सगळी मानसिक शक्ति, ही तुमचा एकटेपणा सुसह्य करण्यासाठी खर्च करा... आधीच तुमच्याकडे मानसिक शक्ति फार कमी आहे. त्यातून ती आनंदासाठी खर्च करायची का... दुःखी राहण्यासाठी खर्च करायची हे तुम्ही ठरवा. आनंदी राहण्यासाठी तुम्ही थोडीशीच शक्ति खर्च केलीत तर उरलेली शक्ति तुम्ही दुःखासाठी वापरणार हे उघड आहे. म्हणूनच मी आग्रह धरतो की संपूर्णपणे प्रत्येक क्षण सर्वशक्तिनिशी आनंदानं जगा! असा जगा की दुःखासाठी ताकदच उरणार नाही...

आणि म्हणूनच संपूर्ण प्रयत्न हे सकारात्मक कामासाठी उपयोगात आणले पाहिजेत. तुमच्याजवळ जे म्हणून काही चांगलं आहे त्या सर्व गोष्टींनी तुमच्या एकटेपणाचं पोषण करा– प्रेमाचा वर्षाव करून ते आनंददायी करा... मग बघा दुःखाचा पायरव सुद्धा ऐकायला मिळणार नाही. आणि समजा दुःखाचे काही ढग येत आहेत असं वाटलं तरी त्याकडे दुर्लक्ष करा कारण एक लक्षात ठेवा की प्रत्येक गोष्ट येते तशीच ती निघून जात असते. म्हणूनच हे ढगसुद्धा विरून जातील. असं यापूर्वी अनेकवेळा घडून गेलेलं आहे. त्यामुळे आता यावेळीच ते ढग विरून जाणार नाहीत असं वाटण्याचं कारण नाही. विनाकारण काळजी का करायची? ते कशापद्धतीनं निघून जात आहेत हे फक्त त्यांना ओळख न देता पाहत राहा.

या दोन गोष्टी तुम्ही लक्षात ठेवल्यात तर तुमच्या एकटेपणाला तुमची संपूर्ण शक्ति उपयोगात आणता येईल. परंतु सुरुवातीला 'संपूर्ण' म्हणजे काय हे तुम्हाला समजून येत नसेल तर पुन्हा पुन्हा त्याच अडचणी परत डोकावतील यात शंका नाही... हे सगळं जमण्यासाठी 'फक्त पाहत राहाण्याची' कला आत्ससात केली पाहिजे, दुर्लक्ष करायला शिकलं पाहिजे. हे दुःख वगैरे सारं दुसऱ्याच कोणाचं तरी आहे असं समजून दुर्लक्ष करायचं त्या दुःखाला, निराशेला तुमच्याजवळ येऊ देऊ नका. त्यांना अंतरावर ठेवा.

याचा अर्थ स्पष्ट करून सांगतो. ''मी दुःखी आहे असं म्हणूच नका... फक्त असं म्हणा की दुःखाचे काही ढग माझ्यासमोरून आता गेले... 'मी रागावलो असं कधीही म्हणू नका... तर असं म्हणा की 'रागाचे' काही ढग माझ्यासमोरून आता गेले...

या दोन्ही गोष्टी मी नुसत्या पाहात होतो–

विचारांची ही पद्धत अवलंबायला तुम्ही सुरुवात केलीत तर हे छळणारे विकार कुठल्या कुठे पसार होतील. त्यांचा मागमूसही तुमच्यापाशी राहणार नाही. त्या साऱ्यांपासून तुम्ही मुक्त होऊन जाल– या सगळ्या विकारांपासून मुक्त होण्याची ही एक किल्लीच तुझ्या हातात आहे समज–

ज्यावेळी एका बीजापासून एवढा फुलांचा बहर येतो. त्यावेळीच कळून येतं की बीजामध्ये कोणती शक्ति लपलेली आहे ते... एक कणभराएवढं बीज... आणि त्यापासून लाखो फुलांचा बहर, झाडांची हिरवीगार पानं, आणि सुरेख पालवी... अनुपम सुंदर असं हे निसर्गाचं देणं... अर्थातच त्या बीजामधली ही शक्ति तुम्हाला केव्हा कळून येते? तर प्रत्यक्ष फुलं फुलून येतात तेव्हाच...

तुमच्या जीवनात अशा अनेक जागा असतात की त्या लपलेल्या असतात. त्या प्रत्यक्षात कधी येऊ शकत नाहीत. म्हणूनच अगदी क्वचितच काही माणसं फक्त फुललेली दिसतात. ती अत्यंत छोट्या स्तरावर जगताना दिसतात. पण माझी शिकवण अशी आहे की तुम्ही उच्चस्तरावर जगण्याचा प्रयत्न करावा.

एक गरोदर स्त्री एकदा तपासणीसाठी डॉक्टराकडे गेली... कोणत्या प्रकारचं मूल होणार आहे हे जाणून घेण्याची तिला उत्सुकता होती. –डॉक्टर म्हणाले, ''तुम्हाला जुळी मुलं होणार आहेत.'' त्यावर ती स्त्री म्हणाली, ''वाः फारच छान. माझ्या नवऱ्याला जुळी मुलं फार आवडतात.''

डॉक्टर नंतर म्हणाले, ''हे दोन्हीही मुलगे असणार आहेत.''

''वा, वा, आणखीन छान... माझा नवरा त्या दोघांना बेसबॉलच्या संघात खेळायला पाठवेल.'' ती स्त्री उतरली... डॉक्टर त्यावर म्हणाले, ''अहं... त्यातला एक मोझार्टच्या... संगीताचा तज्ञ होईल.''

''अरे बापरे... माझा नवरा तर संगीताचा तिरस्कार करतो. त्यातून तो मोझार्टचा तर जास्तच तिरस्कार करतो...''

– असं म्हणून अतिशय निराश मन:स्थितीत घरी पोचली... ही बातमी नवऱ्याला कशी सांगायची या विचारानं ती व्यग्र होती. संध्याकाळी जेवणाच्या टेबलावर नवऱ्याला खुलवून सांगत सांगत ती म्हणाली, ''मी आज डॉक्टरांकडे गेले होते. त्यांनी आपल्याला जुळं होईल म्हणून सांगितलं... शिवाय ते दोन्हीही मुलगे आहेत असंही सांगितलंय...''

नवरा म्हणाला, ''वाऽ! फारच छान... एकना एक दिवस ते दोघंही बेसबॉल संघात खेळतील!'' बोलता बोलता नवरा म्हणाला, ''तरीही मला असं वाटतंय की

तू मला अजूनही काहीतरी सांगणार आहेस... तू काहीतरी लपवते आहेस... काय म्हणाले डॉक्टर?''

बायको म्हणाली, ''आता मात्र मी तुझ्यापासून लपवू शकत नाही... अडखळत अडखळत ती म्हणाली... ''डॉक्टर म्हणतात त्यातला एक मोझार्टच्या संगीतातला तज्ञ होईल म्हणून.'' ''काय?'' नवरा किंचाळत म्हणाला, ''असं कसं केलंस तू? मोझार्टचा मी किती तिरस्कार करतो तुला चांगलं माहीतेय...'' असं म्हणून नवऱ्यानं टेबलावरची सुरी उचलली आणि तो तिच्यामागे लागला... ती पण पळत सुटली. ती हातात सापडेना तसा त्यानं मेणबत्तीचा स्टॅंड उचलून तिच्या दिशेनं भिरकावला... तो बरोबर तिच्या पोटावर जाऊन आदळला. त्याक्षणी पोटातून गाण्याचा आवाज आला.

"One for the money, two for the show, you got my brother, now go man go."

सगळ्याची मस्त मजा घ्या. एकटे असाल तेव्हा हसत बसा. स्वत:लाच सुंदर विनोद सांगा, गाणं गा... आणि एका गोष्टींचं भान ठेवा की आपलं एकटेपण अशा पद्धतीनं समृद्ध करायचं आहे की तो एक सुंदर अनुभव ठरावा. तो अनुभव इतका सुंदर हवा की दु:खाचे कोणतेही ढग त्याला झाकून टाकू शकणार नाहीत; भूतकाळातल्या यातनामय गोष्टी त्याला छळू शकणार नाहीत, कोणत्याही जुन्या वाईट सवयीचे तुम्ही गुलाम होणार नाही.

दोन गोष्टी महत्त्वाच्या... एक म्हणजे एकटेपणामध्ये पूर्णत्व हवं... सुरुवाती सुरुवातीला काही ढग येतील... दुर्लक्ष करा... त्यापासून दूर जा... हळूहळू दु:ख, नैराश्य, एकाकीपणा निघून जाईल.

याचा अर्थ असाही नव्हे की लोकांशी संबंध ठेवायचा नाही म्हणून! उलटपक्षी एकटेपणा आनंदानं स्वीकारणारी मंडळी जास्त चांगल्या पद्धतीनं लोकांशी संबंध ठेवू शकतात. कारण ती 'त्यांची' गरज नसते... इथं हे लोक 'मागणारे' नसतात, कशाचीही अपेक्षा ठेवणारे नसतात. तुमच्या सहवासाची अपेक्षासुद्धा ते ठेवत नसतात. केवळ त्यांच्याकडे असलेल्या आनंदाच्या, शांतीच्या, सभ्यतेच्या आणि समाधानाच्या विपुलतेमुळेच ते चांगले प्रेमाचे संबंध राखू शकतात. आणि मग नंतर त्या प्रेमाचा निराळाच प्रभाव दिसतो... ते प्रेम वाटून घेण्यातला आनंद वेगळा समजतो. ज्यावेळी समोरासमोरची दोन्ही माणसं 'एकटेपण' हे अशा पद्धतीनं स्वीकारत असतात तेव्हा तर प्रेम हे अत्युच्च बिंदूपाशी येऊन ठेपतं. तो बिंदू दुर्मिळ असतो. ते प्रेम आकाशातल्या ताऱ्यापर्यंत पोचलेलं असतं– तुम्ही त्या सुंदरतेची त्या कृपाप्रसादाची स्वप्नातही कल्पना करू शकत नाही कारण ते दोघेही अत्यानंदानं,

हास्यानं तुडुंब भरून वाहात असतात. दोघंही एकमेकांना काहीतरी देत असतात. काहीही घेण्याची अपेक्षा करीत नसतात. दोघंही एकमेकांना अनिर्बंध स्वातंत्र्य बहाल करीत असतात. हे जे प्रेमाचं स्वरूप असतं, ते म्हणजे सर्वात सुंदर ध्यानधारणा! ज्यामध्ये दोन व्यक्ति एकमेकांमध्ये पूर्णपणे विरघळून गेलेल्या, एकरूप झालेल्या असतात आणि अखेरीला दोन मिळून एकच व्यक्ती बनून गेलेली असते.

म्हणूनच म्हणतो एकटं असणं याचा अर्थ असा नाही की माणसांशी संबंधच ठेवायचा नाही. याचा अर्थ असा की तुम्हाला हे संबंध निराळ्या तऱ्हेनं प्रस्थपित करावे लागतात. ज्यामध्ये नैराश्याला आणि दुःखाला जागा नसते. हे संबंध कोणत्याही संघर्षाला कारण ठरत नाहीत, कुणावरही वर्चस्व गाजवीत नाहीत. कारण उघड आहे की हे संबंध कोणत्याही भीतीपोटी निर्माण झालेले नसतात. हे संबंध म्हणजे जीवनाचं शुद्ध स्वरूप असते. भीतीपोटी निर्माण होतो तो म्हणजे मृत्यू... निर्भयपणे ज्या ज्या गोष्टी घडतात त्या सगळ्या सुंदर असतात...

एक प्रिस्ट, एक पाठीवर ओझं असणारा आणि तिसरे रोनाल्ड रेगन असे विमानातून प्रवास करीत होते... एकाएकी वैमानिक धावत आला आणि म्हणाला "बहुदा विमानाला अपघात होणार आहे. इथे फक्त तीनच पॅरॉशूटस् आहेत. त्यातलं एक मी माझ्यासाठी घेतोय." असं म्हणून त्यानं ते घेऊन विमानातून उडी मारली. रोनाल्ड रेगननी दुसरं हिसकावून घेतलं आणि म्हणाले, "मी अमेरिकेतला सर्वात हुशार माणूस आहे. माझी अमेरिकेला गरज आहे." तेही उडी टाकून गेले.

प्रिस्ट त्या ओझं वाहणाऱ्याला म्हणाले, "हे पहा मी एक म्हातारा मनुष्य आहे. मला गरज नाही. हे तिसरं तू घेऊन उतर."

तो माणूस हसला आणि म्हणाला, "काळजी करू नका. फादर... अमेरिकेचा तो 'हुशार' माणूस माझ्या खांद्यावरचं ओझंच हिसकावून घेऊन गेलाय. पॅराशूट नव्हे!..."

ठीक आहे मनीषा?
होय ओशो.

■

प्रकरण ६

सृष्टीकडून जे काही प्राप्त झालेलं आहे त्याबद्दल धन्यता माना. त्या धन्यता मानण्यामुळे आणखीन काही प्राप्त होईल. जे जास्त प्राप्त होईल त्याबद्दलही कृतार्थता बाळगा; नम्रता बाळगा. आपण या गोष्टींना लायक नाही याची जाणीव ठेवा. तुमच्यावर निसर्गानं ज्या ज्या उत्तमोत्तम गोष्टींची उधळण केलेली आहे, ती त्याची दया समजा.

शब्दावाचून तृष्णा... प्रार्थना...!

प्रिय ओशो,

ध्यानधारणेमध्ये मी जितका खोलवर जात चाललोय... तसंतसं मला काहीवेळा नैराश्य येतं आणि कुठलंतरी दडपण जाणवतं. मी जास्तजास्त विरघळून जातोय असं वाटतं पण तरीही मला सगळं काही ठीक आहे असं वाटत नाही. – तुम्ही या मन:स्थितीला 'दैवी अतृप्ती' असं म्हणता... माझा मित्र एकदा मला म्हणाला की ''तुला कदाचित ही मन:स्थिती म्हणजे तो अंतिम क्षण वाटत असेल तर तो अंतिम क्षण नाही असंच समज...'' या त्याच्या बोलण्यामुळे मी आणखीन खोलवर जायचा प्रयत्न करतो– प्रिय ओशो, हे दडपण कमी करण्यासाठी हास्य उपयोगी पडतं हे माहीत असल्याने या दैवी अतृप्तीनं मी स्वत:लाच हसण्याचा प्रयत्न करावा म्हणतोय... तुम्ही आणखीन काही सांगू शकाल?

सत्यधर्मा...

ध्यानधारणा करणाऱ्या प्रत्येक व्यक्तीसाठी हे एक प्रकारचे सापळेच आहेत. त्यात प्रत्येकजण सपशेल अडकतोच. त्या सापळ्याचं नाव आहे गंभीरपणा! तुम्ही मंडळी प्रत्येक गोष्ट फारच गंभीरपणे घेत असता. ज्या क्षणी एखादी गोष्ट जास्तच गंभीरपणे घेतली जाते त्या क्षणापासून मानसिक दडपणाला सुरुवात होते. आणि ध्यानधारणेच्या दृष्टीनं विचार करता, त्यातल्या शांततेच्या दृष्टीनं विचार करता 'दडपण' हा फार मोठा अडथळा आहे. कोणतीही अध्यात्मिक म्हणून गणली जाणारी प्रत्येक गोष्ट दडपणामध्ये घडणं अशक्यप्राप्त आहे... हे परत परत एकमेकांवर कसं अवलंबून असतं पहा... जितके तुम्ही मानसिक दडपणात असाल, तितके तुम्ही ध्यानधारणेतल्या अत्युच्च आनंदापासून, विलक्षण अनुभूतीपासून दूर जाल. आणि या अनुभवांपासून जितके दूर जाल तितकं दडपण जास्त वाढायला लागेल... आणि सगळा आनंद नष्ट होईल.

जगातल्या हजारो लोकांनी आत्तापर्यंत ध्यानधारणेच्या मार्गानं जायचा प्रयत्न केलेला आहे. परंतु तो अर्ध्यावर सोडलेला आहे. कारण काय तर ध्यानधारणेकडे त्यांनी फारच गंभीरपणे पाहिलं, धर्माकडे त्यांनी गंभीरपणे पाहिलं. ते तसं नाहीये. प्रत्येकानं एक गोष्ट समजून घेतली पाहिजे, त्यातल्या त्यात इथे माझ्याजवळ असणाऱ्या मंडळींनी तर हे समजून घेतलंच

पाहिजे की धर्म किंवा अध्यात्म या गोष्टी खेळकरपणानं अंगिकारायला हव्यात. त्यामध्ये हास्य असायला हवं. ते सहजपणानं घ्यायला हवं. तरच कोणत्याही दडपणाशिवाय फुलं फुलून येतील. परंतु तुम्ही काय करता? तर सगळ्या गोष्टी अवघड करून ठेवता. गंभीर करून ठेवता.

तू म्हणतोस, "जितका जास्त खोलवर मी जातो तितकं दडपण आणि नैराश्य वाढत जातं... काहीतरी चुकतंय असं वाटत जातं."

दडपण आणि नैराश्य येणारा हा, तू नाहीसच. कारण तुझ्या अंतरंगाला, अगदी गाभ्यातल्या आस्तित्वात दडपण... नैराश्य इ. गोष्टींशी ओळखच नाहीये... हे कुणाचं काम?तर ते मनाचं! तुझं मन हे मधे मधे येऊन या गोष्टींची ओळख करून देत असतं.

मधे मधे येऊन अडथळा आणणारं हे मनच आहे किंवा नाही याची कसोटी कोणती? तर आणखीन पाहिजे, आणखीन पाहिजे... हा हव्यास!... जीवनातल्या प्रत्येक क्षेत्रात मन या पद्धतीनंच काम करत असतं. पैसा मिळवत असाल तर आणखीन आणखीन मिळवत राह्यचं... समाधान नाही. सत्ता असेल... तर ती सुद्धा आणखीन आणखीन भोगायची, समाधान नाही... ध्यान धारणा करत असाल, अध्यात्मिक प्रगती करत असाल तर मन पुन्हा पुन्हा त्यातही आणखीन हव्यास धरतं.

'आणखीन पाहिजे, आणखीन पाहिजे' हा तर मनाचा मूलभूत दुर्गुण! आणि मन हे नेहेमी गंभीरपणाकडे झुकणार असते. त्यामुळे त्यापलीकडच्या जगातले, अलौकिक जगातले जे काही अनुभव येत असतील त्यामध्ये अडथळा आणण्याचं काम ते करत असतं.

ध्यानधारणेच्या मार्गात तू खोलवर जात आहेस तर त्याबद्दल खरं पाहता तुला खूप आनंद वाटला पाहिजे. परंतु होतं काय, की आपण स्वत:ला जरा जास्तच लायक समजत असतो. त्यामुळे आपल्याला जास्तीचं काही पाहिजे असतं. पाच मिनिटं ध्यानधारणेला बसतो म्हणजे आपण सृष्टीवर फार मोठे उपकार करतोय असं वाटायला लागतं...

कृपा करून गंभीर होऊ नका.

एकदा एक जपानी राजा एका रिझाई नावाच्या झेन साधुकडे गेला... हा साधु रानटी प्राण्यांच्या सहवासात आणि घनदाट झाडीमध्ये राहायचा. तिथं जाण्याचा फार मोठा धोका राजानं पत्करलेला होता. जाताना त्या झेन साधुला देण्यासाठी एक सुंदर लांब कफनी बरोबर घेतली होती. त्या कफनीला सुंदर सुंदर हिरेमाणकं लावलेली होती. त्या झेन साधुसाठी ही विशेष भेट म्हणून राजानं ती बरोबर घेतलेली होती.

सुरुवातीला साधूनं ती भेट स्वीकारली कारण नाहीतर राजाचा अपमान झाला

असता. परंतु राजा जेव्हा परत जायला निघाला... तेव्हा झेन साधु म्हणाला, "कृपा करून गैरसमज करून घेऊ नका. परंतु ही किमती कफनी तुम्ही परत घेऊन जा. कारण मी ही कफनी घातली तर माझ्या आजूबाजुचे प्राणी, पक्षी, झाडंझुडपं... सगळीजण माझ्याकडे पाहून हसतील. ही सारी मंडळी माझी चेष्टा करतील... आजुबाजूच्या पर्वतांचा, जंगलाचा तो एकमात्र विषय होईल. ते म्हणतील... बघा, बघा या झेन साधुनं काय वेडेपणा चालवलाय... बघा!"

इथे निसर्गात कुणावर कोणत्याही गोष्टीनं छाप पाडण्याचा प्रश्न उदभवत नाहीत कारण कोणताही कृत्रिम गोष्टींचं इथं कोणालाही आकर्षण नाही. म्हणूनच ते या गोष्टींनी भारावून जात नाहीत. इथं फक्त शुद्ध आणि सत्य गोष्टीच स्वीकारल्या जातात... म्हणून ही भेट तुम्ही परत घेऊन राजधानीला जा. तुम्ही वापरा. कारण तुमच्या जगात या गोष्टींना भुलणारे बरेच मूर्ख आहेत.

इथे या निसर्गामध्ये कोणीही कुठल्यातरी गोष्टींनी भुलून जात नाही. कारण कृत्रिम गोष्टींचा मोह पडण्याइतकं मूर्ख इथं कोणीही नाही. इथं फक्त शुद्धता स्वीकारली जाते. तेव्हा याचा इथं उपयोग नाही. ते परत घेऊन जा. जीवन हे खूप आनंदी आहे. ज्या क्षणी तुम्ही गंभीर होता त्या क्षणी तुम्ही जीवनाचे दरवाजे बंद करत असता. प्रकृतीनं तुम्हाला जे बहाल केलंय त्याबद्दल तिचे धन्यवाद मानले पाहिजेत... 'आणखीन पाहिजे' हे सोडून दिलं पाहिजे. कारण ती एक तक्रार आहे. –दुसऱ्या शब्दात सांगायचं म्हणजे तुम्हाला जणू काही म्हणायचं आहे "मी आतापर्यंत खूप प्रयत्न केले आहेत, त्या प्रयत्नामुळेच मला योग्य तेवढं समाधान मिळतंय, त्यामुळे माझी योग्यता ही कुणी बहाल केलेली नसून ती मला माझ्या प्रयत्नामुळे प्राप्त झालेली आहे."

सृष्टीबद्दल तक्रारीचा सूर काढू नका. तुम्हाला तो हक्कच नाही. जे काही मिळालंय त्यात धन्यता माना. तुम्ही बाळगत असलेली कृतज्ञता तुम्हाला आणखीन समाधान मिळवून देईल... आणि जे आणखीन मिळेल, त्याबद्दलही धन्यता माना. जे काही मिळालं आहे त्यासाठी आपण पूर्णपणे लायक नाही याची जाणीव ठेवून नम्रता स्वीकारा.... जे अलौकिक सुख प्रकृती तुमच्यावर उथळतेय ती केवळ तुमच्यावर दया समजा... तुमची लायकी आहे म्हणून ते तुम्हाला मिळतंय असं नाही.

तेव्हा पहिल्यांदा दडपण आणि नैराश्य घालवून टाका. या दोन गोष्टींमुळे ध्यानधारणेच्या प्रगतीमध्ये अडथळा येऊ शकेल. त्यामुळे होईल काय? तर ज्या मनामध्ये दडपण, निराशा, तक्रारी, दुःख यांची वस्ती असते त्या वस्तीत पुन्हा तुम्ही फेकले जाल.

दुसरं असं... माझ्या बोलण्याचा तू वेगळा अर्थ घेतला आहेस– 'दैवी अतृप्ती

किंवा दैवी असमाधान' असा शब्दप्रयोग मी जेव्हा करतो तेव्हा त्याचा अर्थ तू नेहेमीप्रमाणे घेतोस... बायको, मुलं, संपत्ती, नोकरीतला पगार, आपला साहेब, आईवडील... एकूण काय तर सर्वच बाबतीत आपण असमाधानी असतो... हा नेहेमीचा सूर माझ्या 'दैवी अतृप्ती' या शब्दप्रयोगाला तू लावतोस. ते चूक आहे. मी असमाधानाला जेव्हा दैवी (Divine) हा शब्द जोडतो त्यावेळी त्याला काही विशेष अर्थ असतो. 'दैवी असमाधान' हे काही तुझ्या सर्वसामान्य सांसारीक गोष्टींच्या समाधानापैकी नाहीये... दैवी असमाधान याचा अर्थ उत्कट अशी तहान, आत्म्यापासून केलेली प्रार्थना... शब्दांवाचून प्रार्थना ही म्हणजे 'आणखी पाहिजे' अशी तक्रार नाही. हव्यास नाही. ... ही आहे हृदयापासून केलेली इच्छा. "मी तुझ्या हातातलं खेळणं आहे. मला चांगला बनवणं, लायक बनवणं तुझ्या हातात आहे... तेव्हा मला 'असा' लायक बनव की तुझा आणखीन कृपाप्रसाद घेण्याइतका मी पात्र ठरेन."

आता फरक लक्षात घे... ही प्रार्थना म्हणजे मला तुझा 'आणखीन' कृपाप्रसाद लाभू दे असं थेटपणानं सांगणं नाहीये. तर "तू जो फुलांचा वर्षाव माझ्यावर करतोयस त्यासाठी मी मुळीच पात्र नाहीये तेव्हा तू पहिल्या प्रथम मला लायक बनव म्हणजे मग मी तो फुलांचा वर्षाव आनंदानं स्वीकारेन... अन्यथा त्या फुलांसाठी माझे कोणतेही प्रयत्न नाहीत."– असं सांगणं आहे.

म्हणूनच 'दैवी असमाधान' याला फार वेगळा अर्थ आहे. हे सामान्य असमाधान नाही. हे प्रकृतीला सांगणं आहे, सृष्टीची प्रार्थना करणं आहे... "तू मला भरपूर दिलं आहेस. एका बाजूनं मी त्याबद्दल कृतार्थ आहे, आणि दुसऱ्या बाजूनं मला अशा भावनेनं घेरलेलं आहे की या तुझ्या 'देण्या'साठी मी लायक नाही. माझं असमाधान हे माझ्या पात्रतेबद्दल आहे; तुझ्या देण्याबद्दल नाही! ते जर तुझ्या देण्याविषयी असतं तर ते सामान्य ठरलं असतं. हे समाधान जर तुझ्या योग्यतेविषयी असतं तर निराळा अर्थ निघाला असता.

तू म्हणालास, "माझा मित्र एकदा मला म्हणाला तुला जर असं वाटत असेल की आपल्याला त्याची प्राप्ती झाली आहे. तर तू खात्री बाळग की तुला ती झालेली नाही. तुझ्या मित्राला ती झालीय का? खरं म्हणजे त्या मित्राला तू विचारायला हवंस की तुझं काय? तू जर म्हणत असशील की होय मला प्राप्ती झाली आहे. तर ती तुलासुद्धा झालेली नाही. आणि तू जर म्हणत असशील की मला प्राप्ती झालेली नाही तर तुला हे विधान करण्याचा काहीही अधिकार नाही. म्हणूनच कोणा साक्षात्कारी व्यक्तिच्या विधानाचाच गंभीरपणे विचार कर. सामान्य मित्राचं विधान विचारात घेण्याचं कारण नाही. कारण त्या मित्रानं ते कुठेतरी पुस्तकात वाचलेलं असतं.

आता दुसऱ्या बाजूनं विचार करू... जर तुला स्वत:ला पूर्ण खात्री असेल की आपल्याला प्राप्ती झालेली नाही तरीही ''तू होय झाली आहे.'' असं म्हणतोस का? ज्यांना साक्षात्कार झालेला असतो ते कधीही सांगत सुटत नाहीत. किंवा काहीच बोलत नाहीत... मिळालेल्या अपरिमित आनंदाच्या अद्भुत अनुभवाबद्दल ते नुसते स्मितहास्य करतात. त्या अनुभवाबद्दल हो किंवा नाही असं काहीच बोलत नाहीत. तो सगळा अनुभव कोणत्याही आविष्कारांच्या पलीकडचा असतो... सकारात्मक, नकारात्मक दोन्ही उत्तरांच्या पलीकडचा असतो. तेव्हा तुम्ही कोणतंही उत्तर दिलंत... हो किंवा नाही. तरीही ते चुकीचंच असतं. त्या सगळ्यापलीकडे फक्त शांत राहणं हेच फक्त बरोबर असतं. शांतता धारण करणे किंवा हास्य एवढेच आविष्कार योग्य ते उत्तर देऊ शकतात. हे अविष्कार हो किंवा नाही याबद्दल काहीच सांगू शकत नाहीत परंतु त्यातली योग्य ती भावना बरोबर तुमच्यापर्यंत पोचवत असतात. तेजस्वी चेहरा, डोळ्यातले भाव, वागण्यातला डौल यातून सगळं सगळं खरं काय ते उमगतं. –तेव्हा लोक काही का म्हणेनात... तुम्ही 'शब्दांचा' वापर करू नका.

सांसारिक जीवनाच्या 'पलीकडच्या' जगात कोणताही शब्द हा निरर्थक असतो. त्यामुळे माझा तुला असा सल्ला आहे कोणत्याही तथाकथित ज्ञानी मित्राचं कोणतंही म्हणणे ऐकून घेऊ नकोस. विचारात घेऊ नकोस. कारण तुझा मित्र 'साक्षात्कारी मनुष्य' नव्हे. तो फक्त त्याला माहीत असलेल्या झेन साधुंची वचनं तुझ्या तोंडावर फेकत असतो इतकंच आणि ते तू मान्य करतोस.

त्यामुळे कोणाचंही मत मान्य करू नकोस. तुझ्या प्रगतीला ते बाधक आहे. तू तर म्हणतोच आहेस 'हसण्यामुळे माझ्या मनावरचं दडपण कमी होतं...' मग तसं का करीत नाहीस? तुला तर उत्तर समजलेलं आहे. ''हास्यामुळे ध्यानधारणेमधे मी अधिक खोलवर जातो... आणि माझ्यावरचं दडपण दूर होण्याला मदत होते. आणि एका दैवी अतृप्तीमुळे मी मलाच हसू लागतो...'' असं तू म्हणतोस... म्हणजे तुझी गरज तुला कळून आलेली आहे.

परंतु मित्रानं तुझ्या विचारात बाधा आणलेली दिसते. एक गोष्ट कायमची लक्षात ठेव ती म्हणजे 'उपदेश' ही गोष्ट अशी आहे की प्रत्येक जण तो दुसऱ्याला फुकट देत असतो. आणि कोणीही तो उपदेश कधीही मनावर घेत नसतो. शेवटी प्रत्येकजण स्वत:ला पाहिजे तसाच वागत असतो. संपूर्ण दिवस माणसं आपली दुसऱ्याला उपदेश करीत असतात. तो करीत असताना प्रत्येकाला चांगलं माहीत असतं की हा उपदेश मनावर घेतला जाणार नाही, एवढंच काय परंतु आपण स्वत:सुद्धा तो मनावर घेणार नाही तरीही माणसं ते काम अविरतपणे करत असतात आणि गोंधळ माजवतात.

तेव्हा कोणाचाही सल्ला टाळायला शिक. तू अत्यंत योग्य मार्गावर आहेस...

ध्यानधारणा करणारा आहेस. तेव्हा एका गोष्टीची जाणीव ठेव... जे काही मार्गात येईल त्याचा मोठ्या मनानं स्वीकार करणं. आपण लायक नसताना आपल्याला ही गोष्ट मिळालीय तेव्हा हसतमुख राहायला हवं हे तुला कळायला हवं. कारण सृष्टीला हास्य हे प्रिय आहे. तुला माहितेय की या सृष्टीमध्ये 'मानव' हा एकमात्र प्राणी असा आहे की जो हसू शकतो. हसणं ही माणसाची एकमात्र निराळी खूण सृष्टीनं दिलेली आहे की ज्यामुळे तुम्ही गाढव किंवा बैल नसून तुम्ही माणूस आहात हे सिद्ध होतं. हास्य हे मानवाच्या बाबतीत त्याच्या उत्क्रांतीचं लक्षण आहे–

निराश होणं किंवा दडपण येणं हे हास्यास्पद आहे. कारण तू जरी म्हणतोस तरीही ध्यानधारणेमध्ये तू अजून खोलवर गेलेलाच नाहीस... मग दडपण कसलं?... अशावेळी ज्या मित्राला काहीही माहिती नाही त्याचा सल्ला मानणं हे म्हणजे आणखी हास्यास्पद आहे. आणि त्याचा सल्ला हीच तर तुझ्यासाठी मोठी अडचण बनून गेली आहे.

कुणाचाही सल्ला तुला उपयोगी पडणार नाही. तुलाच तुझा मार्ग काढायला हवा. आणि स्वत:लाच हसायला शिकायला हवं! दुसऱ्याला हसणं फार सोपं आहे... कारण त्यामुळे तुमचा अहंकार सुखावला जात असतो. परंतु स्वत:लाच हसणं म्हणजे मोठं कर्तृत्व आहे. कारण स्वत:ला हसणं म्हणजेच नम्र असणं. निगर्वी असणं–

एकदा अटलांटिक महासागर पार करताना, मध्यावर विमानाच्या कॅप्टननं जाहीर केलं, माझ्या प्रिय बांधवांनो एकूण चार इंजिनांपैकी एक इंजिन बंद पडलेलं आहे तसा धोका काहीच नाही. परंतु न्युयॉर्कला पोचायला एक तास उशीर होईल.

पाच मिनिटांनी पुन्हा त्याने जाहीर केलं की आता दुसरं इंजिन बंद पडलेलं असून न्यूयॉर्कला पोचायला आता दोन तास उशीर होईल.. पण धोका काहीच नाही.

पुन्हा पाच मिनिटांनी असं जाहीर करण्यात आलं की आता तिसरं इंजिन बंद पडलंय... जीवाला धोका काही नाही... परतुं आता न्यूयॉर्कला पोचण्यासाठी तीन तास उशीर होईल.

हे सारं ऐकल्यानंतर विमानातून प्रवास करणारे पोलॅक पोप दुसऱ्या सहप्रवाशाला म्हणाले... आता चौथं इंजिन जर का बंद पडलं तर आपण कायमचेच वरती आकाशात तरंगत राहू बहुदा :

फक्त हसा! जगामध्ये मंडळी इतकं काही गंभीरपणे वागतात, बोलतात की हसायला येतं. खूप प्रयत्नपूर्वक आणि खूप दडपण घेऊन माणसं गोष्टींना गंभीर स्वरूप देत असतात. अन्यथा कोणतीही गोष्ट गंभीर नसते. जर का ध्यानधारणेत सावकाशपणे तू खोलवर प्रवास करतोयस. तर मग घाई कशाला? मस्तपैकी मजेनं जमेल तितके दिवस त्याची चव घे... त्याचा आस्वाद घे. आणि जितका आनंद

घेशील, जितका आस्वाद घेशील तितकं तुला मिळत जाईल...

माझ्या बोलण्याचा कुठेही गैरसमज करून घेऊ नको. सगळे जण बोलतात तेच शब्द मी वापरतो. फक्त त्या शब्दांना निराळा रंग द्यायचा माझा प्रयत्न असतो. त्यामुळेच मी या गोष्टीला 'ईश्वरी' असमाधान म्हणतो, 'ईश्वरी' असमाधान यामधलं 'ईश्वरी' शब्दाबद्दल खरं म्हणजे तू आग्रही असायला हवं; परंतु तू 'ईश्वरी' शब्दाकडे दुर्लक्ष केलंस आणि जुन्या सवयीप्रमाणे अमाधानाचा अर्थ 'सांसरिक हव्यास' असा घेतलास...

म्हणूनच ज्या ज्या वेळी माझ्या बोलण्याचा तू अर्थ लावत असशील त्या प्रत्येकवेळी तो काळजीपूर्वक विचारात घे. कोणत्या शब्दाला विशेष महत्त्व द्यायचं हे लक्षात घे. मी ईश्वरी शब्द किंवा दैवी हा शब्द का जोडला असेल? नुसतं असमाधान का म्हटलं नाही?... कारण त्या असमाधानाची गुणवत्ता मला बदलायची होती.... त्याला निराळं परिमाण मला द्यायचं होतं... आणि हेच तू विसरलास... त्यामुळेच चाललेल्या गोष्टी बरोबर चाललेल्या नाहीत असं तुला वाटलं आणि मग तुझ्या मनावर दडपण यायला सुरुवात झाली. ही संपूर्ण सृष्टी अगदी सहजपणे, मजेत आपलं कार्य करीत असते. हा जो तुमचा 'मन' नावाचा प्रकार असतो ना तो सगळे अडथळे निर्माण करत असतो. तेव्हा ते 'मन' जरा बाजूला ठेवायला शिक... ''हा तुझा प्रांत नाही... ध्यानधारणेमधे तुझं काही काम नाही... तेव्हा बाहेर जा... बाजूला तुझे खेळ कर... मला गरज वाटेल तेव्हा मी तुला बोलवीन.'' असं निक्षून त्या 'मना'ला सांग. तू म्हणजे 'मन' नाहीस... मनाचे कारभार वेगळे असतात. ते वेगळं काढता येतं... आणि मनाला जर दडपण येत असेल, नैराश्य येत असेल तर ध्यानधारणेच्या दृष्टीनं ते फारच अडचणीचं आहे. कारण ध्यानधारणेला मन घाबरत असतं. ध्यानधारणा म्हणजे मनाचा मृत्यू असतो. ज्यादिवशी तुमची ध्यानधारणेतली प्रगती शेवटचा टप्पा गाठते त्या क्षणापासून मनाची गरज संपते. त्यामुळे त्यापूर्वीच्या काळात सर्वप्रकारचे अडथळे निर्माण करण्याचे प्रयत्न मन करत असतं. कारण आता 'मनाच्या' जीवनमरणाचा प्रश्न निर्माण झालेला असतो–

तुला मनाचा गुलाम होऊन राहायचं नसेल आणि तुझ्या स्वतंत्र आस्तित्वाचा आग्रह धरत असशील तरच प्रगती शक्य आहे. अन्यथा मित्रानं दिलेला सल्ला कोणताही विचार न करता आंधळेपणानं जसा स्वीकारलास तसं पुढे करू नको. आजुबाजूच्या प्रत्येकाकडून तुमच्या मनाचं लहानपणापासून पोषण केलं जातं. नंतर तुम्ही विद्यापीठात जाता... एक तृतीयांश आयुष्य असंच दुसऱ्यानं बनवलेल्या मनोधारणा सांभाळत निघून जातं. समाज तुमच्या या पक्क्या झालेल्या मनोधारणेचा अगदी सूक्ष्म भागसुद्धा स्वत:साठी वापरायला लागतो. आणि मग यातून बाहेर पडणं अशक्य होऊन बसतं.

सोल्झेनिकन... रशियाचा वादग्रस्त नोबेल पारितोषिक विजेता! तो सध्या अमेरिकेत वास्तव्य करतो. त्यानं असं विधान केलंय की अमेरिकेमध्ये जे काही केलं जातंय ते रशियापेक्षा काही निराळं नाहीये. फरक असलाच तर तो इतकाच आहे की अमेरिकेमध्ये आधुनिक पद्धतीनं अर्थ काढले जातात आणि रशियामध्ये प्राचीन पद्धतीनं काढले जातात. रशियामध्ये जनतेची छळवणूक करणे, त्रास देणे, त्यांना सतत भीतीच्या छायेखाली ठेवणे या पुरातन पद्धतीनं माणसांची मनं आणि मतं पक्की केली जातात... की ज्यामुळे सरकारला जे पाहिजे तसाच विचार मंडळी करतात. दुसरा कोणताही विचार करत नाहीत. अमेरिकेमध्ये आधुनिक पद्धतीनं पण निश्चितच त्यांना पाहिजे तशा मनोधारणा निश्चित बनवल्या जातात. उदाहरणार्थ... शिक्षणपद्धती. तिथं चार्ल्स डार्विनच्या सर्व पुस्तकांवर बंदी आहे. उत्क्रांतीसंबंधीचं शिक्षण कोणत्याही विद्यापीठात शिकवलं जात नाही. कारण उत्क्रांतीचा सिद्धांत हा बायबलच्या तसंच निर्मितीच्या सिद्धांताच्या विरोधी आहे. हा म्हणजे धर्माला शिक्षणात आणण्याचा आधुनिक मार्ग झाला. आणि हे विशिष्ठपणे कोणीच सिद्ध करू शकत नाही किंवा त्याबद्दल बोट दाखवू शकत नाही कारण 'धर्माचा' थेट उल्लेख कुठेच नाही... चार्लस डार्विनला का म्हणून नाकारायचं?... परंतु अमेरिकेमधे तसं केलं केलंय... शाळांतून, कॉलेजमधून निरनिराळ्या अभ्यासक्रमामधून त्याचा उल्लेख काढलेला आहे. कारण बायबलमध्ये नमूद केल्याप्रमाणे जगाची 'निर्मिती' विशिष्ठ कुणीतरी केलेली आहे. त्यामुळे उत्क्रांतीला तिथं स्थानच नाही... माशापासून मानवापर्यंत मानवप्राणी उत्क्रांत होत गेला हे त्यांना मान्यच नाही. देवानं माशांची निर्मिती केली, माकडाची निर्मिती केली, माणसाची केली. सर्व कांही देवानं निर्माण केलं... सगळं जग हे 'निर्माण' केलं गेलंय... हे बायबलचं तत्त्वज्ञान असल्यामुळे उत्क्रांतीचा विषय वाचनातसुद्धा येऊ नये इतकी काळजी तिथे घेतली गेलीय. मध्यंतरी अमेरिकन सुप्रीम कोर्टानं असा कायदा केला की जर एखादा माणूस दिवाळखोर ठरला, त्यानं दिवाळं जाहीर केलं तर लिलाव करताना त्याच्या जीवनावश्यक वस्तूंचा लिलाव करू नये. उदा. त्याचा बिछाना, स्वैपाकघरातल्या वस्तू, खुर्च्या, कपडे इ. आता त्या आवश्यक गोष्टीमध्ये त्यांनी टेलिव्हिजनचाही समावेश केलेला आहे. कारण अमेरिकेमधे दिवसातले सरासरी पाच ते सात तास टेलिव्हिजन पाहिला जातो.

त्यामुळे अर्थातच त्याची गणना जीवनावश्यक वस्तुंमध्ये झालेली आहे. जवळजवळ दिवसातला एक तृतीयांश भाग हा टेलीव्हिजन पाहण्यात घालवला जातो. आणि टी.व्ही. तरी काय दाखवणार? त्याच त्याच जाहिराती, सरकारला जे पाहिजे तेच तत्त्वज्ञान, तोच प्रचार! दिवसातले आठ तास याप्रमाणे वर्षानुवर्ष टी.व्ही. पाहणे म्हणजेच विशिष्ठ साच्यामध्ये मनोधारणा पक्क्या करणे!... त्या कल्पना रोजच्या

रोज मन:पटलावर कोरल्या जाणे.

सोल्झेनिकच्या म्हणण्याप्रमाणे अमेरिकेत टेलीव्हिजनद्वारे जे केलं जातंय तेच कार्य रशियामध्ये पुरातन पद्धतीनं केलं जात आहे. पण तो म्हणतो... कधीतरी क्रांती निश्चितच होईल. कारण सहनशक्तिला कुठेतरी मर्यादा असतात. परंतु अमेरिकेमधे याविरूद्ध क्रांती होण्याला काहीच मार्ग नाही. इतक्या सभ्य आणि सुशिक्षित मार्गानं तुम्ही माणसांच्या मनोधारणा बनवत असाल तर तिथं क्रांती कशी होणार?

ॲडॉल्फ हिटलर म्हणत असे की जगात काहीही खरं नाही तसं खोटंपण नाही. त्याच्या म्हणण्याप्रमाणे वारंवार सांगितलं जाणारं खोटं म्हणजेच सत्य! त्यानं ते स्वत:च्या प्रयोगांनी सिद्धही केलं. संपूर्णपणे असत्य गोष्टी... की ज्या सगळेजण पाहू शकत होते. त्या सगळ्या गोष्टी त्यानं सगळ्या जगाला सत्य म्हणून स्वीकारायला लावल्या... उदाहरणार्थ पहिल्या महायुद्धात जर्मनीचा पराभव केवळ ज्युंच्यामुळेच झाला हे वाक्य सातत्यानं रेडिओवरून, वर्तमानपत्रांतून, मासिकांमधून पुन्हा पुन्हा... लोकांसमोर सांगितलं जायचं... कोणतंही कारण सांगितलं जात नसे...

त्याच्या मोठमोठ्या सभामध्ये तो पुन्हा पुन्हा या वाक्यांचा उच्चार करायचा "आपण 'ज्यूं'पासून मुक्त झालो तर जर्मनी पुन्हा जगावर राज्य करू शकेल. हे 'ज्यू' म्हणजेच आपली मोठी अडचण आहे. जर्मन राष्ट्र कधीही वर येऊ नये म्हणून अतिशय सूक्ष्मपणे हे लोक घातपाती कारवाया करत आहेत. कारण ते स्वत:ला देवाचे पुत्र समजतात; त्यामुळे त्यांना जगावर राज्य करायचंय... त्यामुळे दुसऱ्या कोणालाही ते पुढे येऊ देणार नाहीत."

अशा पद्धतीच्या प्रचारानं त्यानं संपूर्ण जर्मनीमध्ये 'ज्यू द्वेषाचं' बी पेरलं आणि त्यांचा नाश झालाच पाहिजे ही कल्पना पुढे आणली. साठ लाख ज्यूंना त्यानं मारून टाकलं. केवळ एका माणसानं एवढ्या माणसांची कत्तल केलेली जगाच्या इतिहासात कधीही नोंद नाही. तेसुद्धा संपूर्ण राष्ट्राच्या परवानगीनं! असत्य गोष्ट वारंवार सांगितली गेली की ती खरी म्हणून मनावर बिंबवली जाते हे त्यानं सिद्ध करून दाखवलं...

ध्यानधारणा करणारानं अशा तऱ्हेनं मित्रांकरवी, शिक्षकांकरवी, प्रवचनकारांकरवी सांगितल्या जाणाऱ्या खोट्या गोष्टी मनावर बिंबवून घेता कामा नये. त्यानं अतिशय सावध असलं पाहिजे कारण समोरचा प्रत्येक माणूस तुमच्या मनावर काही ना काही तरी बिंबवण्याचा प्रयत्न करतच असतो... आणि तुम्हाला त्याचा गुलाम बनवत राहतो...

म्हणूनच कुठलेही विशिष्ठ मताचे संस्कार न झालेलं मनच क्रांती करू शकतं. ते त्याच्या स्वत:च्या विचाराप्रमाणे काम करतं... दुसऱ्यांनी बनवलेल्या मतानं नव्हे. स्वत:च्या प्रकाशात त्याची वाटचाल चालू असते. म्हणूनच भोळसट राहू नका.

कुणीतरी काहीतरी म्हणणार आणि तुम्ही ते लगेच पकडणार... असं होता कामा नये. त्याची तुमच्या मनाला सवय पडून जाईल. आणि 'मन' ही अशी गोष्ट आहे की पुरातन गोष्टी ते जमा करीत असतं. –कुजकी नासकी गोष्ट दिसली रे दिसली की मन ती जमा करतं, एखाद्या दफन भूमीप्रमाणे सगळ्या मृत झालेल्या गोष्टी... मग त्या धर्माबद्दलच्या असोत, तत्त्वज्ञानाच्या असोत किंवा कुठल्या विचारांबद्दलच्या असोत... त्या तिथं जमा केल्या जातात... तेच तुमच्या मनाचं अवघं विश्व असतं... निरूपयोगी गोष्टींचा साठा करण्याचं ठिकाण!... जीवन हे सतत वाहातं असतं, बदलणारं असतं आणि तुम्ही अशा गोष्टींशी चिकटून राहिलेले असता की ज्या गोष्टी त्या पुरातन काळात कदाचित महत्त्वाच्या असतील, त्या काळानुसार त्यांचा उपयोग असेलही परंतु आता त्या निव्वळ निरूपयोगी आहेत...

म्हणूनच मी म्हणतो सगळे विचार आता कालबाह्य झालेले आहेत. याक्षणी फक्त ध्यानधारणा हीच एक गोष्ट ताजीतवानी आहे, जिवंत आहे.

ध्यानधारणेच्या मार्गावरून प्रवास करणं म्हणजे खरं जीवन जगणं आहे. जीवनाचा आनंद, हास्य, संगीत उपभोगणं आहे.

□

प्रिय ओशो,

जागरूकतेचा उगम कुठे आहे?

प्रेम कोमल...

जागरूकता हीच मूळात सगळ्याचा उगम आहे. जागरूकता हेच साऱ्या सृष्टीचं मूळ आहे; पण जागरूकतेला स्वत:ला उगम नाही. जागरूकता हे ईश्वराचं दुसरं नाव... काल्पनिक नावापेक्षा जास्त शास्त्रीय नाव!...

ईश्वराचा उगम कुठे आहे असं तुम्ही कधीच विचारत नाही. कारण तुम्हाला माहितेय की हा प्रश्न विचारला तर त्यासाठी असंख्य प्रश्न मागे जावं लागेल. ईश्वर म्हणजे प्रकृतीचं मूळ! परंतु ईश्वराचं मूळ कुठे आहे ते तुम्ही नाही विचारू शकत. कारण असं विचारणाऱ्या माणसांची 'नास्तिक' म्हणून गणना करून त्यांना धिक्कारलं जातं... त्यांचा प्रश्न हा मूर्खाप्रमाणे प्रश्न वाटतो... परंतु तो प्रश्न मूर्खासारखा नसतो; तर ते तुमच्या देवालाच मुळी हास्यास्पद बनवतात.

धर्माचं म्हणणं असं की कोणीतरी निर्माता सृष्टीच्या निर्मितीमागे आहे. कारण निर्मात्याशिवाय कोणतीही गोष्ट नाही. शतकानुशतकं सगळ्या धर्मांचं हेच म्हणणं आहे; परंतु नंतर कोणत्याही बुद्धिमान माणसाला प्रश्न पडतो, की ज्या अर्थी सर्व गोष्टींना कोणीतरी निर्माता लागतो तर मग ईश्वरालासुद्धा कोणीतरी निर्माता असणारच नाही का?... अर्थातच या प्रश्नांना मग अंतच उरणार नाही. आणि तुम्ही विचार करकरून थकून जाता.

गौतमबुद्धांनी मात्र याबाबतीत अतिशय स्वच्छ, स्पष्ट विचार मांडले आहेत.

त्यांच्या म्हणण्याप्रमाणे या सगळ्या गोष्टींमध्ये देवाला आणणं हेच मूळी मूर्खपणाचं आहे. सृष्टी ही पहिल्यापासून अस्तित्वात आहेच. तिला कोणीही निर्माण केली नाही अथवा नष्ट केली नाही. अर्थात याचा अर्थ असा नाही की गौतमबुद्ध नास्तिक होते म्हणून त्यांचे विचार जास्त करून वैज्ञानिक आधारावर असे होते. काल्पनिकता त्यात कोणतीही नव्हती...

त्याचं म्हणणं असं की प्रकृतीमध्ये जागरूकता असतेच. एवढंच काय परंतु जागरूकतेनंच सृष्टी बनलेली असते. त्यामुळे जागरूकता ही विश्वामध्ये पहिल्यापासून आहेच... आताही आहे आणि पुढेही असणार आहे... काही वेळा ती निद्रिस्त असू शकेल, काही वेळा तिला जागी करता येऊ शकेल. परंतु जाणीव ही सगळीकडे सारखीच!

जेव्हा ती निद्रिस्त असते तेव्हा तुम्ही आंधळेपणानं कार्य करत असता. आणि जेव्हा ती जागृत होते तेव्हा तुम्ही साक्षात्कारी बनता. परंतु त्याचा उगम, असा कुठे दाखवता येत नाही. जागरूकता ही स्वतःच तर सृष्टीचा पाया आहे. तिच्याइतकं गहन, सखोल असं दुसरं काही नाही. तिच्यापलीकडे तुम्ही जाऊ शकत नाही.

एका इंग्लीश दांपत्याला आपल्याला जुळी मुलं व्हायला हवी असं वाटत होतं. शिवाय ती दोन्ही मुलं अगदी नम्र आणि सभ्य अशी असावीत असी त्या दांपत्याची इच्छा होती–

डॉक्टरांकडे जाऊन नवऱ्याचे दोन स्पर्म्स काढून बायकोच्या गर्भाशयात सोडले. नऊ महिन्यानंतर पत्नी वाट पाहत होती परंतु मुलांचा जन्म झाला नाही. दहा महिने गेले, वर्ष गेलं, आणखी काही वर्ष गेली पन्नास वर्षानंतर तिचा नवराही मरण पावला. परंतु ती काही बाळंत झाली नाही. ती स्वतः सत्तर वर्षाची झाल्यानंतर तिला वाटलं की आता मात्र ऑपरेशन करून बाळंत व्हायला पाहिजे... नाहीतर आपलाही मृत्यू होण्याची शक्यता आता आहे. दवाखान्यात गेली. डॉक्टरांनी टेबलावर घेतलं... पोट उघडं केलं आणि आश्चर्यानं बघतच बसले. आतमध्ये दोन इंग्लीश सभ्य म्हातारे एकमेकाला म्हणत होते.

"After you, I insist, No, No. After you I insist."

एक लक्षात ठेवा... इतका बुद्धिमान प्रश्न निकालात निघण्याची बराच काळ वाट पाहत राहू नका... कारण ते कधीच निकालात निघत नसतात.

या सगळ्याचा उगम कुठे आहे हे जाणून घेण्याची तुला इच्छा असेल तर ध्यानधारणेच्या मार्गात आणखीन खोलवर उतर मग बघ तुला जाणवेल की ध्यानधारणेइतकं सखोल काही नाही. प्रत्येक गोष्टीचाच उगम जागरूकतेमध्ये आहे– एवढंच काय, पण प्रखर जागरूकतेमुळे भौतिक वस्तुसुद्धा विरघळू शकतात. अगदी झोपेमध्येसुद्धा किंवा कोमामध्येसुद्धा...

जागृतीच्यासुद्धा पायऱ्या आहेत... माणूस हा एकमेव प्राणी असा आहे की त्याच्या बेसावधपणाला जागृतीचा थोडा जरी स्पर्श झाला तरी त्याची उन्नती होऊ शकते; तो जागृत होऊ शकतो. अगदी थोडा स्पर्श आवश्यक असतो!... हा थोडासा स्पर्श तुम्ही योग्य रीतीनं वापरलात तर तुम्हाला जागृतावस्था यायला वेळ लागत नाही.

आता तुमच्याजवळ असलेली जागरूकता ही फक्त संपूर्ण... जागृतीचा एक दशांश भाग आहे. बाकीची पोकळी पूर्णपणे भरून जाऊन ज्यावेळी तुम्ही पूर्ण जागृत व्हाल तेव्हा तुमच्या लक्षात येईल... आपल्या मनातल्या सगळ्या शंका नाहीशा झाल्या आहेत म्हणून! कारण आता शंकाविरहित अवस्था तुम्हाला प्राप्त झालेली आहे... त्याचवेळी कळून येईल की सर्व गोष्टीचा उगम इथेच आहे. मोठमोठ्या गुन्हेगारांजवळसुद्धा थोडीशी जागरूकता असते. परंतु ते त्याचा विकास करीत नाहीत. उलट या जागरूकतेचा उपयोग ते वेगळ्या कारणासाठी करत राहतात.

ज्या दिवशी तुम्ही संन्यासधर्म स्वीकारलात... त्यादिवशी एक विशिष्ट उडी तुम्ही घेतली आहे... "आत्तापासून 'जागरूकता' मालक असेल आणि 'बेसावधपणा' हा नोकर असेल. यापुढे माझ्या जागरूकतेमध्ये माझा बेसावधपणा इतकाही झिरपू देणार नाही... माझी जागरूकता अंशभर का असेना ती मी इतकी लक्षपूर्वक वापरेन की हळूहळू ती प्रखर होईल, जास्त निखळ, आणि पारदर्शी बनेल. आणि माझ्या इतर बेसावध भागांना ती प्रेरणा देऊ शकेल."

हे केव्हा शक्य होईल... तर 'जागरूकता' ही प्रधान बनली तरच... मालकानं नोकराच्या हातात हात घालून वावरण्यासारखं जागरूकता आणि बेसावधपणा बरोबर वावरले पाहिजेत. आणि हळूहळू नोकर (बेसावधपणा) गळून पडले पाहिजेत.

मंडळी नेहेमी जागरूकतेचा वापर फारच क्वचित वेळा करतात. दिवसाचे चोवीस तास त्यांच्या जीवनाचा तो भाग बनलेला नसतो. कमीत कमी तसे प्रयत्न तरी करायला हवेत. हळूहळू जागरूकता ही बेसावध अशा थरातून झिरपू लागेल– ही केवळ कविकल्पना किंवा नुसतं तत्त्वज्ञान नाही... कारण असे हजारो लोक आत्तापर्यंत या मार्गानं जागृत झालेले आहेत... ध्यानधारणेतल्या अत्युच्च पायरीवर पोहोचलेले आहेत.

अशा मंडळींनी एकमुखानं मान्य केलेलं आहे की जागरूकता हाच सृष्टीचा महत्त्वाचा गाभा आहे... तो वेगवेगळ्या प्रकारात असेल, निरनिराळ्या रूपात असेल... पण ती जागरूकताच आहे हे निश्चित.

म्हणूनच 'जागरूकतेचा उगम कोणता' हा प्रश्न म्हणजे केवळ एक बुद्धिनिष्ठ प्रश्न आहे. तो जीवनविषयक, प्राकृतिक प्रश्न नाही. तो तसा असता तर तुम्ही पूर्ण जागरूक असल्याचं ते लक्षण ठरलं असतं आणि मग तुम्ही प्रश्नच विचारला नसता.

■

प्रकरण ७

जीवनाचा आनंद घ्या कारण त्यात खरोखर अपार आनंद भरलेला आहे. एखाद्या लहान मुलासारखा मोकळ्या मनानं वावर ठेवा... त्यात कोणतेही प्रश्न नसतील तशीच उत्तरंही नसतील... ज्ञानाविषयी फिकीर करू नका... मी वचन देतो की 'शहाणपणा' तुमच्यापाशी चालत येईल.

प्रकृतीशी खराखुरा सामना

प्रिय ओशो,

सध्या माझ्या मनात संघर्ष चालू आहे. एका बाजूला मी इतरांबरोबर पुरेशा स्पष्टपणानं आणि हुशारीनं व्यवहार करतो. आणि दुसऱ्या बाजूनं अत्यंत भावनाशील निसंदिग्ध, धूसर आणि बेसावधपणे अशी वागणूक होते.... परंतु तीच माझी वागणूक मला खरी वाटते... मी माझ्या मनाशी खूणगाठ बांधतो की पूर्ण सत्यानं वागायचं. आणि नंतर मी गोंधळात पडतो. ध्यानधारणेमुळे पटकन माझं दडपण निघून जातं... परंतु मुळातून मार्ग सापडत नाही. असं आहे का... की स्पष्ट दिसणाऱ्या गोष्टी मला नकोच आहेत?

प्रेमतरंगा...

तुला ज्या अडचणींशी सामना करावा लागतोय तो जवळजवळ प्रत्येकाला करावा लागतो– कारण माणूस जन्माला येताना इतर प्राण्यांसारखा पूर्ण विकसित स्वरूपात येत नाही. कुत्रा हा पूर्ण विकसित असतो कोणतीही नवी गोष्ट त्याच्या संपूर्ण आयुष्यात कधीही भर टाकत नाही. त्याचं मूळ व्यक्तिमत्त्व जसं असतं तसंच राहतं. सिंह हा सिंहच राहतो... तो जगतो सिंह म्हणून मरतोही सिंह म्हणून.

फक्त मनुष्यप्राणी हा अनेक शक्यता घेऊन जन्माला येतो. त्याच्या व्यक्तिमत्त्वाला विविध कंगोरे निर्माण होऊन... खूप निरनिराळ्या स्तरावर त्याचा विकास होत असतो. त्याच्या व्यक्तिमत्त्वाचे सारे दरवाजे उघडे असतात... त्याच्याकडे जबरदस्त गुणवत्ता असते. अर्थात ती निसंदिग्ध असते... माणूस या प्राण्याला पूर्णत्व नाही. मनुष्यासारख्या सृष्टीतील उच्च दर्जाच्या प्राणीमात्राला पूर्णत्व नसणं... तो अपूर्ण असणं ही खरं पाहाता गोंधळात टाकणारी परिस्थिती आहे. –परंतु ही गोष्ट एका अर्थानं विशेष आहे. कारण अगदी प्राथमिक अवस्थेमध्ये जन्माला येऊन नंतर वाढ होताना क्रांतीकारी परिवर्तन होण्यासाठी निसर्गानं त्याला पूर्णपणे स्वातंत्र्य बहाल केलेलं आहे. अगदी गाभ्यामध्ये ज्या गोष्टीसाठी उत्कट इच्छा असेल, त्याप्रमाणे तो आपला विकास करू शकतो...

अर्थात यामध्ये अडचणीही येतात.

कारण आपल्या प्रारब्धात पुढे काय आहे याविषयी तो अज्ञानी असतो. स्तव:चं भविष्य तो सांगू शकत नाही. त्याचा सगळा प्रवास अज्ञातात चाललेला असतो... चांगलं ते मिळवावं या आशेनं तो जीवन जगत असतो परंतु खात्री कोणतीच देता येत नाही. त्यामुळे मनात सतत भीती! हे करावं का करू नये!... तुमचं ध्येय तुम्ही गाठू शकाल? का मृत्यूला सामोरे जाल?... तुम्ही चालत असलेला मार्ग योग्य आहे का नाही? अशा अनेक प्रश्नांच्या जंजाळात मार्गक्रमणा करावी लागते. तुम्ही कोणत्याच गोष्टीची खात्री देऊ शकत नाही. यामुळे अनेक अडचणींशी सामना करावा लागतो... मंडळी दुसऱ्याचं अनुकरण करायला लागतात. कारण तो मार्ग सोपा असतो. प्रत्येकजण एका विशिष्ट मार्गावरून चालत असतो आणि 'जमाव हा महामार्गावरून चालत असतो.' जमावाबरोबर राहणं माणूस जास्त पसंत करतो कारण त्यामुळे एकटं असणं टाळता येतं– आणि मनामध्ये एकप्रकारची अशी भावना असते की एवढे सगळे लोक चुकीच्या मार्गावरून जाणार नाहीत... एखादा चूक करू शकतो पण एवढे लोक कशी काय चूक करतील... या भावनेनं माणूस हजारोंच्या गर्दीत सामील होत असतो... परंतु ही भावना फार विचित्र आहे. कारण उलटपक्षी गर्दी ही नेहमीच चुकीचं वागत असते. कारण त्यातल्या प्रत्येक मनुष्याचं स्वतंत्र व्यक्तित्व आणि स्वतंत्र भविष्य असतं. गर्दीला असं कोणतंच प्रारब्ध नसतं. म्हणूनच ज्या ज्या वेळी तुम्ही गर्दीबरोबर मार्ग चालत असता त्या वेळी तुम्ही आत्महत्येच्या मार्गानं चालत असता.

ज्याक्षणी तुम्ही ख्रिश्चन म्हणून जन्माला येता, हिंदू म्हणून जन्माला येता, मुसलमान म्हणून जन्माला येता त्या क्षणापासून तुमचं स्वत्व संपुष्टात येत असतं. तुमच्या अस्तित्वाचा स्वतंत्र मार्ग संपलेला असतो. आता कोणत्याही आशेला जागा उरलेली नसते. आता जास्तीत जास्त तुम्ही एक सुंदर नक्कल म्हणून जीवन जगता... तुमचं मूळ स्वरूप म्हणून, तुमचं अस्तित्व केव्हाच संपतं– आणि अस्सलपणा नसेल तर समाधान मिळत नाही, सुख लाभत नाही, आनंद नाही, साफल्य नाही. जीवनाचा उत्साह वाटत नाही, अर्थपूर्णता नाही. काहीच नाही. उलट नैराश्य, चिंता, कंटाळवाणेपणा– अर्थशून्यता, घुसमटलेपण यांनी आपण ग्रासून जातो.

अर्थात लाखो लोकांच्या बाबतीत हेच घडत असतं कारण त्याचं मन म्हणजे साध्या गणितासारखं असतं. त्यामुळेच गर्दीमध्ये हजारोंच्याबरोबर सामील होण्यापेक्षा स्वत:चा स्वतंत्र एक मार्ग निवडा. अर्थातच फारच थोड्या मंडळींना हे जमलेलं आहे. ज्यांचा स्वत:च्या बुद्धिमत्तेवर विश्वास आहे, ज्यांचा जीवनावर विश्वास आहे, प्रकृतीवर विश्वास आहे, तेच लोक सखोल विश्वासाच्या आधारावर आपला स्वत:चा मार्ग निवडू शकतात, आणि त्यावरून मार्गक्रमणा करतात.

स्वत:च्या बुद्धिमत्तेवर जितका तुम्ही भरवसा ठेवाल तितकी ती आणखीन बहरून येईल. समुहामध्ये, गर्दीमध्ये बुद्धिमत्तेचा काहीही उपयोग नाही. उलटपक्षी गर्दीमध्ये बुद्धिमत्ता असणं हे धोकादायकच आहे. कारण गर्दीला बुद्धिमान लोक कधीच नको असतात. गर्दीला फक्त आंधळा विश्वास ठेवणारी मंडळी हवी असतात, गर्दीशी प्रामाणिक राहणारी मंडळी हवी असतात. सत्तेला, देशाला, स्पर्धेला प्रामाणिक असलेली मंडळी हवी असतात. स्वत:शी प्रामाणिक असणं नको असतं. हा सगळा प्रामाणिकपणा म्हणजे दुसरं तिसरं काही नसून गुलामीची ती सुंदर नावं आहेत. आणि गुलाम असलेला मनुष्य स्वत:चं भविष्य कधीच घडवू शकत नाही. हे तर त्रिकालाबाधित सत्य... तुम्हाला स्वतंत्रपणे जगायचंय का? तर मग तुमचं पहिलं पाऊल स्वातंत्र्याच्या वातावरणात पडलं पाहिजे, शेवटचं पाऊलसुद्धा स्वातंत्र्यात पडलं पाहिजे. आणि पहिलं पाऊल स्वातंत्र्यात असेल तरच शेवटचं पाऊल स्वातंत्र्यात पडू शकेल. परंतु तुमचं पहिलं पाऊलच जर का गुलामीत असेल तर शेवटचं पाऊल फक्त गुलामीतच असणार हे उघड आहे.

'सध्या माझ्या मनात संघर्ष चालू आहे.' असं तू म्हणतोस. कुठला संघर्ष?... हा संघर्ष आदर्शामधला संघर्ष आहे, नीतिमत्तेमधला संघर्ष आहे. हा मार्ग स्वीकारावा का तो मार्ग धरावा. हे करावं का ते करावं! संघर्ष याचा अर्थ कोणतीतरी गोष्ट तुला 'निवडायची' आहे. आणि जोपर्यंत तुझं 'निवड करणं' संपत नाही तोपर्यंत तुझ्या मनातला संघर्ष तसाच राहणार. निवड न करता जागरूक राहणे याविषयी मी तुला काही मार्ग शिकवतो... निवड करणं सोडून दे... बघ संघर्ष संपतो का नाही! उस्फूर्तपणे जगायला प्रारंभ कर भविष्याबद्दल फार विचार करू नको... असं वागण्यानंच नैराश्य येणार नाही, अपयशाचं दु:ख होणार नाही. या सर्व भावना केव्हा येतात? तर तू काहीतरी विशिष्ट गोष्टींचा आग्रह धरून ठरवतोस की जी गोष्ट तुझ्या कधीच हातात नसते. कारण भविष्य कुणाच्याच हातात नसतं.

पूर्वीची म्हण होती. ''माणूस ठरवतो आणि दैव ते उधळून देतं!'' तिथं कोणीही देव किंवा दैव उधळून देणारं नसतं. प्रत्यक्षात उधळून देणारे तुम्ही स्वत: असता. कसे? तर जे अज्ञातात आहे. त्याला निश्चित स्वरूप तुम्ही द्यायला बघता. जीवनाचा वाहता प्रवाह गोठवून देऊन त्याचं बर्फाचं डबकं करायला बघता.

तुम्ही जर निवडविरहीत आयुष्य जगायचं ठरवलंत, उस्फूर्तपणे जगायला सुरुवात केलीत, जीवनाचा क्षण न् क्षण आनंद घ्यायला सुरुवात केलीत, समोर उभ्या ठाकणाऱ्या प्रत्येक गोष्टीला योग्य तो प्रतिसाद दिलात तर तुमच्या विकासाचं अंतर तुम्ही वेगानं पार कराल. एक क्षणही तुम्ही निराश होणार नाही. येणारा प्रत्येक क्षण जास्तीचा आनंद आणि साफल्य प्राप्त करून देणारा ठरेल. नैराश्य येण्याऐवजी तुम्हाला प्रकृतीविषयी कृतज्ञताच वाटेल... ''प्रकृती दयाळूपणानं प्रत्येक क्षणाला

मला नवीन संधी देते आहे की ज्यामुळे मी चांगल्या पद्धतीनं माझा विकास करू शकतोय. नवीन अनुभव घेऊ शकतोय, नवीन काहीतरी शोधू शकतोय.''

नेहमी तुम्ही करता काय? तर समोर एखादा विशिष्ट आदर्श ठेवून त्याप्रमाणे वागण्यासाठी स्वत:चं आयुष्य आखून घेता. खरं म्हणजे भविष्यात अपयश पदरी येणारं असतं. प्रत्येक पायरीवर तुमच्या दृष्टीसमोरची कल्पना, तुमच्या दृष्टीसमोरच्या गोष्टी या पाहिजे तशा घडत नसतात... आणि मग अंती नैराश्य पदरी पडतं. मनातला संघर्ष वाढत वाढत जातो. प्रत्येक पाऊल टाकताना तुम्ही विचार करता की हे टाकू का नको... अशा गोंधळाच्या अवस्थेमुळे तुमचं प्रत्येक पाऊल अपयशाकडे नेणारं ठरतं. आणि मग तुम्ही सतत दु:ख आणि कंटाळवाणेपणा या भावनेनं घेरले जाता. निरोगी मन:स्थिती संपुष्टात येते आणि आध्यात्मिक दृष्ट्या तर तुम्ही आजारीच ठरता. तू म्हणतोस, ''माझ्या मनात संघर्ष चालू आहे. इतरांबरोबर साधारणत: स्पष्टपणे तसंच बुद्धिमत्तेनं वागण्याचा माझा प्रयत्न असतो आणि दुसऱ्या बाजूला अतिशय भावनिक, संदिग्ध, अस्पष्ट जणू बेसावध; परंतु कदाचित जास्त सच्चेपणा असलेला असा वागतो.'' हे पहा... खरं जे काही असेल त्याप्रमाणे वागणूक ठेव. ते संदिग्ध का असेना. धोकादायक का असेना... परंतु ते सत्य असेल त्याच्याप्रमाणे आचरण ठेव. ते कदाचित तर्कशुद्ध नसेलही ते कदाचित जास्त भावनिक असेल... तरीही सत्याची कास धर कारण शेवटी सत्य जे असेल तेच तुला खरंखुरं जीवन जगण्यासाठी आधार देईल; तुझ्यासाठी खरंखुरं अवकाश निर्माण करेल आणि अंतिम वास्तवाचं दर्शन घडवेल.

'स्पष्टपणे वागण्याचा प्रयत्न करतो... स्पष्टपणे म्हणजे नक्की काय? 'स्पष्ट' म्हणजे दुसरा तसं सांगतो म्हणून तो स्पष्ट मार्ग. म्हणजे तो मार्ग उसना आहे... तू आणखीन एक शब्द वापरला आहेस. 'बुद्धिमत्ता'! हा शब्द चुकीचा आहे... याला बुद्धिमत्ता म्हणता येणार नाही. जे 'स्पष्ट' असतं ते तर्कनिष्ठ असू शकतं परंतु ते बुद्धिनिष्ठ नसतं. त्या दोन निरनिराळ्या गोष्टी आहेत.

बुद्धिमत्ता ही नेहमीच अज्ञात गोष्टींचा शोध घेत असते. आणि तो शोध नेहमी संदिग्ध असतो. तो कधीही स्पष्ट नसतो. शोधणारा मनुष्य नेहमीच अस्पष्ट अशा वातावरणातून, गोंधळातून निश्चित काय ते शोधण्याचा प्रयत्न करीत असतो... आणि ज्यांचा शोध संपलेला आहे, तेही एका गोष्टीबाबत निश्चितपणे मान्य करतात की संदिग्ध अशा गोंधळाच्या अवस्थेतूनच ग्रह-ताऱ्यांचा जन्म झालेला आहे. सगळं अस्पष्ट, संदिग्ध, काहीतरी तिथं आहे परंतु दिसत नाहीये, पहाटेच्या धुक्यात लपलेलं असावं तसं हे सगळं म्हणजे आता पहाट होते आहे हे दर्शवणाऱ्या या सगळ्या खुणाच जणू! काहीतरी अद्‌भुत घडणार आहे याची ही पूर्वसूचनाच म्हणावी लागेल. आणि अद्‌भुत गोष्टीमध्ये स्पष्टपणा नसतो. जीवन असंच असतं.

ते अद्‌भुततेनं भरलेलं असल्यानंच त्याला खरा अर्थ प्राप्त होतो.

बुद्धिमान मनुष्य नेहमीच वास्तवाकडे धाव घेतो... धोके पत्करतो, संदिग्ध का असेना परंतु मार्गक्रमणा करतो, प्रकृतीचं रहस्य जाणून घेण्यासाठी कितीही खोलवर उतरायचं धाडस दाखवतो... आणि ज्या मंडळींना निश्चित अशा स्पष्ट गोष्टी हव्या असतात, अगदी आखीव रेखीव जीवनाचा ध्यास असतो, तर्कनिष्ठ जगणं हवं असतं ते लोक कायम सांसारिक जगातच वावरत असतात. ही मंडळी कधीही एकटेपणानं निर्णय घेत नाहीत तर ती सतत समुहाबरोबर वाटचाल करतात. एका मेंढीपाठोपाठ अनेकांच्या उड्या!... तसं! स्वतःच्या बुद्धिचा वापर करून नवीन नवीन धोके पत्करण्यासाठी ती तयार नसतात. कायम सर्वसामान्य जगायचं, मंद बुद्धिनं राहायचं! जीवनात आव्हानं स्वीकारली नाहीत तर बुद्धीला शैथिल्य येतं... आव्हानं स्वीकारणं हे बुद्धिचं खाद्य आहे. ती जागी ठेवण्यासाठी ते एकप्रकारचं पोषण आहे.

समजा, एखादे दिवशी तुमच्या घराला आग लागली तर, एकाएकी तुम्हाला तुमच्यातल्या शक्तिचा, बुद्धिमत्तेचा प्रयत्न येतो. आग लागण्यापूर्वी कदाचित तुम्ही थकलेले असता, इतके थकलेले असता की एकही काम न करता झोपायला जाण्याचा तुमचा विचार असतो... परंतु ज्या क्षणी आग लागते, त्याक्षणी सगळा थकवा नाहीसा होतो; तुमच्या अंगात इतकी शक्ति संचारते की असा अनुभव पूर्वी कधीच आलेला नसतो... या क्षणी तुम्ही म्हातारे नसता. तुम्ही एकदम तरुण बनून जाता...

अशा घटना घडलेल्या आहेत. एक घटना तर मी प्रत्यक्ष डोळ्यानं पाहिलेली आहे. एका घरामध्ये जवळजवळ दहा वर्ष एक स्त्री विकलांग अवस्थेत अंथरूणाला खिळून होती. पक्षाघाताच्या झटक्यानं तिचे अवयव निकामी झालेले होते. एक दिवस घराला आग लागली. प्रत्येक जण जीवाच्या भीतीनं घराच्या बाहेर पळाला... अर्थातच प्रत्येकाला स्वतःचा जीव प्याराच! त्या स्त्रीची कोणाला आठवणच झाली नाही... सगळेजण बाहेर आल्यानंतर मग सर्वांना आठवण आली आणि मग ते विचार करायला लागले... कसं काय त्या स्त्रीला बाहेर काढायचं? ती कोणाची तरी बायको होती, कुणाची तरी आई होती, ती अनेकांची कोणीतरी होतीच. परंतु तरीही कुणीसुद्धा आत जाण्यासाठी तयार होईना. बाहेर अफाट गर्दी, आजूबाजुचे लोक जमलेले... आणि एवढ्यात आश्चर्य घडलं... पक्षाघातानं १० वर्ष विकलांग झालेली ती स्त्री सर्वांच्या डोळ्यादेखत घरातून बाहेर धावत धावत आली. डॉक्टरांनी निर्वाणीचं सांगून टाकलं होतं. परंतु ती धावत येताना पाहून अक्षरशः सर्वांना आश्चर्याचा धक्काच बसला... लोकांनी तिला विचारलं? गेली दहा वर्ष तू विकलांग झालेली आहेस. मग हे असं कसं घडलं?... ती उत्तरली, "अरेच्चा... मी विसरलेच." असं म्हणून त्या क्षणी ती पुन्हा पक्षाघातानं पूर्वी होती तशी विकलांग झाली...

मी तिला म्हणालो, “आपल्याला अर्धांगवायू झालाय हे आतातरी विसरून जा. तुला तो आजार नाही हे तू सिद्ध केलं आहेस. तुझ्या मनाच्या विलक्षण शक्तिनं ती कल्पना घट्ट धरून आत्तापर्यंत तू दहा वर्ष अंथरूणाला खिळून राहिलीस. दहा वर्ष ती कल्पना जास्त जास्त घट्ट होत गेली आहे. तुझ्या जाणीवरहित मनामध्ये ती खोलवर ठसत गेली... पण आग लागली आणि अकस्मात ही घट्ट रूतलेली कल्पना विरघळून गेली. तेव्हा आता पुन्हा एकदा त्या झटक्यानं खाली पडण्याचं कारणच नाही. उठ! पुन्हा एकदा उठून उभी राहा... आणि काय माहीत नाही... माझं म्हणणं पटल्यामुळे म्हणा पण हो नाही करता करता पण ती स्त्री पुन्हा उठली हे खरं! मी म्हणालो, “हं! आता यापुढे पुन्हा अर्धांगवायूचा विचारही मनात आणायचा नाही. घराला आग लागली ही गोष्ट फारच चांगली झाली कारण त्यातून तुम्ही ‘वाचलात’! तुम्ही बऱ्या झालात. आता मी तुमच्या डॉक्टरांना भेटेन. ते काय बोलतात ते त्यांचं त्यांना माहीत नाही. सर्व डॉक्टरांना तुम्ही खोटं ठरवलेलं आहे.”

बुद्धिमत्ता आणि जागरूकतेला संधी हवी असते. धोके हवे असतात, आव्हानं हवी असतात. तरच त्या धारदार बनतात. बुद्धिमत्ता, जागरूकता... या गोष्टी अज्ञानात जास्त कार्यरत होतात कारण तिथं धोका पत्करणं असल्यामुळे गोष्टी सुरळीत करण्यासाठी बुद्धीला काम करायला वाव असतो. म्हणून गहनतेकडे बुद्धिमत्ता नेहमीच एखाद्या चुंबकीय आकर्षणानं खेचली जात असते कारण तिथं शोधण्यासारखं काहीतरी असतं.

तुझ्या मनातला संघर्ष, हा धाडस आणि भीती यामधला संघर्ष आहे. तेव्हा मुळातलं वास्तव कमी करून धाडस दाखव. भीतीपोटी काहीही करू नको. कारण उन्नती तर होणारच आहे. भीती बाळगून कोणतंही काम केलंस तर ती एक आत्महत्याच ठरेल.

तू म्हणतोस ‘खरेपणाची कास धरायची. हे मी मनाला बजावतो. मनाला बजावण्याचा प्रश्नच नाही... तर प्रत्यक्ष वागण्याचा आहे. खरेपणानं वागायलाच हवं! जेव्हा तुम्ही तुमच्या मनाला बजावता याचा अर्थ असा असतो की कुठेतरी तुम्ही तसं खरं वागत नसता... अन्यथा मनाला बजावण्याचं कारणच काय?...’

ख्रिश्चनांमधला एक छोटा समूह... योगी मंडळींचा समूह... त्याला ‘क्वाकर्स’ म्हणतात. त्यांना आतापर्यंत खूप त्रास दिला गेलाय, त्यांची छळवणूक केली गेलीय... कारण फारच छोटं आहे. कोर्टामध्ये विशिष्ठ शपथ घ्यायला त्या मंडळींनी नकार दिला. “मी फक्त खरंच बोलेन... खोटं बोलणार नाही.” ही शपथ! त्या लोकांचं म्हणणं असं की ही शपथ घेणं म्हणजे इतर वेळेला मी खोटं बोलावं!... शपथ नाही घेतली तर कदाचित मी खोटं बोलेन. याचा मतितार्थ असा की शपथेशिवाय मी विश्वासू मनुष्य नाही हे मान्य करणं!... त्यांच्या म्हणण्याप्रमाणे ही

शपथ अशा लोकांसाठी आहे की जे खरं बोलत नाहीत... आम्ही नेहमीच खरं बोलतो. त्यामुळे आम्ही ही शपथ घेणार नाही... मी त्यांच्या या मताशी सहमत आहे.

आत्तापर्यंत केवळ या कारणासाठी त्यांना तुरुंगाची हवा खावी लागलीये, दंड भरावा लागलाय... परंतु एकाही क्वाकरने अजूनपर्यंत तशी शपथ घेतलेली नाही. मला त्यांच्याबद्दल खूपच सहानुभूती आहे. अनेक बाबतीत ते लोक खूपच वेगळे आहेत. चांगले आहेत. जगामधील ही एकमेव मंडळी अशी आहेत की त्यांची रोजची प्रार्थना ही 'शब्दा'शिवाय आहे. त्यांची प्रार्थना म्हणजे फक्त शांत आाणि स्तब्ध बसणे! हाच एकमेव असा समूह आहे की त्यांच्या साधना वर्गामध्ये कोणत्याची धर्मग्रंथाचं वाचन केलं जात नाही.

ते सर्वजण शांत स्तब्ध बसतात. तिथे कोणीही एकजण प्रवचन करणारा नसतो. सर्वजण एकदम शांतपणे बसतात. अगदी एखादेवेळी एखाद्याला काही स्फुरलं, काही सांगावंसं वाटलं तर तो उठून उभा राहतो आणि ते सांगून टाकतो. तो प्रवचन करणाराच असतो असं नाही... तो विद्वान आहे कां नाही हाही प्रश्न तिथं नसतो. तिथली महत्त्वाची गोष्ट एवढीच असते ती म्हणजे 'उत्स्फूर्तता'!

मनापलीकडच्या जगातून काही संदेश आपल्याला येतोय असं एखाद्याला वाटलं... अर्थातच 'मना'कडून नाही... कारण मनापलीकडच्या अलौकिक जगातून येणाऱ्या गोष्टींचं स्वरूप फार निराळं असतं, स्पष्ट असतं, निर्मळ असतं... नवीन आणि ताजं असतं. तुम्हाला पूर्वी कधीही त्याची ओळख झालेली नसते. परंतु 'मन' म्हणजे एखाद्या ग्रामोफोनच्या तबकडीसारखं असतं. तेच तेच उगाळणं हा त्याचा धर्म असतो. जे ज्ञात असतं तेच तेच पुन:पुन: सांगणं! काही वेळा त्याची पीन जी असते ती अडखळते आणि मग नंतर अडचणी यायला लागतात. मी विद्यार्थी असताना एक घटना घडलीय. त्यावेळी निरनिराळ्या राज्यात वक्तृत्व स्पर्धेसाठी मी जात असे. एकदा वाराणसीमध्ये संस्कृत विद्यापीठात अखिल भारतीय स्तरावरची स्पर्धा ठरलेली होती. संस्कृत विद्यापीठातल्या हुशार विद्यार्थ्यांनासुद्धा इंग्रजी भाषा येत नसे. त्यामुळे त्यांच्या मनात न्यूनगंड असायचा. इतर ठिकाणाहून आलेले स्पर्धक हे चांगल्यापैकी इंग्रजी जाणत असत. तरीही वक्तृत्वस्पर्धा हिन्दीतून असल्यामुळे सर्वजण भाग घेऊ शकत होते. मग त्यांना इंग्रजी भाषा येवो न येवो. संस्कृत भाषा येवो न येवो. हिंदी मात्र आलंच पाहिजे. अशी अट होती. त्यादिवशी काय झालं... माझं भाषण झाल्यानंतर संस्कृत विद्यापीठाचा एक विद्यार्थी उठला. इंग्रजीचा न्यूनगंड असल्यामुळे... आपल्या भाषणात वापरण्यासाठी बर्ट्रांड रसेलचं एक विधान तो पाठ करून आला होता. पहिली तीन-चार वाक्य हिंदीतून तो व्यवस्थित बोलला. त्यानंतर बर्ट्रांड रसेलचं विधान इंग्रजीतून सांगायला लागला आणि मधेच अडखळला. मी

त्याच्या बाजूलाच बसलो होतो. त्याला मदत करण्याच्या हेतूने हळूच म्हणालो... पुन्हा सुरुवात कर. माझ्या म्हणण्याचा अर्थ असा होता की ते इंग्रजी वाक्य पुन्हा सुरू केलं तर हा अडखळणार नाही म्हणून! हा अर्थ ध्यानात न घेता त्यानं आपलं पुन्हा पहिल्यापासून सुरू केलं. आणि सभागृहातले सगळेजण हसू लागले. पुन्हा मी त्याला म्हणालो, "पुन्हा सुरुवात कर" त्यानं पुन्हा ते फक्त एकच वाक्य म्हणण्याऐवजी सगळं भाषण सुरू केलं... विद्यापीठांच ते सभागृह गच्च भरलं होतं... सगळेजण टाळ्या वाजवत हसायला लागले. आणि ओरडायला लागले. "चालू दे. चालू दे." पुन्हा पुन्हा तो त्याच ठिकाणी अडखळत होता.

सगळी परिस्थिती लाजिरवाणी झाली होती... काय करावं आता? कारण तो पुढे जातच नव्हता. तेव्हा पुन्हा पुन्हा मागे जाणे आणि 'बंधुनो आणि भगिनींनो' म्हणत भाषण सुरू करणे हाच मार्ग शिल्लक राहिला होता. तिथे नुसतं मूर्खासारखं उभं राहाण्यापेक्षा 'बंधुनो आणि भगिनींनो' म्हणत त्यानं पुन्हा एकदा भाषणाला सुरुवात केली... आता मात्र परिक्षकांनासुद्धा हसू यायला लागलं... पुन्हा तिथेच तो अडखळला त्यातल्या त्यात एकच समाधानाची गोष्ट म्हणजे तेवढ्यात त्याची वेळ संपल्याची घंटा वाजली... तो येऊन माझ्याजवळ बसला. मी त्याला म्हणालो, "महान आहेस."

तो चिडून म्हणाला, "महान काय? मला गोंधळात टाकणारा तूच आहेस. तू जर मला सांगितलं नसतंस तर मी कधीच सुरुवातीपासून भाषण केलं नसतं; परंतु मी इतक्या विचित्र परिस्थितीत अडकलो होतो की तुझं ऐकण्यावाचून गत्यंतर नव्हतं. मला कळत होतं की माझा हा मूर्खपणा चाललाय परंतु वाटलं, की काय माहीत... आठवेलही आपल्याला कदाचित! अडकलेली सुई निघेलही!"

'मन' म्हणजे ग्रामोफोन तबकडी असते. त्यामुळे त्या पलीकडे असलेल्या अलौकिक जगातला काही अनुभव येतो तेव्हा तो लगेच ओळखता येतो... कारण पूर्वी कधीही त्याची ओळख झालेली नसते; तुमच्या परिचयाचा तो नसतो... तो म्हणजे निव्वळ अज्ञातातून आलेला एक अनुभव एवढंच त्याचं स्वरूप असतं. अशावेळी क्वाकर्स मंडळी शांतपणे उभी राहतात आणि तो अनुभव वाटून घेतात. अनेकवेळा त्यांच्या सभा या काहीही न बोलता संपतात. कोणीही कोणाशी काहीही न बोलता त्यांच्या सभा संपुष्टात येतात. कारण उघड आहे की 'मना' पलीकडच्या अलौकिक जगातून कोणीही बोलत नसतं. क्वाकर्स मंडळीचं पाप कोणतं तर हेच! कारण 'मनाची' जी भाषा असते ती उसनी घेतलेली असते.

म्हणून 'मना'ला बाजूला ठेवा. अर्थात तेही धोक्याचं आहे. कारण एखादा कोणत्या मार्गानं जाणार आहे आणि काय बोलणार आहे हे याचा अंदाज बांधता येत नसतो. परंतु हीच उत्स्फूर्तता तुमच्या बुद्धीला आनंद देत असते, एखाद्या धारदार

तलवारीप्रमाणे ती निरर्थक गोष्टींचा जिथल्या तिथे तुकडा पाडून तुम्हाला ताजा अनुभव देत असते. नवीन अद्भुत अनुभवांची ओळख करून देते... याठिकाणी संघर्षाचं काही कारणच नसतं.

तरंगा... तुझा त्रास तूच निर्माण करतो आहेस. तू म्हणतोस 'माझ्या मनाला मी बजावतो की खरेपणा बाळगायचा आणि तरीही मी गोंधळात पडतो. ध्यानधारणेमुळे माझ्यावरचं दडपण दूर होतं. तरीही प्रश्नाचं मूळ मला सापडत नाही.' –बरोबरच आहे. कारण प्रश्नच मुळी फार वरवरचा आहे. त्याला मुळापर्यंत खोली वगैरे नाहीये!

भारतामध्ये अशी एक वेल आहे की जी एका झाडावरून दुसऱ्या झाडावर वाढत जाते. बांडगुळासारखी! ती वेल झाडामध्ये घुसते आणि झाडाचा रस शोषून घेऊन पुन्हा पसरायला सुरुवात करते... फक्त एक वेल! परंतु शंभरावर झाडांवर ती पसरलेली दिसते. तिचं मूळ जर तुम्ही शोधायला गेलात तर ते तुम्हाला कुठेच सापडणार नाही. कारण ते नसतंच मुळी– तुझा प्रश्न हा या वेलीसारखा आहे.

या वेलीचं नाव फार सुंदर आहे. 'अमरवेल'!

तिला मूळच नसल्यामुळे तिला तुम्ही नष्ट करू शकत नाही. तिला तुम्ही काढून फेकून देऊ शकता. परंतु तिथंही कुठला आधार मिळाला की ती पुन्हा वाढायला लागते. ही फार भयानक वेल आहे कारण ती झाडाला नष्ट करू शकते. ती झाडाला बहरू देत नाही. फळ येऊ देत नाही. कारण झाडाचा रसच ती शोषत असते.

तू स्वत: गोंधळलेल्या अवस्थेत राहिलास तर तुझा प्रश्न कधीच सुटणार नाही.

''ध्यानधारणेनं माझं दडपण लगेच दूर होतं.'' असं तू म्हणतोस... ''तर मग तुझी ध्यानधारणा खरी म्हणता येणार नाही. जास्तीत जास्त दडपण थोडं सैल होत असेल आणि म्हणून तुला ते नाहीसं झाल्यासारखं वाटत असेल परंतु ध्यानधारणा ही फक्त दडपण दूर करते असं नाही तर तुमचं 'मन'च ती बाजूला करते. जे मन सर्व प्रश्नांचं मूळ असतं! मनाने निर्माण केलेली सर्व दडपणं, चिंता सगळं सगळं दूर करून तुमच्या विचारांचा विकास होण्यासाठी, ध्यानधारणा ही तुम्हाला स्वच्छ मार्ग दाखवते.

तेव्हा ध्यानधारणा कशी करायची हे पहिल्यांदा नीट शिक. विचारांनी थोडं सैलावणं ठीक आहे. परंतु ती फक्त सुरुवात आहे. ते म्हणजे ध्यानधारणेसाठी भूमी तयार करणं आहे. ध्यानधारणा ही सर्वस्वी निराळी प्रक्रिया आहे. तुम्ही तुमच्या 'मना'च्या अडथळ्यापासून सावध राहिलं पाहिजे. मनामध्ये जे काही चाललं असेल त्याचे तुम्ही फक्त प्रेक्षक बनलं पाहिजे. या प्रेक्षकाची मुळं खोलवर घट्ट रुतलेली असली पाहिजेत. म्हणजे मग हळूहळू मनाचे खेळ बंद होतील आणि 'प्रेक्षकाची' भूमिका ही प्रधान राहील... असं झाल्यानंतरच सर्व प्रकारची दडपणं, चिंता,

काळज्या हे नष्ट होईल आणि संघर्षाचा मुद्दाच उपस्थित होणार नाही.

ध्यानधारणा तुम्हाला तुमच्या अंतरातला स्वच्छ प्रकाश दाखवेल, जो प्रकाश फक्त सत्याचाच असेल, उत्स्फूर्त असेल. धोके स्वीकारून जगण्याचा मार्ग दाखवेल कारण जगण्यामध्ये धोके हे अपरिहार्य आहेत. धोके स्वीकारून जगणं ज्यांना नको असेल त्यांनी खुशाल आपलं थडगं खोदावं आणि त्यात जाऊन बसावं. कारण जगातली तीच एकमेव सुरक्षित जागा आहे.

हिमी गोल्डबर्गना डॉक्टर म्हणाले, "तुमच्यापेक्षाही मानसिक त्रास असणारी असंख्य माणसं मी आतापर्यंत बरी केलेली आहेत... आता तुमच्याबद्दल पाहू... हं... तुम्हाला काय होतंय?... तुम्ही म्हणता "मानसिक ताण येतात तेव्हा तुम्हाला स्वत: आपण एक कुत्रा असल्यासारखं वाटतं... फॉक्स टेरीअर जातीचा कुत्रा... होय ना?"

"होय..." गोल्डबर्ग उत्तरले. "एक छोटा फॉक्स टेरीअर काळ्या तपकिरी रंगाचे ठिपके असलेला असा कुत्रा!... डॉक्टर... कृपा करून या वेडेपणापासून माझी सुटका करा. अशा वेडेपणात जगणं कठीण आहे."

डॉक्टरांनी कोचाकडे बोट दाखवलं आणि ते म्हणाले, "ठीक आहे. या कोचावर जरा बसा... आपण तुमची संपूर्ण तपासणी करू..."

डॉक्टरांच्या या सांगण्यावर हिमी गोल्डबर्ग पटकन म्हणाले, "ओह... हे काय सांगता? कोचावर कसा मी बसू शकेन? कोणत्याही फर्निचरवर चढून बसण्याची मला परवानगी नाही!"

ही खरी अडचण! स्वत:ला कुत्रा समजल्यामुळे कोचावर बसण्याची त्यांना आडकाठी होती. या माणसाच्या प्रश्नाच्या मुळाशी तुम्ही कसे काय जाणार? कारण सोडवता येण्यासारखा हा प्रश्नच नाही मुळी. हा तर शुद्ध मूर्खपणा आहे... तो सोडवता येण्यापेक्षा जास्तीत जास्त नष्ट करता येईल... या दोन निरनिराळ्या गोष्टी आहेत. "तू मूर्ख आहेस, हा तुझा वेडेपणा आहे" एवढंच या माणसाला सांगून उपयोगाचं नाही. तसं तर अनेकांनी त्याला सांगितलंच असणार. उलट 'तेच' फक्त सांगितलं असणार. त्याला गरज कशाची आहे? कारण तो एका भ्रमामध्ये जगतोय. त्यानं स्वत:भोवती भास निर्माण केले आहेत. तो स्वत: एक कुत्रा आहे हे त्यानं गृहित धरलेलं आहे. त्यानं धरलेलं हे गृहित पहिल्यांदा तोडायला हवं. तुम्ही त्याला मानसोपचार तज्ज्ञाकडे नेऊन उपयोगाचं नाही... मोहनिद्रा जाणणाऱ्या तज्ज्ञाकडे त्याला न्यायला हवं. तो मनुष्यच त्याच्या मनाच्या तळाशी घट्ट रूतलेली गृहितं बाहेर काढेल. "तू कुत्रा नाहीस... हा तू निर्माण केलेला स्वत:चा भास आहे. आता तो भास नष्ट झालेला आहे. संपलेला आहे." हे वारंवार त्याला पटवून देण्याचं काम हा मोहनिद्रातज्ञच करू शकेल.

पुन्हा पुन्हा दोन तीन सत्रामध्ये त्याचा हा उपचार झाला पाहिजे. असं केल्यामुळेच त्याच्या मनाच्या तळाशी बसलेली खोटी धारणा दूर होईल. हा प्रश्न फक्त सोडवला जाईल असं नाही तर तो नाहीसाच होईल.

तुमच्यापैकी प्रत्येकाच्या मनात अशा काही पूर्वधारणा असतातच आणि समाज त्याला प्रोत्साहन देत असतो. समाजाला ज्याचा फायदा असतो, त्याला समाजाकडून प्रोत्साहन मिळतं... उदा. मी नुकतंच ऐकलंय की अमेरिकेतला वैज्ञानिकांचा एक विशिष्ट गट काही वेगळ्याच मनोधारणा तयार करतायत त्या म्हणजे डार्विनचा उत्क्रांती सिद्धान्त खोटा ठरवणे. ते सगळे माथेफिरू लोक म्हणतात. उत्क्रांतवादाचा सिद्धांत हा पवित्र बायबलच्या विरोधी आहे. कारण बायबलमध्ये म्हटलेलं आहे की हे जग परमेश्वरानं 'निर्माण' केलंय. ते सुद्धा सात दिवसात! त्यामुळे उत्क्रांतीचा प्रश्न उद्‌भवत नाही. आश्चर्याची गोष्ट अशी की 'निर्मिती'ची ही कल्पना सर्व विद्यापीठातून, शाळांमधून, महाविद्यालयांमधून शिकवण्याचे आदेश बळजबरीनं दिले गेले आहेत... डार्विनचा सिद्धान्त अजिबात शिकवला जाऊ नये हा कायदाच केला गेला... त्या शास्त्रज्ञांना सर्व क्षेत्रातून विरोध झाला. त्यानंतर त्यांनी जी विधानं केलेली आहेत ती हास्यास्पद आहेत.

परंतु अमेरिकन राजकारणी मंडळींना मात्र ती मान्य आहेत. निरनिराळ्या प्रांतातल्या सरकारांनी तर कायदेसुद्धा पास केले आहेत. डार्विनच्या उत्क्रांतवादाच्या सिद्धांत विषयीच्या पुस्तकांवर बंदी घालण्यात आलेली आहे. विद्यापीठांच्या ग्रंथालयातून, निरनिराळ्या अभ्यासक्रमांमधून त्या पुस्तकांची केव्हाच हकालपट्टी झालेली आहे. आणि त्याठिकाणी काहीतरी हास्यास्पद गोष्टी शिकवल्या जात आहेत... आणि ते शिक्षण 'आवश्यक' म्हणून ठेवलेलं आहे. ते तुम्ही पर्यायी म्हणून टाळू शकत नाही किंवा ते शास्त्रीय नाही असंही तुम्ही म्हणू शकत नाही. त्यासाठी ते जी काही कारणं देतात ती तर हास्यास्पद आहेत.

पहिलं कारण ते देतात... हे सत्य का आहे? तर प्रत्यक्ष ईश्वरानंच ते बायबलमध्ये लिहून ठेवलेलं आहे. आता एखादा माणूस विचारू शकतो की या गोष्टीला पुरावा काय? केवळ बायबलमध्ये लिहिलं आहे म्हणून? ईश्वरानं म्हटलंय का, की हा ग्रंथ मी लिहिलाय?... तर मग मीसुद्धा या ग्रंथात काही लिहू शकेन! कोणीही लिहू शकेल... देवाच्या नावावर कोणताही मनुष्य कोणतीही मूर्खासारखी विधानं करू शकतो; आणि ती मान्य केली जातात.

हिंदू समजतात की वेद ईश्वरानं लिहिलेले आहेत. मुसलमान समजतात की कुराण ईश्वरानं लिहिलेलं आहे. आणि हे दोघेही काही विशिष्ट मुद्यांवर बायबलच्या विरुद्ध आहेत. मोझेझ तर म्हणे प्रत्यक्ष ईश्वराशी संवाद साधतो. अगदी समोरासमोर! तरीही त्याची काही विधानं ही ख्रिश्चनांपेक्षा वेगळी आहेत.

हजारो पुरावे असे सापडतात की चार दशलक्ष वर्षापूर्वी पृथ्वीची उत्पत्ती झाली. साठ दशलक्ष वर्षापूर्वी सूर्याची उत्पत्ती झाली आणि ही सृष्टी तर कमीत कमी काही अब्ज वर्षापूर्वीपासून आहे. विज्ञानानं हे पूर्णपणे अनेक स्पष्ट पुराव्यांनी सिद्ध केलेलं आहे. परंतु बायबलच्या म्हणण्याप्रमाणे या विश्वाची निर्मिती फक्त सहा हजार वर्षापूर्वी झालेली आहे.

हे लोक शाळा-कॉलेजमधून ही अशी खोटी माहिती शिकवण्याची सक्ती करतात. ते तर म्हणतात जिझस ख्राइस्टनं तर त्याहीपूर्वी फक्त सात दिवसात ही निर्मिती केली. अशा विधानांच्या विरोधातले असंख्य पुरावे चर्चेलासुद्धा घेतले गेले नाहीत. त्यांच्यावर बंदीच आणली गेलीय. जगातला हा एक अत्याधुनिक देश... केवढा हा मूर्खपणा! ओघानंच विद्यार्थीही त्याचंच अनुकरण करणार! अगदी लहानपणापासून ते कॉलेजपर्यंत तेच तेच शिक्षण. जवळ जवळ एक-तृतीयांश आयुष्य हे याच प्रकारच्या शिक्षणात व्यतीत झाले. अनेक गोष्टी की ज्या गोष्टींवर तुम्ही विश्वास ठेवता. तुम्हाला दिसतात, किंवा तुमच्या अनुभवाला येतात त्या म्हणजे तुम्हाला होणारा भ्रम असतो... चीनमधलं एक उदाहरण... हजारो वर्षे तिथं सौंदर्याबद्दल एक विचित्र कल्पना पक्की बसलेली आहे. ती म्हणजे ज्या स्त्रीची पावलं खूप लहान ती स्त्री सर्वात सुंदर. या विचित्र समजुतीमुळे तिथे निरनिराळ्या प्रकारे स्त्रियांचे पाय लहानपणापासून लहान ठेवण्याचे प्रकार केले गेले. श्रीमंत कुटुंबातून जन्मापासून मुलींच्या पायात निरनिराळ्या धातुंचे बूट घातले जात असत... छळवणूकच! व्हायचं काय? की शरीराची सगळी वाढ होताना फक्त पाय लहान राहायचे. केवढा हा मूर्खपणा! आणि हा मूर्खपणा हजारो वर्ष चालत होता.

जगात सगळीकडे अशा विचित्र आणि मूर्ख धारणांना खतपाणी घातलेलं दिसतं. याला प्रश्न म्हणता येणार नाहीत. या सामाजिक धारणा आहेत. जोपर्यंत या सामाजिक धारणा नष्ट होत नाहीत तोपर्यंत तुमची उन्नती होऊ शकणार नाही. तुमचं मन निखळ, स्वच्छ होणार नाही. या धारणांना तुम्ही नकार दिला पाहिजे.

त्यानंतरच मग तुम्ही गौतमबुद्धांच्या किंवा जिझस ख्राईस्टच्या विचारांशी पोहोचू शकाल; तुमच्या भविष्यापर्यंत पोहोचू शकला, जीवनाचं साफल्य प्राप्त करून घेऊ शकाल... समाधान मिळेल आणि प्रकृतीनं जे दिलंय त्याबद्दल कृतज्ञता बाळगाल.

रविवारच्या सत्रात एक शिक्षिका मुलांना स्वर्गाबद्दल माहिती सांगत होती. शेवटी ती म्हणाली "आता ज्या कुणाला स्वर्गामध्ये जाण्याची इच्छा असेल त्यांनी हात वर करा." सर्व मुलांनी हात वर केले... फक्त हिमीनं हात वर केले नाहीत. शिक्षिकेनं विचारलं तर तो उत्तरला... "मी स्वर्गात जाऊ शकत नाही. कारण आईनं सांगितलंय की वर्ग संपल्यानंतर सरळ घरी ये."

□

प्रिय ओशो,

माझ्या मनामध्ये अनेक प्रश्न अर्धवट येतात आणि जातात. ज्यालामुखीच्या प्रवाहावरचे बुडबुडे जसे निर्माण होतात आणि पुन्हा त्या लाव्हाच्या तप्त चिखलात गायब होतात. तसे माझे प्रश्न नाहीसे होतात. फक्त जे शुद्ध सत्याकडे जाणारे, तहान भागवण्याची गरज असणारे, तुमच्या सहवासातल्या अद्‌भुततेविषयी जाणून घेणारे असे प्रश्न असतात तेच खरे प्रश्न वाटतात. माझ्या मनातल्या अपूर्ण प्रश्नांना पूर्णत्व देण्यासाठी मला आणखीन जास्त प्रयत्न करावे लागतील का? का ध्यानधारणेमध्ये मी आणखीन जास्त खोलवर जायला पाहिजे?

पूजा मेलीसा...

या सृष्टीच्या, या जीवनाच्या, तसंच ध्यानधारणेतल्या या गहन शांततेकडे जास्तीत जास्त तू जाऊ शकत असशील तर मनात उद्‌भवणाऱ्या प्रश्नांची काळजी करण्याचं कारणच नाही. कारण सर्व प्रश्न हे वरवरचे असतात. तशीच त्याची उत्तरंही वरवरचीच असतात. कारण सत्य जे असतं त्याविषयी प्रश्न उद्‌भवण्याचं कारणच उरत नाही. तसंच त्याला कोणतंही स्पष्टीकरण अथवा उत्तरही नाही. ते फक्त असतं! बस्स. प्रश्न आणि उत्तरं हे फक्त तुमच्यासाठी एक खेळ आहेत. मी तुला प्रश्न विचारण्याची मुभा देतो कारण ती तशी मुभा दिली नाही तर ते तुझ्या मनात मुरत मुरत जातील, आतल्या आत घुसळत राहातील आणि नंतर तुला वेडं करतील. ते बाहेर पडण्यासाठी मी प्रश्न विचारण्याची मुभा देतो. मी देत असलेली उत्तरं ही तुझ्या प्रश्नांची उत्तरं नसून तुझे प्रश्न मृत करण्यासाठी देत असलेली उत्तरं आहेत. तुझ्या मनातले प्रश्न मला नष्ट करायचे असतात... मला उत्तरं द्यायची नसतात. कारण उत्तरं मिळाल्यानं जास्तीत जास्त काय होईल? तर तुझ्या ज्ञानात भर पडेल. याचा अर्थ असा नाही की तुझ्या मनातले प्रश्न संपतील म्हणून! फक्त तुझ्या मनात आता प्रश्नांच्याऐवजी उत्तरं जमलेली असतील. इतकंच! दोन्हीपैकी पण काहीतरी असेलच.

तरीही एकाअर्थी प्रश्न विचारण्याची वृत्ती असणं चांगलंच... त्यामुळे तुम्हाला

नम्रता तरी येते. उत्तरं माहीत असणं हे जास्त धोकादायक. कारण 'ज्ञानी' पणाच्या अहंकारात नम्रता नष्ट होते. 'मला सगळं माहीतेय' ही भूमिका गर्व वाढायला कारणीभूत ठरते. आणि हे सगळं खतपाणी तुमचा अहंकार वाढवण्यासाठी उपयोगात येते.

मी मात्र तुमच्या अहंकाराला खतपाणी घालणार नाही. आणि म्हणूनच माझी उत्तरं ही सर्वस्वी निराळी असतात. ती जगामध्ये कुठेही मिळणाऱ्या उत्तरापेक्षा निराळी असतात. सगळीकडे कुठेही मिळणाऱ्या उत्तरांमुळे तुम्हाला ज्ञानाचा काही अंश तरी मिळत राहतो आणि तुमचे प्रश्न संपुष्टात येतात. तुम्हाला ज्ञानाचा थोडा थोडा अंश देण्यात मला मुळीच रस नाही. किंवा तुम्हाला माहिती पुरवण्यात रस नाही. तुमच्यात परिवर्तन घडावं असं मला वाटतं; तेसुद्धा अगदी वेगळ्या परिमाणात, कोणतीही दयामाया न दाखवता तुमच्या मनातले प्रश्न मला नष्ट करावेच लागतील... शेवटपर्यंत ते नेण्याचं कारणच नाही. ते अपूर्ण असतानाच नष्ट झाले पाहिजेत. पूर्णत्वाकडे त्यांना का म्हणून न्यायचं? एवीतेवी ते नष्टच करायचे आहेत मग ते शेवटपर्यंत मनात बाळगण्यासाठी शक्ती का खर्च करायची?

एक प्रौढ कुमारिका घरासमोरच्या पोर्चमध्ये झुलत्या खुर्चीवर बसली होती पायाशी तिचा बोका झोपला होता. एकाएकी एक परी तिथे अवतीर्ण झाली आणि त्या स्त्रीला म्हणाली, "तीन वर माग" मी ते पूर्ण करते. ती प्रौढा म्हणाली, "अरे वा... मग... पहिल्या वराप्रमाणे या रॉकिंग चेअरचं एका सोन्याच्या भांड्यात रूपांतर करून दाखव. बरं..." परीने चटकन आपली छोटी काठी हवेत हलवली. तर काय? ती स्त्री एका सोन्याच्या मोठ्या भांड्यात मधोमध उभी! तीचे डोळे चकाकले... ती त्या परीला म्हणाली आता दुसऱ्या वराप्रमाणे माझं एका सुंदर तरुणीत रूपांतर करून दाखव.

परीने परत हवेत कांडी फिरवली आणि ती प्रौढ स्त्री एक सुंदर तरुणी बनली... तिसऱ्या वराप्रमाणे त्या स्त्रीनं त्या परीला सांगितलं की आता माझ्या या बोक्याचं सुंदर ऐटबाज अशा तरुण माणसात रूपांतर कर.

पुन्हा एकदा परीने कांडी फिरवली आणि त्याचक्षणी तिच्या पायाशी झोपलेल्या बोक्याचं एका सुंदर तरुणात रूपांतर झालं. तिच्या स्वप्नातला तो पुरुष तिच्याजवळ आला. तिला त्यानं कवेत घेतलं आणि तो हळूच पुटपुटला... जनावरांच्या डॉक्टरांकडे तू मला पाठवलं होतंस, त्याचा आता तुला खेद होतोय ना!

माझ्यापर्यंत तुमचे प्रश्न येणं हे धोकादायक आहे. तुम्हाला त्याचा खेद वाटला पाहिजे. कारण माझ्या संपूर्ण कार्याची दिशा ही तुमचे प्रश्न नष्ट करणं ही आहे. तुमच्या मनातला सगळा कचरा साफ करून गतकाळातल्या स्मृतीपासून, परंपरांनी

आलेल्या वाईट प्रवृत्तीपासून तुम्हाला बाजूला काढणं हे माझं काम आहे. तुम्हाला इतकं नवीन, इतकं ताजतवानं मला करायचं आहे की अगदी ॲडम आणि इव्ह इतके तुम्ही ताजे असाल. चैतन्यदायी असाल. जणू काही तुमच्यापूर्वी इथे कोणीच नव्हतं!... अशा तऱ्हेनं तुम्ही नवीन सुरुवात जी कराल ती पूर्णपणे ताजीतवानी असेल. त्या नंतरचा प्रत्येक क्षण हा साहसाचा आणि प्रकृतीचं रहस्य जाणून घेण्यासाठी खोलवर उतरण्याचा असेल. भीतीचा स्पर्शही तुम्हाला असणार नाही कारण भीतीचा अनुभव तुम्हाला आलेला नसणार आहे. पूर्वग्रह दूषित मनोवृत्तीनं तुम्ही वागणार नाही कारण तुम्ही 'एकटे' वाटचाल करणार आहात. गर्दीबरोबर नाही.

तुमचा भूतकाळ नाहीसा करण्यासाठी ध्यानधारणा ही माझी पद्धत आहे. कारण तुमचं मन म्हणजे दुसरं तिसरं काही नसून फक्त भूतकाळातला कचरा आहे. माझ्या ध्यानधारणेच्या पद्धतीमुळे तुम्हाला नवीन जन्म, नवीन सुरुवात प्राप्त होईल... तुमच्या तहानलेल्या आत्म्यासाठी खराखुरा जागृत अनुभव तुम्ही मिळवू शकाल. फक्त उत्तर नव्हे.

प्रश्न आणि उत्तरं 'म्हणजे निव्वळ बुद्धीच्या कसरती! परंतु प्रकृतीबरोबर खराखुरा सामना घडणं हे तुम्हाला आवश्यक आहे. केवळ त्याच्यामुळे तुम्ही बहरू शकाल, मुक्त होऊ शकाल, साक्षात्कारी होऊ शकाल. 'शांतता' हा त्यासाठीचा योग्य रस्ता आहे. जर प्रकृतीच्या अद्‌भुत अशा अनुभवातून, निखळ शांततेतून तुझ्या हृदयापर्यंत काही पोचलं, तर खुशाल विसरून जा तुझे प्रश्न आणि उत्तरं! फक्त त्या शांतीचा अनुभव घेत रहा. जितकी तू शांतीमध्ये जास्तीत जास्त मग्न राहशील तितकी... सृष्टीतली अद्‌भुतता तुझ्यासाठी नवनवीन दरवाजे उघडून ठेवेल. निरनिराळ्या अद्‌भुत अनुभवांचे निरनिराळे दरवाजे... अनंत अनुभवांची अत्युच्च शिखरं... नाही... याला अंतच नाही.

जीवन हा एक शाश्वत चमत्कार आहे. 'शांततेच्या' जादूनेच त्याचे दरवाजे उघडतात. ज्याला शांततेचा अर्थ कळतो त्यालाच त्यातलं शास्त्र कळतं, त्यालाच त्यातली जादू कळते, त्यातली कला कळते. सत्यामध्ये प्रवेश करण्याची युक्ती सापडते. जसं काही स्वत:च्या घरी परत येणं...

मनातले प्रश्न आणि उत्तरं ही दोन्ही तुम्हाला शांती मंदिरात जाऊ देत नाहीत. तेव्हा इतर लोक जसे देवळात जाताना पादत्राणं बाहेर ठेवून आत प्रवेश करतात. त्याप्रमाणे तुझ्या मनातले प्रश्न त्याची उत्तर हे सगळं मनाबाहेर ठेवून तू शांततेच्या मंदिरात प्रवेश कर. तिथेच तुम्हाला नवी पहाट उगवलेली दिसेल... डोळे दिपवणारा प्रकाश दिसेल. आकाशातले तारे तारका, झाडं-झुडपं, समुद्र-पर्वतांच्या रांगा... हे सारं सारं तुझ्याबरोबरच्या नृत्यात सहभागी झालेली दिसतील. सगळी सृष्टी तुझं

संगीत बनून जाईल.

मी देवाविषयी काहीही शिकवत नाही. चमत्कारांनी भरलेल्या या सृष्टीच्या नृत्य-गायनाबद्दल अनुभव घ्यायला मी फक्त सांगतो. तिथेच देव म्हणजे काय याचं तुम्हाला आकलन होऊ शकेल. देव हा कुणी व्यक्तिमात्र नाही. तुम्ही जेव्हा तुमच्या जीवनातल्या अंतिम सत्यापर्यंत पोहोचता त्या सत्याचा दरवळ म्हणजे देव! तुम्ही तुमच्या भविष्यापर्यंत पोहोचता तेव्हाच तुम्हाला देवत्व म्हणजे काय कळून येतं. देवाशी समोरासमोर असा तुम्ही सामना नाही करू शकणार... परंतु तुमच्या हृदयातून, तुमच्या अस्तित्वातून प्रेमाचे, करुणेचे आणि सुंदरतेचे किरण बाहेर प्रकाश पसरवतील तेव्हा देवाचं अस्तित्व तुम्हाला कळून येईल.

खरोखरच जीवन हे चमत्कारांनी भरलेलं आहे. तुम्ही तुमचं अंतरंग खुलं ठेवलंत तर सगळीकडे तुम्हाला आनंद आणि हास्य भरलेलं दिसेल. तेव्हा या जीवनाचा मनापासून आनंद घ्या, सृष्टीच्या चमत्कारांचा अनुभव घ्या आणि मनात कोणतेही प्रश्न न बाळगणाऱ्या एखाद्या निष्पाप लहान मुलासारखं निखळपणे जगा.

फार मोठं ज्ञानी बनण्याचा प्रयत्न सोडून द्या. नंतर मात्र मला खात्री आहे. 'शहाणपणा' हा चालत तुमच्यापाशी येईल. जे ज्ञानी असतात ते 'स्वत:मध्ये' प्रवेश करण्याचा शहाणपणा करण्यापासून तुम्हाला परावृत्त करतात. 'ज्ञान' हा दरवाजा नसून ती एक भिंत आहे. चीनची भली मोठी भिंत. 'शहाणपणा' सारखी नाजूक गोष्ट तिथे नाकारली जाते. तुमचं आयुष्य सुंदर करणाऱ्या अनेक गोष्टी, उदा. आनंद, संगीत, सुगंध, प्रकाश इ... गोष्टी इथे नाकारल्या जातात. सृष्टी भरभरून देत असलेल्या आनंदाबद्दल तिला धन्यवाद देऊन तुम्ही म्हणू शकता. 'तुझ्या या देणगीबद्दल आमची कृती, हेच तुझे आभार मानणं आहेत. आणि कृतज्ञता बाळगणं, हीच खरी प्रार्थना आहे. त्या प्रार्थनेला शब्द नाहीत. फक्त कृतज्ञतेच्या भावना! इतकंच.

ठीक आहे मनीषा.

होय ओशो.

■

प्रकरण ८

गोंधळाच्या आवाजाचा अनुभव न घेणं... आपण त्याला शांतता म्हणतो... परंतु ती फक्त शांतता नसते. सकारात्मक अर्थानं शांतता तुमच्यावर जेव्हा बरसते त्यावेळी 'रिकामपणाची' भावना नसते! तर त्या बरसण्यात वाहून जाणं ही भावना असते.

रस्ते नेहमी गोल गोल फिरत राहतात!

प्रिय ओशो,

गेल्या काही दिवसात तुमच्या सान्निध्यात मी असताना पूर्वीसारखी प्रेमाची भावना जाणवली नाही. पण प्रगाढ शांततेचा अनुभव मात्र खूप खोलवर मी घेत आहे. ही स्तब्धता, हे सौंदर्य, ही शांती आणि त्यातला अमाप अनुभव माझ्या प्रत्ययाला येतो आहे. प्रिय भगवन् प्रेम आणि शांती यातला फरक समजावून सांगाल का? या घटनेमुळे मला दुःख का वाटतंय?

प्रेम रत्ना...

आत्मशोधार्थ निघालेल्या माणसांसाठी रस्ता वाटतो तितका सरळ आणि सोपा नसतो. अनेक वळणं, अकस्मातल्या अडचणी, कधी कधी दृष्टीला न सापडणारा असा मार्ग असतो. परंतु तरीही तू पुन्हा पुन्हा मार्ग सापडवू शकशील. हा अनुभव तुला वारंवार येत राहील. ध्यानधारणेच्या वरच्या पायरीवर गेल्यानंतर लक्षात येईल जसं पर्वताचं शिखर गाठण्यासाठी रस्ते गोल गोल वरपर्यंत जातात तसंच हे आहे म्हणून!

तू अशाच एका बिंदूवर सध्या आलेली आहेस. फक्त तो बिंदू वरच्या पातळीवरचा आहे. आता प्रेमाचा कमीत कमी सात वेळा तुला अनुभव येईल आणि कमीत कमी तितक्या वेळेला असफलही होशील. परंतु प्रत्येक वेळची प्रेमाची तऱ्हा ही निराळी असणार आहे. अनुभवाच्या दृष्टीकोनातून विचार करायचा झाला तर शांती, समाधान, निष्पापता, परमानन्द या गोष्टींसाठीही हेच परिमाण आहे. – जोपर्यंत तुम्हाला आत्मसाक्षात्कार होत नाही तोपर्यंत या सर्व गोष्टीं तुम्हाला एकत्रितपणे लाभू शकणार नाहीत. कारण मार्गावर सगळीकडे त्या विखुरलेल्या आहेत... पहिल्या पायरीवर त्या प्रश्नांच्या रूपानं त्या एकत्रित होतात.

तू वर्णन केलेला प्रेमाचा प्रकार हा शिडीची पहिली पायरी आहे. ती सुंदर होतीच; परंतु शिडीच्या शेवटच्या पायरीइतकी ती शुद्ध, सत्य नाही. आता

तू पुढे पुढे जाते आहेस आणि तुला शांत, स्तब्ध, सुंदर, निवांत असा अनुभव येतो आहे; परंतु प्रेम नाहीसं झाल्यामुळे तू दु:खी आहेस. खरं पाहता या पुढच्या मार्गावर दु:खी होण्याचं कारणच नाही. उलट भरपूर आनंद होण्याची ही अनुभूती आहे. कारण तू खऱ्या मार्गावर येते आहेस.

पुन्हा एकदा वळण येईल. प्रेम तुम्हाला वेढून टाकेल. पण त्याचा अनुभव मात्र निराळा असेल. जरी त्याचं नाव तेच असलं तरी त्याची खोली बदललेली आहे. यापूर्वीचा थर हा वरवरचा होता. आताचा थर हा खोली आणि उंची असलेला आहे. आत्तापर्यंत तो सपाट होता. आता तो उभा, गोलाकार आहे. हे प्रेमसुद्धा निसटून जाणार आहे. पुन्हा एकदा शांतता, स्तब्धता, निवांत आणि निखळ स्तब्धता अनुभवाला येईल. आता पूर्वीच्या निवांतपणातला आणि आत्ताच्या निवांतपणातला फरक तुला समजून येईल.

पहिला शांततेचा अनुभव हा फक्त 'गोंधळ नसलेला' अनुभव एवढाच त्याचा प्रकार होता. दुसरा अनुभव हा नकारात्मतेपासून सकारात्मतेपर्यंत सरकलेला असेल. या अनुभवात फक्त 'गोंधळविरहित' शांतता असणार नाही तर त्या शांततेला एक सकारात्मक सखोलता प्राप्त झालेली असेल. त्याचा गोंधळाशी सुतराम संबंध नसेल.

'गोंधळरहित' अवस्था... याला तुम्ही नाव द्याल शांतता... पण ही खरी शांतता नव्हे. सकारात्मक पद्धतीनं ही शांतता ज्यावेळी तुमच्यावर वर्षाव करते आणि त्याचा तुम्ही अनुभव घेता तेव्हा ती पोकळ राहात नाही... रिती राहत नाही. ती भरून वाहणारी अशी असते.

आता इतर गोष्टी... स्तब्धता, सुंदरता, निवांतपणा आणि दिमाख. या गोष्टींची अनुभूतीसुद्धा या मार्गामध्ये सातवेळा येणारी आहे. एकेका पायरीवर एकेक गोष्ट निसटून जाणार आणि तू पुढे जाणार आहेस. प्रत्येक वेळी तोच अनुभव पण जास्त उच्च पातळीवर मिळत राहणार. जास्त पारदर्शक, स्वच्छ, हृदयाला भिडणारा जास्त नितळ, जास्त सकारात्मक, प्रत्येक वेळी अशा वरच्या पातळीवर तू जात राहणार आणि हे घडत राहणार.

सातव्या पातळीनंतर कोणतीही गोष्ट निसटणारी नसेल. या ठिकाणी या सगळ्या गोष्टी तुम्ही एकत्रितपणे अनुभव शकाल. आणि याच अवस्थेला मी साक्षात्कार म्हणतो... या ठिकाणापासून तुम्हाला पुढे जाण्यासाठी आता कोणताही मार्ग नाही. इथून या उच्च पातळीवरून तुम्ही खालची पातळी पाहू शकता.

एक मूळ नियम लक्षात घ्या. वरच्या पातळीवरचा जो कोणी असतो तो खाली पाहू शकतो; समजू शकतो. परंतु खालच्या पातळीवरच्या मनुष्याला वरच्या पातळीवरचा दिसू शकत नाही. त्यामुळे तो यातली सखोलता समजू शकत नाही. तेव्हा आता

तुझ्याबाबतीत जे काही घडतंय ते नियमानुसारच घडतंय. त्यात बाधा आणू नको. उगाचच दु:खी होऊन मार्गात अडथळे आणून पुन्हा मागे जाऊ नको.

पुढे जाण्याऐवजी तू पुन्हा मागे येऊ शकतेस आणि पुन्हा 'प्रेम' मिळवू शकतेस. परंतु जागरूकतेचा मागमूसही तुझ्या जवळ असणार नाही. शिडीच्या पहिल्या पायरीवरच तू घोटाळत राहशील. तुला दु:ख होणं हे नैसर्गिक आहे कारण पुढे काय घडणार आहे. याची तुला कल्पना नाही. तुला फक्त काहीतरी निसटून जात आहे एवढंच कळतंय... तुला हे कळत नाहीये की पुढच्या वळणावर पुन्हा आपल्याला हे निसटू पाहणारं प्रेम भेटणार आहे... अर्थातच अखेरच्या टप्प्यावर!

हीच सुंदरता, हाच अद्‌भुत अनुभव तुला पुन्हा मिळणार आहे; पण केव्हा, तर जागरूकतेच्या शेवटच्या पायरीवर! प्रत्येक गोष्ट सखोलपणे, स्पष्टपणे, अनुभवापलीकडे फक्त तुमच्या अस्तित्वात खोलवर उतरलेली दिसेल.

ज्या दिवशी शांती, प्रेम, समाधान, परमानंद हे सारं एकत्रितपणे फक्त अनुभवापुरतंच मर्यादित न राहता हे सारं म्हणजे तुमचं अस्तित्वच... असं बनून जाईल तेव्हा त्या सगळ्याबरोबर... तुमचा श्वासोच्छ्वास असेल, तुमच्या हृदयाचे ठोके त्यांच्याबरोबर असतील, या सगळ्या अनुभूतीनं तुमचं अस्तित्व भरून गेलेलं असेल... बाहेरून स्पर्श करणाऱ्या, अनुभवाला येणाऱ्या गोष्टी असं त्याचं स्वरूप न राहता तुमच्या अंतरंगातूनच त्यांचा उगम झाला आहे, तिथूनच हा झरा वाहातोय असं दिसेल. त्याक्षणी दु:खाचा मागमूसही तुझ्याजवळ राहणार नाही.

□

ध्यान ओम...

घाबरण्याचं काहीच कारण नाही... सत्य काय ते तुला समजलं याबद्दल मला आनंद वाटला. तू विनाकारणच दुःख करत बसला होतास.

प्रत्येक नातेसंबंधात दुःखी करणाऱ्या घटनांना खरं म्हणजे कोणी विशिष्ट जबाबदार नसतं. नातेसंबंधांची जडणघडणच अशी असते की स्वाभाविकपणे एका विशिष्ठ मुद्यावर ते कटू होतात. त्यासाठी दोघांपैकी कोणीही जबाबदार नसतं... परंतु भोगावं लागत मात्र दोघांनाही आणि माणसाचं मन म्हणजे इतकं आशादायी असतं की 'उद्याच्या आशेला' ते सतत... चिकटलेलं असतं. 'उद्या' कदाचित चांगला असेल... काही सुधारणा होईल... हे अडथळे म्हणजे वाटेतले खांचखळगे समजायचे अशी आपण आपली समजूत घालत असतो–

तुम्ही विचार करत असता की दुसरा आपल्याला समजून घेईल. पण दुसऱ्याची चूक नसतेच. दुसराही अशीच वाट पाहात असतो. यात तुमचीही चूक नसते. त्यामुळे समजून घेण्याचा प्रश्नच नसतो. तुम्ही एवढंच समजून घ्यायला पाहिजे की प्रत्येक नातेसंबंध हा पुढे पुढे कंटाळवाणा होत जातो, संघर्षमय होत जातो... तुम्ही जर सतर्क असाल तर तुम्ही या सगळ्यापासून अलग राहू शकता. दुसऱ्याबद्दल तक्रार न करता, त्याला बाजूला न टाकता अलिप्त भूमिका स्वीकारलीत तर बऱ्याचशा गोष्टी सुलभ होतात. कारण कुणीही यामध्ये

प्रिय ओशो,

तुम्हाला लिहिताना मला भीती वाटतेय. परंतु लिहिण्याची गरजच आहे... 'माझ्या'विषयी सत्यपरिस्थिती सांगितल्याबद्दल मनःपूर्वक धन्यवाद.

काहीच करत नसतं. मधुचंद्राचे दिवस पुढे कायम राहणारे नसणं हा त्या नातेसंबंधांचा स्वाभाविकपणा आहे. सगळं काही मधुचंद्रानंतर बदलून जातं. आतापर्यंत ज्या प्रकारची स्वप्नं पाहिली होती त्याचं खरं स्वरूप काही दिवस गेल्यानंतर स्पष्ट व्हायला लागतं. कारण ती फक्त स्वप्नंच असतात; सत्यस्वरूप त्यात काहीच नसतं... हे समजून न घेतल्यामुळे दोघंही निराश होतात, ते नैराश्य दोघंही एकमेकांवर ढकलण्याचा प्रयत्न करतात आणि 'भांडण' हा स्थायीभाव होऊन बसतो.

परंतु या नरकासमान परिस्थितीलासुद्धा सगळे स्त्री-पुरुष आयुष्यभर चिकटून राहतात. त्या चिकटण्याचं कारण म्हणजे एकाकीपणाची भीती. एकाकीपणापेक्षा... दुःखी का असेना पण बरोबर कोणीतरी असणं ही गरज असते. या एकाकीपणाची एवढी भीती तरी का वाटते? तर एकटेपणात स्वत:ला स्वत:शी सामना करावा लागतो. जोपर्यंत तुम्ही ध्यानधारणेत उतरत नाही. तुमचा एकाकीपणा हा एकटेपणात परिवर्तीत करीत नाही, स्वत:च्या अंतरंगात डोकावून पाहत नाही. तोपर्यंत यातनामय का असेना पण त्याच जीवनाला तुम्ही चिकटलेले राहता... हीच खरी अडचण!

परंतु या सगळ्यावर तू पहिल्यांदा मात केली आहेस. इतरांसाठी धडा घालून दिला आहेस... तुझ्यानंतर अनेक दुःखी जोडप्यांनी वेगवेगळे मार्ग स्वीकारले. तुला त्यांनी धन्यवाद दिले आहेत. धोका पत्करून नातेसंबंध संपवणारा तूच पहिला असा आहेस की तू धाडस दाखवलं आहेस. हेही चांगलं आहे की तू माझ्यावर रागावला नाहीस. सर्वसाधारणपणे अशा वेळी अविचारी मनुष्य राग धरून बसतो.

तुम्हा मंडळीचं सांत्वन करणं मला आवडत नाही... गोष्टी फारच कडवट होत चालल्या आहेत असं माझ्या ध्यानात आलं तर सरळ वेगळं राहण्याचा मी सल्ला देतो. वेगळे होताना शांतपणे, एकमेकांविषयी आदर बाळगून, शत्रुत्व न राखता वेगळे व्हा... म्हणजे निदान तुम्ही एकमेकांचे मित्र तरी राहाल. म्हणूनच एकमेकांचा तिरस्कार न करता वेगळे व्हा... कारण एक लक्षात घ्या. ज्या व्यक्तिवर तुम्ही एकेकाळी जीव तोडून प्रेम केलेलं असतं ती व्यक्ति अगदी तिरस्काराला पात्र तरी होऊ नये. परंतु तुम्ही, अगदी आहे त्या परिस्थितीला चिकटूनच राहायचं बघाल तर मात्र प्रेम नष्ट होऊन जाईल, सगळे सुंदर क्षण विसरले जातील. फक्त दुःख-दुःख आणि दुःखच आठवत राहील आणि नंतर मग प्रेमाचं रूपांतर तिरस्कारात होऊन जाईल. प्रत्येक गोष्ट विषासमान वाटायला लागेल. नंतर मग वेगळे होताना तुम्ही एकमेकांबद्दल आदर राखून वेगळे होऊ शकणार नाही आणि नंतर एकमेकांचे मित्रही होऊ शकणार नाही.

अविचारी माणसाला माझ्या या कल्पनेचा राग येईल. कारण कुणालाही असं वाटू शकतं की मी तुम्हाला मोडतोड करण्यासाठी भाग पाडतोय म्हणून; परंतु तुम्हालाच कळून येईल की वेगळे झाल्यानंतर आपण जास्त आनंदी झालो आहोत.

कितीतरी महिन्यांनी लतिफाचा पुन्हा हसण्याचा आवाज ऐकला. होय... हीच ती लतिफा! हसणं सगळं विसरून गेली होती. लक्षात ठेव पुन्हा त्या सापळ्यात जाऊ नकोस. तू मैत्री ठेवू शकतोस, सहजसोपं नातं राखू शकतोस. परंतु त्या 'सहजसोपं' पलीकडे जाऊ नकोस. त्याला कायमस्वरूपी बनवू नकोस. तुमच्यातल्या नातेसंबंधांना सिमेंट काँक्रीट करू नकोस ते तुम्हा दोघांनाही नष्ट करतील... तेव्हा मुक्त राहणंच पसंत कर. अतिशय शहाणपणाची गोष्ट सांगतो. ती म्हणजे ज्या स्त्रीवर प्रेम करतोस तिच्यासोबत कधीही राहू नकोस. वेगळा रहा. त्यामुळे तू मुक्त राहशील तशीच तीसुद्धा मुक्त राहील. कोणत्याही आणाभाका घेऊ नकोस; बांधून घेऊ नकोस. तिने तुझ्यावरच फक्त प्रेम केलं पाहिजे हा हट्ट बाळगू नकोस. उलट तुझ्या प्रेयसीनं, अथवा प्रियकरानं एखाद्या सुट्टीला दुसऱ्या कोणाला बरोबर नेलं तर बदल म्हणून उत्तमच आहे. त्या बदलानंतर पुन्हा आठवडाभराचं काम सुरू!...

तेव्हा तुझं एकटेपण आनंदानं स्वीकार... या माझ्या... म्हणण्याचा अर्थ असा नाही की तू मित्रच करू नयेस... मित्र जरूर कर... पण डोळसपणे. माझ्या जवळच्या माणसांनी तर हे लक्षात ठेवलंच पाहिजे... जुन्या काळात याच कारणामुळे लोकांना खूप दुःखं भोगावी लागली आहेत. कारण या साध्या गोष्टी कोणी समजूनच घेतल्या नव्हत्या. आणि एकत्र राहण्याची सक्ती केली गेली होती... मनुष्याच्या कमकुवतपणाच्या विरूद्ध जाणारी ही गोष्ट!

मनुष्य हा काही लोखंडाचा बनलेला नाही. आज जे प्रेम म्हणून वाटतंय. ते उद्या कदाचित नसेलही. उद्या दुसरं कोणी खूप आवडलं... तुम्ही काय करणार? जुनी माणसं या भावना दाबून टाकत असत. हे तुम्ही जेव्हा दाबून टाकता तेव्हा तुमच्याबरोबर राहत असलेल्या बायकोवर त्याचा राग काढता. बायका नवऱ्यांचा तिरस्कार करतात. कारण त्या बंधनात असतात.

काही दिवसांपूर्वी एक संन्यासी स्त्री म्हणाली, "त्याची दोरी मी पुरेशी सैल केली."...अरे..! नवऱ्याला काय तुम्ही कुत्रा समजता?... दोरी तुमच्याच हातात... समजा कुत्रा इकडे-तिकडे नजर टाकायला गेला की तुम्ही त्याला शिव्या घालत दोरी ओढून घेता. याला प्रेम म्हणता येत नाही. हे तर शुद्ध राजकारण!

दोन बिशप्स एकदा नीतिमत्तेवर गप्पा मारत होते. त्यातला एक अभिमानानं म्हणाला, "लग्न होईपर्यंत बायकोबरोबर मी एकदाही झोपलो नाही... तू काय केलंस?"

दुसरा म्हणाला, "कुणास ठाऊक... मला तिचं लग्नापूर्वीचं नाव माहीत नाही."

हेच लोक तुम्हाला नीतिमत्तेचे धडे देणार; प्रामाणिकपणाचे धडे देणार, एकाबरोबरच प्रामाणिक राहण्याचे धडे देणार. यामुळे तुमच्यापुढे काय वाढून ठेवलं जाणार आहे याची कोणीही फिकीर करत नाही.

एक जुन्या काळातली रूपकात्मक कथा आहे. एका माणसाचे वडील मरण पावले. सगळे शेजारी पाजारी त्याचं सांत्वन करण्यासाठी जमा झाले. म्हणू लागले. "काही काळजी करू नको... वडीलांच्या जागी आम्ही आहोत. काहीही लागलं सवरलं तर आम्हाला सांग... तू आम्हाला मुलासारखा आहेस."

त्यानंतर काही दिवसांनी त्याची आई मरण पावली. पुन्हा आजूबाजूचे लोक जमा झाले. आया-बाया म्हणू लागल्या... "फार चांगली होती तुझी आई... पण काळजी करू नको. आम्ही तुझ्या आयाच आहोत. आम्हाला तू मुलासारखाच आहेस... काहीही अडचण आली तर सांग..." काही दिवसांनी त्याची बायको गेली... तो आपला वाट पाहात राहीला. वाट पाहत राहीला... कोणीही आलं नाही... तो बाहेर येऊन शेवटी जोरजोरात ओरडला... "हे काय आहे. वडील गेले तेव्हा सगळेजण माझा बाप व्हायला तयार झाले... आई गेली तेव्हा अनेकजणी माझी आई व्हायला तयार झाल्या... आणि आता? माझी बायको गेली तर कुणीसुद्धा येऊन म्हणायला तयार नाही की जाऊ दे काळजी करू नकोस. आम्ही तुझ्या बायकोसमानच आहोत. तू आमच्याकडे केव्हाही ये." ...कुणीच कसं येत नाही!... सगळे शेजारी तोंड मिटून चूप्प!

स्त्री आणि पुरुष, पती आणि पत्नीमधले नातेसंबंध हे एका विशिष्ट साच्यात बसवले गेले आहेत. इतर नात्यापेक्षा हे नातं निराळ्या प्रकारे पाहिलं जातं. परंतु हा दृष्टीकोन बरोबर नाही... किमान शहाण्या माणसाचा हा दृष्टीकोन नाही. अगदी अंतरंगापासून अगदी समजूतदारपणे या नात्याकडे पाहून विचार केला तर एखादी स्त्री निश्चितपणे असं म्हणले. "काळजी करू नको... एक स्त्री गेली पण आम्ही सगळ्या स्त्रिया इथं आहोत. कुठल्याही क्षणी तुला एकटेपणा वाटला तर जरूर आमच्याकडे ये... गप्पा मार एकटेपणा घालव..." खरोखर शुद्ध माणुसकी आणि समजुतीनं हे सारे नातेसंबंध पाहिले गेले तर मत्सर ही गोष्ट नष्ट होऊन जाईल. माणसं एकमेकांच्या एकाकीपणात मदत करतील आणि त्याचा एकटेपणा सुसह्य करण्यासाठी त्याला बळ देतील.

तेव्हा तुमच्याबरोबरची स्त्री समजा एखादे दिवस दुसऱ्या कोणाबरोबर मैत्रीच्या नात्यानं कुठे गेली तर काळजीचं कारणच काय? किंवा तुमच्याबरोबरचा पुरुष असा गेला... तरीही काळजीचं कारण नाही. प्रत्येकाला सुट्टीची गरज आहे, बदलाची गरज आहे. परंतु संत महात्म्यांना हे पटलं नाही. कारण त्यांना कधीही सुट्टी घेता येत नाही. तिन्ही त्रिकाळ संत म्हणून राहावं लागतं. एक क्षणभरसुद्धा त्यांच्या संतपणापासून त्यांना सुटका मिळू शकत नाही. आणि त्यांना सुट्टी घेता येत नाही म्हणून समाजातल्या या आनंदाच्या कल्पनेला त्यांचा कडाडून विरोध असतो. ते

तुमची नीतिमत्ता ठरवतात, तुम्ही कसं जगायचं ही तत्त्वे ठरवतात... आणि हे सारं ठरवण्याच्या दृष्टीनं ही मंडळी सर्वस्वी अपात्र आहे. कारण अनुभव नसताना उपदेश करणं हे निखालस चुकीचं आहे. त्यांना नातेसंबंध काय म्हणजे माहीत नसतं, त्यातली गुंतागुंत माहीत नसते; प्रेमातला नाजुकपणा माहीत नसतो; सर्वसामान्य माणूस त्याच त्याच गोष्टींना कंटाळून जातो याची जाणीव त्यांना नसते... एखादी सुट्टी, एखादा बदल हा एकत्र राहणं सुसह्य करण्यासाठी किती आवश्यक असतो हे ही त्यांना माहीत नसतं.

मुल्ला नसरूद्दीनला राजानं सल्लागार म्हणून नेमलं. मुल्ला नसरूद्दीन सुंदर सुंदर गोष्टी सांगायचा त्यामुळे राजाला त्याचं वेडच लागलं. तो मुल्लाला कुठे जाऊच देईना. जेवणाच्या टेबलावर जेवणसुद्धा मुल्लाबरोबर घ्यायचा... खरं म्हणजे राजा कोणालाही आपल्यांबरोबर जेवणाच्या टेबलावर बसू द्यायचा नाही. परंतु मुल्लाची गोष्ट वेगळी होती. पहिल्या दिवशी राजा त्याला म्हणाला आचाऱ्यानं मस्तपैकी भरली भेंडी केली आहे...

एखादे दिवस अशी भाजी चांगली वाटेल. पण फक्त एखादा दिवस. राजा तोंड भरून स्तुती करायला लागला. तो स्तुती करतोय असं पाहून मुल्लाला जोर चढला. तो म्हणाला, "तुम्हाला माहीत नाही... पण भेंडी ही नुसती भाजी नसून ते एक औषध आहे. त्यानं आयुर्मान वाढतं. शक्ती, जोम वाढवण्यासाठी भेंडी फार उपयुक्त आहे. पूर्वीच्या ग्रंथातून याचे उल्लेख आहेत. आचाऱ्यानं ते ऐकलं आणि रोजच्या रोज तो भरली भेंडी करू लागला. कारण मुल्लानं त्याचं डोकं भडकवलं होतं. राजानं एकदोन दिवस सहन केलं. नंतर तो प्रचंड चिडला... पानावर भेंडी पडताक्षणी त्यानं ताट फेकून दिलं आणि तो आचाऱ्याला म्हणाला, "आता यापुढे जर का भरली भेंडी केलीस तर अक्षरश: तुला ठार करीन."

मुल्ला म्हणाला, "मी तेच म्हणणार होतो... खरोखरच या माणासाला ठार मारायला पाहिजे."

राजा आश्चर्यानं म्हणाला, "मुल्ला... हे तू म्हणतोस? तू यापूर्वी काय म्हणाला होतास ते विसरलास वाटतं..."

मुल्ला म्हणाला, "मी तुमचा नोकर... मी भेंडीचा नोकर नाही... तुम्ही भरल्या भेंडीची स्तुती केलीत म्हणून मीही केली... मी इथं फक्त तुमची नोकरी करायला आलोय. वाटल्यास मी याला ठार करतो."

आचारी म्हणाला, "सगळा विचित्रपणाच चाललाय हा. तुम्हीच तर माझं डोकं भडकवलंत."

माणसानं हे लक्षात घ्यायला हवं की त्याच त्याच गोष्टी पुन्हा पुन्हा चालू

ठेवण्याचा प्रत्येकाला कंटाळा येतो. मग ती बायको असो, नवरा असो, अन्न असो किंवा एखादा चित्रपट असो... किती काळ एकच चित्रपट पहाल? कारण पुढे काय घडणार ते आता माहीत झालेलं असतं. सुरुवातीला कोणतीही गोष्ट अद्‌भुत असते. दुसऱ्यावेळी कंटाळवाणी... आणि तिसऱ्यावेळी... आत्महत्येचे विचारच सुरू होतात. कारण आयुष्यभर तो चित्रपट पहात राहायचं म्हणजे, त्यापेक्षा ते संपवलेलंच बरं.

नातेसंबंधात कंटाळवाणेपणा येतो, कारण ते आपण घट्ट बांधलेले असतात, आणि बंधनं स्वीकारलेली असतात. हे नातेसंबंध मोकळे असायला हवेत. दोघांसाठीही! तरच प्रेमानं पुन्हा पुन्हा एकत्र यायला बरं वाटेल. कारण जी व्यक्ती तुम्हाला मुक्तता देईल तिच्याबद्दल प्रेम निर्माण होईल. जी व्यक्ती तुम्हाला मोकळेपणा देणार नाही तिच्याबद्दलचं प्रेमही नष्टच होणार.

□

प्रिय ओशो,

परवाच तुम्ही म्हणालात, ते ऐकलं की आम्ही जेव्हा संन्यास घेतो तेव्हा जणू काय आमचं जीवन तुमच्या हवाली करतो. (blank check of our lives)... या विधानामुळे सनातनी विचारांच्या जगात किती खळबळ माजू शकेल याची कल्पना मी करू शकतो. परंतु माझ्या एका मित्रानं मात्र हे विधान ऐकताक्षणी लगेचच दुसऱ्या दिवशी संन्यास घेतला... हेच धैर्य नवीन मानवाला पुढे नेऊ शकेल का?

सत्यधर्मा...

हे खरं आहे की तुम्ही जेव्हा संन्यास घेण्यात पुढाकार घेता तेव्हा तुमचं जीवन माझ्या हवाली करता! आणि हे ही खरं आहे की सनातनवाद्यांच्या जगाचा मूळ पायाच या विधानामुळे हादरून जाणार हे निश्चित... आणि तसंच घडावं अशी माझी प्रामाणिक इच्छा आहे. सनातनी विचारांचा हा मूळ पाया नष्ट झाला पाहिजे. कारण माणुसकीच्या नात्यानं त्यांनी हजारो वर्षे माणसाचा गुलाम केलेला आहे. ही मंडळी मनुष्याचे फार मोठे गुन्हेगार आहेत. अत्यंत वाईट शत्रू आहेत. तुझा मित्र धैर्यवान आहे यात शंकाच नाही. भित्रेपणानं दडून बसण्याऐवजी धैर्यानं निरनिराळी आव्हानं स्वीकारणं, हे पराक्रमी माणसाचं लक्षण आहे. पण एक लक्षात ठेव, मी कुणाला सांगितलं नाहीये. तू पण कुणाला सांगू नकोस, किमान सनातनी विचारांच्या मंडळींना तर मुळीच सांगू नकोस... पण मी कुणाचाही ब्लँकचेक वापरत नाही... तुम्ही माझ्या हवाली केलेल्या जीवनाचा मी उपयोग करून घेत नाही.

तुम्ही पुढाकार घेणं म्हणजेच आव्हानात्मक गोष्टींमध्ये उडी घेण्यासाठी पहिली पायरी ओलंडणं! अंधाऱ्या वाटेमध्ये तुम्ही मला मित्र म्हणून मानलेलं आहे आणि पूर्ण विश्वासानं माझ्या हातात आपला हात सोपवला आहे. परंतु कोणाच्याही जीवनात मी लुडबूड करीत नसतो... तुम्हीच तुमचा हात माझ्या हातात देत असता. मी या सर्वांच्या बाहेर आहे. हा

तुमच्याकडून घेतला जाणार पुढाकार आहे... तुमचं जीवन माझ्या हवाली करून परिवर्तन घडवून आणण्यासाठी तुम्ही पुढाकार घेता. परंतु घडणारी कृती आणि जबाबदारी सर्वस्वी तुमची. कोरा चेक तुम्ही कोणत्याही क्षणी माझ्याकडून परत घेऊ शकता... तो कोराच राहणार आहे. परंतु असं धाडसी पाऊल उचलल्याशिवाय तुमचा विकास होणार नाही.

कारण विकास होण्यासाठी एका महत्त्वाच्या गोष्टीची गरज आहे ते म्हणजे धाडस. माझ्या मंडळींकडून किमान एवढ्या गुणवत्तेची माझी अपेक्षा आहे. इतर गोष्टी गौण आहेत; परंतु धैर्य ही मूलभूत गोष्ट आहे. की जी अत्यंत गरजेची आहे. होय सत्यधर्मा... याच एका गोष्टीमुळे या विश्वामध्ये नवीन मानव अवतीर्ण होणार आहे. जुना, पुराणा माणूस फार भित्रा होता. अंगामध्ये सिंहाचे गुण असूनही तो मेंढीसारखा वागत होता. आणि तो कायम मेंढी म्हणूनच जगला. कारण कळपामध्ये सुरक्षितता आणि उबदारपणा लाभला गेला. प्रत्येकजण विचार करत होता की समूह कधीही चुकीच्या मार्गानं जाणार नाही मग आपण समुहाबरोबर असणं केव्हाही बरं. आणि हे एक आश्चर्य आहे की समूह नेहमीच चुकीच्या मार्गानं चालत असतो. तो योग्य मार्गावर नसतोच. कारण समुहाला स्वतंत्र मन नसतं. स्वतंत्र बुद्धी नसते. तुम्ही कधी ऐकलंय का की एखादा समुहाच्या समूह आत्मसाक्षात्कारी झालाय म्हणून! कारण गर्दी किंवा समूह हा जागरूकतेच्या अगदी खालच्या पातळीवर असतो. आणि गर्दी जितकी जास्त तितकी जागरूकता कमी.

धैर्य म्हणजे कोणाच्याही मदतीविना एकट्यानं मार्गक्रमणा करणं... बरोबर मार्गदर्शक नाही, हातात नकाशा नाही... अशा अवस्थेत जीवनाच्या घनदाट जंगलातला रस्ता पार करणं. तुमचे स्वतःचे सर्व प्रयत्न तुम्हाला सतर्क बनवतात. आणि तुम्ही जागरूक बनता. कारण आजूबाजूच्या या अंधारात धोके जास्त आहेत; रानटी प्राणी, रात्रीचा घनदाट अंधःकार, आणि अनोळखी रस्ता, कुणालाच माहीत नाही की तुम्ही कुठे चालला आहात. अशा या परिस्थितीत तुमच्या अंतरंगात स्फोट घडून येतो आणि तुमचा पुनर्जन्म होतो. किंवा असं म्हणूया की नवी पहाट उदयाला येते; नवीन मानवाची सुरुवात होते.

सत्यधर्मा, तुझ्या मित्रापासून तुला शिकायला हवं. कारण तू घेतलेला संन्यास हा काहीतरी गृहित धरून घेतलायस. त्यापासून तुला कोणताही धोका नाही. किंबहुना तुझ्यासाठी ते एक संरक्षणच बनलेलं आहे. मन हे धूर्त असतं. त्याच्या धूर्तपणाला सीमा नसतात अन्यथा मनापासून संन्यास पत्करणं म्हणजे मुळापासून परिवर्तन घडवून आणणं.

केवळ इतरांनी संन्यास घेतलाय म्हणून उत्सुकतेपोटी तू संन्यास घेतला असशील तर तो खरा नाही. उत्कटतेनं स्वतःचा घेतलेला तो शोध नव्हे... मग त्याचा काहीही

उपयोग होणार नाही. निरर्थक गोष्टीत शक्ती खर्च करणं एवढाच त्याचा अर्थ.

संन्यास हा अपघातानं घडता कामा नये. तो प्रखर इच्छेनं झाला पाहिजे. कोणतंही परिवर्तन, कोणताही बदल घडवण्यासाठी तुम्ही तयार झालं पाहिजे. फक्त उत्सुकतेपोटी ही गोष्ट घडत नाही. तर आत्मशोधार्थ निघणाऱ्या माणसाकडूनच हे घडू शकतं. जो जीवनातले धोके पत्करायला तयार असतो त्याच्याच बाबतीत हे घडतं... आणि जीवनात धोका पत्करणं म्हणजेच जागरूकतेची सुरुवात होणं... आत्म्याला जाग येणं!

□

आनंदनंदा...

एक म्हातारे झेन मास्टर... ते त्यांच्या विचित्र, रानटी वागण्याबद्दल आणि असंबद्ध बोलण्याबद्दल प्रसिद्ध होते. एकदा त्यांचा एक शिष्य त्यांच्याकडे आला. त्यानं त्यांच्या दारावर टकटक केलं आणि विचारलं, "मास्टर... तुम्ही आहात का?..." काही वेळानंतर आतून डरकाळी फोडल्यासारखा आवाज आला "नाही... मी नाही."

शिष्य उत्तरला, "वाऽ.. काय नशीब... मी आलोच नाही."

तुम्ही विनाकारण कोड्यात पडत असता. तू विचारलंस.. 'मी' आणि 'करत आहे' हे शब्द अडचण निर्माण करणारे आहेत. त्याऐवजी 'मी नाही'... मी करत नाही... असं असावे का?...

हसण्याशिवाय कशाचीही गरज नाही...

एकदा एक तरुण-तरुणी फोनवर भांड-भांड भांडत होते. शेवटी त्यातला तरुण संतापून म्हणाला, "आता मात्र या मूर्खपणाला मी कंटाळून गेलो आहे. आता आज रात्री मी तुझ्या घरी येणार आहे. आणि तुझ्यावर 'बळजबरी' करणार आहे..."

"छे छे... तू असं करू शकत नाहीस." ती ओरडली.

"तुला इतकं छळणार आहे की तू सरळ चालू सुद्धा शकणार नाहीस." तो पुन्हा म्हणाला.

ती पुन्हा ओरडली... "नाही... असं

प्रिय ओशो,

'मी' आणि मी 'करत आहे'... हे शब्द जरा... अडचण निर्माण करणारे वाटतात. त्याबद्दल 'मी नाही' आणि मी 'करत नाही' हे शब्द योग्य आहेत का?

करू शकणार नाहीस तू.''

तो पुन्हा म्हणाला... ''आणि आणखीन एक... लक्षात ठेव... मी कंडोमसुध्दा वापरणार नाही..''

''होय! तू असं करशील...'' ती ओरडली.

ठीक आहे मनीषा..

होय ओशो.

■

प्रकरण ९

आत्तापर्यंत जगामध्ये 'स्त्रियांमधून' महान चित्रकार, महान कवी, संगीतकार, शिल्पकार अशा काही घडल्या गेलेल्या दिसत नाहीत. त्यांच्यामध्ये गुणवत्ता नाही किंवा कुवत नाही असं नाही. परंतु गुणवत्ता ही नुसती असून भागत नसते. त्याला संधी मिळण्याची गरज असते. ती गुणवत्ता प्रत्यक्षात उतरवण्यासाठी संधीची आवश्यकता असते. पुरुषांनी या सर्व संधी स्त्रियांच्या विकासापासून हिरावून घेतलेल्या आहेत.

अफवा पसरवणाऱ्या गप्पा कधीच शुद्ध सत्य नसतात!

प्रिय ओशो,

शेकडो वर्ष स्त्रियांना दडपलं गेल्यामुळे त्यांच्यातली विनोदबुद्धी पुरुषांसारखी मुक्तपणे बाहेर येत नसेल का? पुरुषांसारखी विनोदबुद्धी स्त्रियांजवळ नसते का? हा प्रश्न मी गंभीरपणे विचारते आहे.

मनीषा...

विनोदाची निर्मिती या विश्वामध्ये झाली ती म्हणजे मानवी उत्क्रांतीची ती शेवटची पायरी आहे. माणसाव्यक्तिरिक्त कोणत्याही प्राण्याजवळ विनोदबुद्धी नाही. एवढंच काय परंतु उत्क्रांतीची अखेरची पायरी कोणती हे जाणून घेण्यासाठी विनोदबुद्धी ही एक कसोटीच आहे. मानवाच्या क्रांतीच्या प्रवासात जागरूकता नव्हती... परंतु नंतर माणसानं पंख पसरले आणि नवीन क्षितिजं धुंडाळायला सुरुवात केली. आणि त्यानंतर उत्क्रांती म्हणजे आंधळा प्रवास राहीला नाही.

तुझा प्रश्न अत्यंत महत्त्वाचा आहे. पुरुषांनी आतापर्यंत स्त्रीला बरोबरीचं कोणतंच स्वातंत्र्य, महत्त्व दिलेलं नाही. पुरुषांकडे अनिर्बंध स्वातंत्र्य होतंच. धर्माच्या नावाखाली, नीतिमत्तेच्या नावाखाली पवित्र्य आणि शुद्धतेच्या नावाखाली स्त्रीला आतापर्यंत संसाराच्या तुरुंगात डांबलं गेलेलं आहे. अनेक महान व्यक्तिमत्त्वांनी सुद्धा या प्रत्यक्ष घटना लपवलेल्या आहेत. गुलामी... धार्मिक गुलामगिरी!

शिक्षणाची परवानगी नाही, समाजात मिसळणं नाही, निरनिराळ्या देशांमध्ये, निरनिराळ्या प्रकारांनी माणसाच्याही खालचा दर्जा स्त्रीला दिला गेलाय. कारण का? तर शिक्षण नाही... त्यामुळे आर्थिकदृष्ट्या पुरुषांवर अवलंबून! समाजामध्ये कुठेही पुरुषांच्या स्पर्धेला ती तोंड देऊ शकत नव्हती. कारण जागरूकतेच्या दृष्टीनं होणाऱ्या विकासशील

क्रांतीमधे तिला अटकाव होता.

उदा. जगामध्ये महान चित्रकार म्हणून, महान कवी, शिल्पकार, संगीतकार म्हणून स्त्रियांची फारशी नोंद नाही. त्यांच्यामध्ये तेवढी गुणवत्ता नव्हती किंवा कुवत नव्हती असं नाही. परंतु... संधी मिळण्याची तेवढीच आवश्यकता होती. ती गुणवत्ता प्रत्यक्षात आणण्यासाठी संधी हवी होती. स्त्रीच्या विकासाला योग्य अशा संधी पुरुषांनी सतत नाकारल्या. म्हणून स्त्रियांमध्ये विनोदबुद्धीची कमतरता, आणि हसून मजा घ्यायचा स्वभाव विकसित झाला नाही. पहिल्यापासून त्या आपल्या दुःखातच! न दिसणाऱ्या बेड्या त्यांच्या पायात; आणि संसाराचे तुरुंग राहायला!... हजारोवर्ष त्या या तुरुंगात राबतायत की बाकीचे लोक हा तुरुंग आहे हे विसरूनच गेले आहेत. सर्जनशील काही गोष्टी करण्यापासून ते धार्मिक गोष्टी करण्यापर्यंत सगळीकडे त्यांना इतका प्रतिबंध केला गेलाय की ज्यामुळे त्या दुबळ्या बनल्यायत.

ही अत्यंत दुःखाची गोष्ट आहे की मनुष्यप्राण्यातील जवळ जवळ अर्धा भाग हा अशा तऱ्हेनं सृजनशीलतेपासून दूर ढकलला गेला. आणि हाच अर्धा भाग पुरुषांच्या कितीतरी पटीनं जास्त कुवतीचा, जास्त गुणवत्तेचा, जास्त भावनाशील, आणि मोठ्या मनाचा होता... परंतु स्त्रीला सगळ्या संधी नाकारल्या गेल्या. उलट असे काही मार्ग आखले गेले की ज्यायोगे ती... कायमची गुलाम म्हणून राहील. या गोष्टी इतक्या घृणास्पद आणि निंदाजनक होत्या की त्यामुळे फार कमी स्त्रिया साक्षात्कारी बनू शकल्या.

खरं म्हणजे त्यांच्यातच यासाठीची गुणवत्ता जास्त असते. कारण निसर्गानं त्यांना अशा काही गोष्टी बहाल केलेल्या आहेत की ज्यामुळे त्या जास्त शक्तिशाली आणि जास्त सहनशील बनलेल्या आहेत– त्यापैकी एक म्हणजे मातृत्व. त्यांच्याजवळ असलेल्या मातृत्वाच्या कारणामुळे प्रजोत्पादनासाठी निसर्ग त्यांच्यावर अवलंबून असतो. जीवनाचा प्रवाह पुढे नेण्याचं महत्त्वाचं कार्य स्त्रियांकडून होत असतं. ते कायम ठेवण्याच्या दृष्टीनं पुरुषाच्या हातात अगदी नगण्य गोष्टी असतात. उलटपक्षी पुरुष हा नष्ट करण्यासाठी, मृत करण्यासाठी जास्त शक्ती वापरतो. जगामधले लाखो पुरुष घ्या... कितीही मागच्या काळात जा... काय दिसेल? तर पुरुषांनी आपली सर्व बुद्धिमत्ता, चिकाटी ही फक्त शस्त्रांच्या शोधासाठी वापरलेली आहे.

स्त्री ही जीवनाचा उगम आहे. पुरुषांना मृत्युसाठी काम दिलेलं आहे. आणि हे तर उघडच आहे की जीवनाचा उगम ज्याच्यापाशी असेल त्याच्याजवळच जास्त सृजनाची शक्ती असणार. म्हणजे पुरुषांपेक्षा स्त्रीजवळ ती शक्ती जास्त असणार.

जगातले काही थोडे महान पुरुष जे कोणी महान संगीतकार, महान चित्रकार... एकूणच महान कलाकार होते त्यांच्यात कुठेतरी अंशभर का होईना, स्त्रियांसारखा डौल होता.

फ्रेडरिक नित्शे हा मोठा विचारवंत... तो म्हणत असे... “मी गौतम बुद्धांना मानत नाही कारण त्यांच्यात काहीतरी बायकी गुण आहेत...” फ्रेडरिक नित्शे हा अगदी मुळापासून पुरुषी अहंकार जपणारा होता. गौतमबुद्धांच्या संपूर्ण जीवनातलं, आणि तत्त्वज्ञानातलं एवढं एकच त्याला महत्त्वाचं वाटलं... म्हणून त्यानं गौतमबुद्धांना नाकारलं... त्याचा विरोध हा त्यांच्या तत्त्वज्ञानाला नव्हता त्याचा विरोध त्यांच्या तत्त्वज्ञानातल्या अहिंसेच्या प्रसाराला होता... कारण हा गुण त्याला बायकी वाटत होता. त्याच्या मतानं अहिंसेच्या तत्त्वज्ञानामुळे माणसं कमकुवत बनतात. गौतमबुद्धांची ध्यानधारणेची पद्धत युद्धांना नष्ट करेल... आणि युद्ध नसतील तर महान माणसं कशी काय निर्माण होतील. कारण युद्धामुळे महान पुढारी निर्माण होतात. युद्धाला सहमती दर्शवणारं हे विचित्र तत्त्व! शांतीच्या विरोधात, साक्षात्काराच्या विरोधात असलेलं हे विचित्र तत्त्व...! काय म्हणावं?

माझ्या दृष्टीनं विचार करायचा झाला तर स्त्रीमध्ये आत्मसाक्षात्कार होण्याइतके सुप्त गुण जास्त असतात. साक्षात्काराच्या अनुभूती संदर्भात ती अतिशय नजीक असते कारण निसर्गानं तिला भावनाशील हृदय दिलेलं असतं, जन्मजात संवेदनशील मन दिलेलं असतं; प्रेमळपणा दिलेला असतो. तिला आत्तापर्यंत अतिशय वाईट अशी मुद्दामहून बनवलं गेलेलं आहे. परंतु तरीही एवढं असूनही... कितीही नैराश्यजनक परिस्थितीतून ती मार्ग काढू शकते–

‘हसण्यासारखं’ तिच्या आयुष्यात फार कमीवेळा घडत असतं... आक्रंदनच तिच्या नशिबी जास्त असतं. त्यामुळे... रडण्यामध्ये ती तरबेज असते. अश्रू ढाळणं हेच तिचं काम. हसणं हे तिच्यापासून फार दूर अंतरावर असतं. तिचं संपूर्ण जीवनच मोडकळीला आलेलं असतं, तिचे सुप्त गुण चिरडले गेलेले असतात. तिचं स्वतंत्र व्यक्तिमत्त्व बंधनात जखडलं-गेलेलं असतं; तिचे पंख कापले गेलेले असतात, तिची मुळं नष्ट केलेली असतात. स्त्रीइतका प्राण्यांचा दुसरा कोणताही प्रकार पुरुषांच्या अत्याचारानं इतका छळला गेला नसेल! आणि त्याच पुरुषांना ती स्त्री जन्म देते; पुरुषांवर जीवापाड प्रेम करते, त्यांच्या वाईट परिस्थितीत त्यांना आधार देते– पुरुषांच्या नैराश्यजनक परिस्थितीत त्यांना सांत्वना देते, त्यांच्या जखमांवरचं ती मलम बनते. आणि पुरुष!... ते फक्त तिला गुलाम बनवतात आणि गुलामगिरीत तिला जखडून ठेवतात.

असं दिसतं की पुरुषांच्या मनात काहीतरी भीती असावी, पुरुषांना सुरुवातीपासूनच कळलेलं असावं की स्त्रीमध्ये आपल्यापेक्षा वरचढ शक्ती आहे, आपल्यापेक्षा जास्त चेतना आहे... त्यामुळे पहिल्यापासूनच तिला मुक्त केली तर ती पुरुषांच्या कितीतरी पुढे जाईल. या भीतीनं ते असं वागत असावेत... तिचे पंखच छाटून टाकले की उघडच आहे ती मोकळ्या आकाशात उडू शकणार नाही म्हणून. तिला कमकुवत

बनवायचं, तिला सारखं शिकवत राहायचं... तिच्या मनावर कुठला तरी पगडा बसवायचा की ज्यायोगे ती कायमची पुरुषांवर अवलंबून राहील.

हिंदू ग्रंथातून सांगितलं गेलंय की तुम्ही लहान मुलगी असाल तेव्हा वडिलांवर अवलंबून, तरुण झाल्यानंतर नवऱ्यावर अवलंबून, आणि म्हातारे झाल्यानंतर मुलांवर अवलंबून राहता. त्यामुळे आयुष्यभर कुणा ना कुणावर तरी अवलंबून राहाताच. तुम्ही स्वतंत्र होणार नाही अशीच व्यवस्था असते– वाईट रीतीने वागवणे यासारखे अनेक घाणेरडे शब्द या तथाकथित धर्मग्रंथामध्ये वापरले गेले आहेत.

अंतिम परिणाम काय झाला तर स्त्रीमध्ये कायमचा कडवटपणा निर्माण झाला. बंड करण्यासाठी सतत रडणारं असंच तिचं अस्तित्व निर्माण झालं... कोणत्याही गोष्टीकडे हसून बघण्याची तिची अवस्था निर्माणच झाली नाही. अतीव दुःखात, आणि नैराश्यात आयुष्य कंठणं हेच तिचं नशिब. म्हणून जोपर्यंत ती मुक्त होत नाही तोपर्यंत तिला विनोदबुद्धी प्राप्त होणार नाही; ती मुक्त झाली तर पुरुषांना ती मैलोनमैल मागे टाकेल... अनेक सृजनात्मक... कामात ती पुरुषांच्या कितीतरी पुढे जाईल... ओघानंच आनंदी आणि खेळकर असा तिचा स्वभाव बनेल. खरं म्हणजे नैसर्गिकरित्या ती गंभीर प्रकृतीची नाहीये. उलट पुरुषच स्वाभाविकत: गंभीर प्रकृतीचे असतात. तुम्ही जेव्हा गमतीशीर बोलता तेव्हा पुरुषांना ते बालीश वाटतं...

स्त्रिया कधीही ईश्वराबद्दल, स्वर्गाबद्दल, नरकाबद्दल बोलत नाहीत. त्या गंभीर चर्चेत कधी भाग घेत नाहीत... शिळोप्याच्या गप्पांमध्ये, दुसऱ्यांच्या भानगडीच्या गप्पांमध्ये त्यांना रस असतो. रोजच्या जीवनातल्या विषयांवर बोलायला त्या उत्सुक असतात. त्या हटवादी असतात, व्यवहारी तसंच वस्तुनिष्ठ दृष्टीकोन ठेवणाऱ्या असतात. भविष्यवादी नसतात.

मला एका ज्योतिष्याची कथा आठवतेय... पुरातन काळातल्या ग्रीस शहरातली ही गोष्ट आहे. सॉक्रेटीसच्या काळातली! भविष्यवेत्ता नेहेमी आकाशातल्या ग्रहताऱ्यांचा अभ्यास करत असे. अडचण येऊ नये म्हणून गावाबाहेरच्या एखाद्या ठिकाणी जाऊन प्राथमिक साधनं घेऊन तो ग्रहताऱ्यांचा अभ्यास करायचा. एकदा असेच आकाशात ग्रहतारे पाहताना... तो विहिरीत पडला... कारण तो जमिनीवर पाहात नव्हता. जवळच्या शेतात एक वृद्ध स्त्री राहत होती. तीने त्याला वाचवलं. बाहेर आल्यानंतर तो त्या म्हातारीला म्हणालो, ''मी खूप नावाजलेला ज्योतिषी आहे. निरनिराळ्या देशातल्या राजाची कुंडली मी पाहतो. माझ्या घरासमोर रोज माणसांची रीघ लागते. मी तुझंही भविष्य सांगेन. केव्हाही ये. तू माझे प्राण वाचवलेले असल्यामुळे मी तुझ्याकडून काहीही पैसे घेणार नाही.'' त्यावर ती म्हातारी हसून म्हणाली. ''मी कशाला तुझ्याकडे येऊ?... तुला स्वत:चं भविष्य कळलं नाही आणि तू विहिरीत पडलास... हे कसलं तुझं भविष्य?... तुझ्या भविष्यात काय आहे हे तुला कळत

नसेल तर इतरांचं भविष्य तू कसं काय सांगतोस? मला मूर्ख बनवू नकोस. इतर राजे महाराजे मूर्ख बनत असतील. मी नाही मूर्ख बनणार! उलट तू मला पैसे दिलेस तरीही मी येणार नाही. मला तुझा खोटेपणा कळलाय...''

पुरुष हे फार दूरच्या गोष्टीत रस घेत असतात. तसं स्त्रियाचं नाही. त्या फक्त वास्तवाबद्दल विचार करतात. त्यांना जर खरोखर स्वातंत्र्य दिलं गेलं, आणि तसं पाहता त्यांना ते दिलं गेलंच पाहिजे; कारण आता वेळ आलेली आहे... तर ते स्वातंत्र्य जर त्यांना मिळालं तर अशा तऱ्हेची गुलामगिरी यापुढे त्या कधीही सहन करणार नाहीत. ही परिस्थिती संपूर्णपणे बदलणं भागच आहे.

स्वातंत्र्य मिळाल्यानंतर मात्र ती नाचू- गाऊ शकेल. कोण्या पिकासोपेक्षाही ती उत्तम चित्रकार बनेल. आणि तिच्या या सर्व कला, गाणं, नृत्य, चित्रकला या सगळ्या– जीवनाच्या जवळ जाणाऱ्या असतील, पवित्र असतील, जास्त निखळ असतील. जेव्हा स्त्री पूर्ण स्वतंत्र होईल तेव्हा ती जास्त बुद्धांना जन्म देईल, जास्त बोधीधर्मांना जन्म देईल, जास्त जिझसना जन्म देईल... आणि एक गोष्ट निर्विवाद सत्य, की ती जिझसला कधीही क्रूसावर चढवणार नाही, सॉक्रेटिसला विषाचा पेला देणार नाही. ती मन्सूरला कधीही ठार करणार नाही. स्त्रीबद्दल ही एक गोष्ट खात्रीपूर्वक सांगता येईल. हे निश्चित...

पुरुष हा नाश करणारा असतो आणि स्त्री ही... निर्माण करणारी असते. म्हणून तर तिला जननी म्हणतात. तिच्या हास्यालासुद्धा एक वेगळी गुणवत्ता आहे... तिचं हास्य हे पूर्ण निरागस आणि लहान बाळासारखं निष्पाप असतं.

मनिषा, स्त्रीला स्वातंत्र्य देण्याची घटना आजपावेतो घडली नाही कारण तीची मानव प्राण्यातसुद्धा गणना केली गेली नव्हती. अंधारात आयुष्य कंठण्यासाठी तिला बळजबरीनं अनेक बंधनात अडकवलं गेलं. बाहेरच्या प्रकाशात तिला येऊच दिलं नाही... माझ्या मंडळींना माझं आग्रहानं सांगणं आहे की भूतकाळातल्या या घाणेरड्या परंपरा जरूर तोडून टाका... हा भूतकाळ संपवून टाका. स्त्रीला तिच्या वैशिष्ट्यासकट स्वतःचा विकास करण्याचे हक्क मिळाले पाहिजेत. त्याचा उपयोग समाजाच्या विकासासाठीच होणार आहे... एवढंच काय परंतु पुरुषांच्या विकासासाठीसुद्धा ते गरजेचं आहे. कारण पुरुष आपल्या जीवनाची सुरुवातच मुळी मातेच्या उदरात करत असतो. नऊ महिने तो एकटा स्त्रीबरोबर असतो. पूर्णपणे एकटा. शास्त्रज्ञाचं म्हणणं असं आहे की त्या नऊ महिन्यात मुलाची ज्या पद्धतीनं वाढ होते तशी वाढ त्याच्यापुढच्या सत्तर वर्षाच्या आयुष्यात होत नाही... ते नऊ महिने म्हणजे पुढच्या संपूर्ण विकासाचंच एक छोटं रूप असतं. कारण माणसाला ज्या अवस्थांतून उत्क्रांतीच्या वेळी जावं लागलेलं असतं त्याच अवस्थेतून अर्भकालाही जावं लागतं. लाखो वर्षाचा प्रवास त्या नऊ महिन्यामध्ये सामावलेला असतो. अगदी माशापासून

ते माणसापर्यंत अगदी पहिली अवस्था मातेच्या गर्भातली ही माशाप्रमाणेच! त्यानंतर तो इतर प्राण्यांच्या रूपात एकेक पायरी पार करत असतो. स्त्रीच्या गर्भात त्याचं वास्तव्य असतं. सिगमंड फ्राईड आणि त्याच्या अनुयायांनी सूक्ष्म अभ्यास करून काही आश्चर्यकारक गोष्टी सांगितल्या आहेत. त्यांच्या म्हणण्याप्रमाणे माणूस स्वर्गाच्या, नरकाच्या, राजसत्तेच्या, ईश्वराच्या, किंवा निर्वाणाच्या शोधार्थ जो भटकत असतो तो शोध म्हणजे दुसरं तिसरं काही नसून तो आईच्या गर्भाचा शोध असतो–

कोणतीही जबाबदारी नसलेले ते सुंदर नऊ महिने, श्वासोच्छ्वास घेण्याचीही जबाबदारी नसलेले! आईच तुमच्यासाठी श्वास घेते, तुमचं अन्नही तीच बघते. भूतकाळाचा प्रश्न नाही. भविष्यकाळाचा प्रश्न नाही... फक्त वर्तमानकाळातल्या आत्ताच्या क्षणाचा प्रश्न... तोही पूर्णपणे आईनं सोडवलेला... किती सुंदर! सगळं काही हातात तयार... बाळानं मागणी करण्यापूर्वी तयार!

फ्राईड म्हणतो ते नऊ महिने सूक्ष्मपणे तुमच्या अस्तित्वात तसेच पडून असतात... तेच तुमच्यामध्ये तीव्र इच्छा निर्माण करतात! ते सुंदर क्षण शोधायची इच्छा निर्माण करतात. खरंच! तुम्ही आईच्या गर्भात पुन्हा प्रवेश करू शकत नाही.

तुम्ही विश्वाच्या गर्भात प्रवेश करू शकता... निर्वाण किंवा देवाचं राज्य ही कल्पना म्हणजे दुसरं-तिसरं काहीही नसून विश्वाच्या गर्भात प्रवेश करणं होय. ज्या ठिकाणी कोणत्याही जबाबदाऱ्या, दडपण, भीती, मृत्यू काहीही नसतं. असतं ते शुद्ध समाधान!

ज्याक्षणी स्त्री पूर्णपणे स्वतंत्र होईल त्या क्षणापासून ती तुमचं आयुष्य फक्त शांतीपूर्ण करेल असं नाही तर ते आनंददायी बनवेल तसंच तुम्हाला शांत बनवेल, दडपणं कमी करेल... हा अनुभव तसा तर तुम्ही रोज घेताच. जेव्हा दोन माणसं भांडत असताना जर एखाद्या स्त्रीचं तिथे आगमन झालं तर ते लगेच गप्प बसतात. एखाद्या सभ्य माणसासारखे शांत होतात... ती स्त्री तिथे येण्यापूर्वी वाईट वाईट शिव्या ते देत असतात. पण ती आल्यानंतर त्यांची भाषा बदलते...

सध्या अमेरिकेमध्ये काही तुरुंगांमधून प्रयोगतत्त्वावर स्त्री अणि पुरुष कैद्यांना एकत्र ठेवण्याचे प्रयोग केले जात आहेत. आत्तापर्यंत त्यांचे तुरूंग वेगवेगळे होते. काही दिवसांनी असं निदर्शनाला आलं की या एकत्रित तुरुंगांमुळे जास्त धोकादायक पुरुष कैदीसुद्धा शांतपणे वागत आहेत... सभ्यपणानं आचरण करत आहेत... केवळ स्त्रियांच्या सान्निध्यामुळे! तुरुंगाचे मानसोपचार तज्ज्ञसुद्धा चकित झाले. अतिशय खतरनाक खुनी, बलात्कार करणारे गुन्हेगार; पण तेसुद्धा सुतासारखे सरळ वागायला लागले रोज दाढी करायला लागले, आंघोळी करायला लागले. यूडीकोलन, आरसे, कंगवे यांची मागणी करायला लागले... त्यांची संपूर्ण वागणूकच बदलून गेली. त्यापूर्वी त्यांच्या एकमेकात सतत भांडणं मारामाऱ्या चालायच्या. केवळ

स्त्रियांच्या येण्यामुळे तिथलं संपूर्ण वातावरणच बदलून गेलं. तुरुंगामध्ये प्रणयाला प्रतिबंध असतो. तरीही बायका आल्यानंतर तिथे अतिप्रसंग घडण्याची बरीच शक्यता होती... परंतु तसं घडलं नाही. उलट सर्व बाजूंनी त्यांच्यावर नजर ठेवली जात असल्यानं सतत दडपणाखाली वावरावं लागतं याबद्दल त्यांची तक्रार होती.

जेलमध्ये सगळे अधिकारी, प्रत्येक खिडकीतून, दारामधून, प्रत्येक झरोक्यातून या कैद्यावर नजर ठेवायचे. स्त्रियांवर कोणताही अतिप्रसंग येऊ नये हा त्यामागचा उद्देश होता... परंतु कैद्यांचे म्हणणं असं... "सतत आमच्यावर अशी पाळत ठेवल्यामुळे आमचा अपमान होतो. आम्ही गुन्हेगार असलो तरीही माणूस आहोत. कारण आम्ही कोणीही स्त्रियांचा गैरफायदा घेत नाही. संपूर्ण रात्र अशाप्रकारे आमच्यावर पाळत ठेवणं हे अतिशय लाजिरवाणं वाटतं. आम्ही त्यामुळे झोपूही शकत नाही." एवढी एक तक्रार सोडल्यास ते तसे आनंदी होते. स्त्री कैद्यांनीही कधी त्रास दिला नाही. तापलेलं वातावरण हळूहळू शांत झालं...

सर्व जगभरातून स्त्रियांना जर स्वातंत्र्य दिलं गेलं तर माझी खात्री आहे की त्यातल्या बऱ्याचशा स्त्रिया आत्मसाक्षात्कारी बनतील, योगी बनतील, महान कवी बनतील, चित्रकार बनतील, त्या स्वतःचाच विकास करून घेतील असं नाही तर संपूर्ण जगाच्या विकासाला त्या हातभार लावतील. पुरुषांनासुद्धा त्या पद्धतीनं विकासाला मदत करतील. कारण त्यांची कोणत्याही गोष्टीकडे पाहाण्याची दृष्टी निराळी असणार आहे.

स्त्रीला स्वातंत्र्य देण्यात, तिला समान संधी देण्यात, त्यांचं स्वत्व बहाल करण्यात स्त्री आणि पुरुष दोघांचाही फायदा आहे. असं झालं तरच स्त्रीला विनोदबुद्धी लाभू शकेल. पुरुषांपेक्षा ती जास्त चांगल्या तऱ्हेनं हसू शकेल... तसं तर पुरुषांपेक्षा चांगली विनोदबुद्धी असण्याइतके सुप्त गुण तिच्या अंगामध्ये आहेत... परंतु ते दडपले गेले आहेत. आत्तापर्यंतच तिचं जीवन इतकं हालअपेष्टांचं गेलेलं आहे की हास्यविनोदाची कल्पना तिच्याबाबतीत करण्याचं आपण विसरून गेलो आहोत. परंतु आता स्त्रीचे दिवस दूर नाहीत. आता हास्यानं जग भरून जाणार आहे. युद्धाच्या गप्पांऐवजी, मंत्र्यांच्या भाषणांऐवजी, काहीही न समजता मूर्खासारखी प्रवचनं देणाऱ्या प्रवचनकारांऐवजी जीवनात हास्य-विनोद आणि आनंदी दृष्टीनं पाहिल्यास फारच बरं होईल नाही का?

एकदा एक सद्‌गृहस्थ ऑफीसमधून बाहेर पडला. रस्त्यात त्याला काय वाटलं कुणास ठाऊक पण वाटेत एक फुलांचा गुच्छ त्यानं खरेदी केला. घरी आल्यानंतर बायकोला आश्चर्यचकित करावं या उद्देशानं त्यानं दारावरची घंटी वाजवली आणि तो लपून बसला. बायकोनं दार उघडल्यानंतर उडी मारून तो तिच्यासमोर आला आणि तिला फुलांचा गुच्छ भेट दिला.

बायको इतकी दचकली की रागानं रडायलाच लागली... म्हणाली, "हे काय हे? सकाळीच माझ्या हातून किटली फुटली, दिवसभर बाळ रडत होतं... आणि त्यातून आता तुम्ही हे असे पिऊन आला आहात."

त्यानं फुलं आणणं हे पहिल्यांदाच घडलेलं असावं म्हणून तिला धक्का बसला असावा. ती बिचारी बायको हसू कशी शकणार? त्या सदगृहस्थाचं हसणंसुद्धा गोठून गेलं कारण हे असं स्वागत पाहून तो चकित झाला.

एका वृद्ध जोडप्याला (जॅक आणि मेबल) एक माणूस सतत जाता येता भेटत असे. बरेच दिवसांनी त्यातला म्हातारा दिसेना... एक दिवस तो मनुष्य काय झालं पाहायला त्यांच्या घरी गेला. म्हातारीनं दार उघडलं, त्याचं स्वागत केलं... त्यानं विचारलं, "काय मेबल.. जॅक कुठे आहे?"

मेबल उत्तरली... "काही दिवसापूर्वीच ते वारले... त्या दिवशी बागेतला भाजीपाला तोडायला गेला. कारण रात्रीच्या जेवणात भाजी हवी होती... तर भाजी तोडता-तोडताच तिथे पडले आणि गेले..."

"अरेरे... वाईट झालं!" पुढे त्यानं विचारलं, "आता काय मग?..."

"आता काय?... भाजीऐवजी मी आपला बीफचा डबा उघडला मग..."

□

प्रिय ओशो,

गेल्या काही दिवसात तुम्ही असं म्हणालेलं ऐकलं की मनाच्या लहरींकडे कसं पाहावं? नंतर दुसऱ्या दिवशी तुम्ही म्हणालात... त्या मनाच्या लहरींसाठी संपूर्ण समर्पित वृत्ती ठेव... त्यामध्ये पूर्णपणे समरस व्हा!... दुःख, राग, मत्सर यासारख्या मनाच्या लहरी दूर जाताना मी आनंदाने पाहू शकतो. परंतु आनंद आणि आशादायी मनोवृत्ती दूर जाताना पाहणं मला आवडत नाही. त्यामध्ये मला विरघळून जावंस वाटतं, व्यक्त व्हावसं वाटतं. मनाच्या लहरीकडे दुरून पहावं, का त्यात विरघळून जावं? या दोन्ही गोष्टी मी एकत्र करू शकत नाही... तुम्हाला माझ्या या मतासंदर्भात काय बोलायचंय?

अनुतोष सामत...

या दोन्ही गोष्टी एकत्र करणं कुणालाही शक्य नाही. तुला कोणत्यातरी एकाचीच निवड करावी लागेल. माझा असा सल्ला आहे की प्रत्येक गोष्ट फक्त पाहत राहा... एकच अंतर राखून फक्त पाहत रहा... त्रयस्थ राहून पाहत रहा. दुःख, नैराश्य, राग, मत्सर या गोष्टी सर्वांपासून दूर ठेव आणि फक्त 'पाहण्याकडे' लक्ष केंद्रित कर...

तुझं 'पाहणं' हे संपूर्ण असायला पाहिजे. त्या पाहण्यासोबत तुझी ओळख पाहिजे कारण तेच नैसर्गिक आहे. त्याबरोबर तुझी ओळख न होण्याचा प्रश्नच उद्‌भवत नाही. जरी यामध्ये तू यशस्वी झाला नाहीस तरीही प्रश्न उद्‌भवत नाही– फक्त साक्षीदार होणं हा तुझा नैसर्गिक स्वभाव असायला हवा. अगदी थोडीशी जागरूकता सुद्धा तुझं अस्तित्व पूर्णत्वाकडे नेऊ शकेल. म्हणूनच ढग जसे जात असतात तसा फक्त पाहत रहा.

मी तुझी अडचण समजू शकतो... प्रेम, आनंद, समाधान या गोष्टीशी तू एकरूप व्हायला पाहतो आहेस... पण दुःख यातनांशी तुला ओळख नको आहे. परंतु प्रकृती तुम्हाला अशी निवड करायला वावच देत नाही...

दुःख, नैराश्य, क्रोध, तिरस्कार, प्रेम, शांती या अनुभवांच्या 'पलीकडे' जायची तुझी खरोखरच इच्छा असेल, या द्विधा मनःस्थितीच्या 'पलीकडे' तुला खरोखरच जायचं असेल तर या सगळ्या अनुभवांकडे

एकाच अंतरावरून नुसत त्रयस्थासारखं तुला 'पाहायला' हवं. यातलं काहीतरी 'निवडायचं' मनात आणशील तर 'पाहणं' जमणार नाही. तेव्हा पहिल्या प्रथम फक्त 'पाहायला' सुरुवात कर.

सुरुवाती-सुरुवातीला हे सारं कठीण जाईल कारण ज्या गोष्टी मधुर असतात, सुंदर असतात त्यांच्याकडे 'केवळ' 'पाहायचं' म्हणजे अंतर राखणं आलं. डोळ्यासमोरून ढग नुसते भराभर सरकत जावेत तसंच काहीसं इथं होणार. तुम्ही त्या गोष्टीशी निगडित असणार नाही... अंतरावर असणार... सध्या तू हे असंच करतो आहेस. ज्या गोष्टी तुला चांगल्या वाटत आहेत, त्याच्याशी तुला एकरूप व्हावसं वाटतंय आणि ज्या गोष्टी वाईट आहेत त्याच्यापासून दूर पळावसं वाटतंय. परंतु तुझा हा तू स्वत: गोंधळ निर्माण केला आहेस. आणि त्यात तुला यश मिळालेलं नाही.

या सगळ्यात चांगली गोष्ट म्हणजे फक्त पाहत राहणे... परंतु हे तुला अवघड वाटत असेल तर दुसरा पर्यायसुद्धा आहे. परंतु तो पर्याय जास्त अवघड आहे... तो दुसरा पर्याय म्हणजे सर्व गोष्टींमध्ये मिसळून जाणे... विरघळून जाणे... समोरून जे ढग जात आहेत त्यांचाच एक भाग बनून जाणं. दु:ख आहे... तर संपूर्ण दु:खात राहा, मग मागे काही ठेवू नका... राग येतोय... तर रागाच्या भरात काय मूर्खपणा करायचाय तो करून टाका... वेडेपणाचे ढग दिसत असतील तर पूर्ण वेड्यासारखं वागा. परंतु नंतर मात्र काहीही मागे ठेवू नका... जे जे म्हणून समोर येईल त्याच्यात संपूर्ण मिसळून जा... ते जेव्हा नाहीसं होईल तेव्हा होईल.

हा पर्यायसुद्धा तुमच्या मुक्ततेसाठी उपयोगी आहे. परंतु हा रस्ता अवघड आहे. मार्गातले धोके खेळायला तयार असाल तर कोणतीही गोष्ट अवघड नाही. मग मात्र हे चांगलं आणि ते वाईट असा फरक करत बसू नका– हा फरक न करता त्या गोष्टीशी एकरूप व्हा. मग बघा एका आठवडाभरात ते सारं संपून जाईल... फक्त एक आठवडा पुरेसा आहे. कारण इतक्या असंख्य गोष्टी वाटेत येत असतात की तुम्ही दमूनच जाल; थकून जाल. त्यातून जगला वाचलात तर भेटूच... नाही तर बाय...

हा मार्ग खरोखरच अवघड आहे, कठीण आहे. यातून कोणी वाचलेलं माझ्यातरी ऐकीवात नाही. तुमच्या मार्गात कोणकोणत्या गोष्टी येतील सांगता येत नाही. तुम्हाला कधी कधी भुंकावसं वाटेल तर चक्क कुत्रा व्हा... पूर्ण त्याच्याप्रमाणे भुंका... लोकांना काय वाटायचं ते वाटू दे. फिकीर करू नका. तुम्ही तुमचा मार्ग निवडलेला आहे. तेव्हा तुम्ही मुक्त होणारच. कदाचित पूर्ण मुक्त व्हाल... साक्षात्कार आणि शरीरापासून मुक्त या दोन्ही गोष्टी एकत्र येतील... पण... तरीही हा मार्ग अवघड आहे.

लोक कदाचित तुमच्यावर निर्बंध लादतील. कारण तुमच्या मनात काय चाललंय

ते त्यांना काय माहीत? तुमचे स्वतःचे नातेवाईक, तुमचे मित्र, बायको किंवा नवरा यापैकी कोणी ना कोणीतरी तुमच्यावर निर्बंध लादू शकतील. जगामध्ये असे असंख्य लोक आहेत की ज्यांच्या नातेवाईकांनी त्यांना वेड्यांच्या इस्पितळात भरती केलेलं आहे. कारण त्याचं रक्षण करण्याचा तो एकमेव मार्ग त्यांना वाटलेला आहे.

आता नुकतीच एक बातमी कानावर आली... इंग्लडच्या राजघराण्यातल्या दोन व्यक्तिंना गेली चाळीस वर्ष राजवाड्याच्या तळघरामध्ये कोंडून ठेवलेलं आहे. बंकींगहॅम पॅलेसमध्ये गेली चाळीस वर्ष ती दोन माणसं खितपत पडलेली आहेत... कोणालाही कळू न देण्याचा उद्देश इतकाच, की राजघराण्यामध्ये सुद्धा वेडी माणसं असतात हे मान्य करणं त्यांना लाजिरवाणं वाटतंय. ही माणसं कुठे नाहीशी झाली हे चाळीस वर्ष लपवलं गेलं. परंतु नुकतं कुठे ते उघडकीला आल्यानंतर त्यांना मान्य करावंच लागलं. ही दोन माणसं वेड्यासारखं वागायची म्हणून त्यांना तळघरात कोंडलेलं होतं हे उघड करावंच लागलं... परंतु इंग्लडसारख्या राजघराण्यामध्ये वेडी माणसं असू शकतात ही गोष्ट त्यांच्या दृष्टीनं लाजिरवाणीच होती.

परंतु अनेकवेळेला अशा गोष्टी घडत असतात... आमच्या खेडेगावांत एका श्रीमंत घरामध्ये एका माणसाला आयुष्यभर खोलीमध्ये डांबून ठेवलेलं होतं. तो एकाएकी नाहीसा झाल्यानंतर प्रत्येकाला काहीतरी वेगळं घडल्याचा संशय होताच. परंतु जवळ जवळ साठ वर्षाचा कालावधी गेल्यामुळे लोक आपोआप विसरून गेले. मलासुद्धा योगायोगानं ते कळलं. ज्या माणसाला डांबून ठेवलेलं होतं त्याचाच एक मुलगा माझा विद्यार्थी होता. तो माझ्याकडे नेहेमी यायचा. एक दिवस मी त्याला विचारलं, "काय रे. तुझे वडील दिसत नाहीत हल्ली?" त्यानं दुःखानं सुस्कारा टाकला आणि म्हणाला "मी तुमच्याशी खोटं नाही बोलू शकत. परंतु माझ्या वडिलांच्या बाबतीत जे काही घडलंय ते म्हणजे माझ्या हृदयावरचा धोंडा आहे. माझं कुटुंब गावातलं श्रीमंत घराणं आहे. माझ्या वडिलांच्या बाबतीत माझ्या नातेवाईकांची जी काही वागणूक आहे ती कोणाला कळू नये अशी त्यांची इच्छा आहे; ते त्यांना मारतात, एखाद्या रानटी जनावरासारखं बांधून ठेवतात... वडील मग खूप रडतात, ओरडतात, किंचाळतात... पण कोणीही ऐकत नाही. कोणीही त्यांच्याजवळ जात नाही. खोलीच्या छतावरच्या जागेतून आत अन्न सोडतात... कोणीही त्यांचं तोंडसुद्धा पाहायला तयार नाहीत."

मी विचारलं, "पण असं त्यांनी केलंय तरी काय?"

तो म्हणाला, "फारसं काही विशेष केलंय असं नाही. थोडेसे डोकं फिरल्यासारखं वागत होते... बाजारातून विवस्त्रावस्थेत फिरायचे कुणाला त्रास द्यायचे नाहीत... पण विवस्त्र हिंडायचे. एवढंच कारण कुटुंबातल्या मंडळींना पुरेसं होतं... कुटुंबातल्या मंडळींनी छळून छळून त्यांना आणखीन वेडं केलं. त्यांना बरं करण्याचा हा उपाय

निश्चितच नाही, किंवा हा उपचारही नाही.''

तेव्हा सांगायचं मुद्दा असा की हा दुसरा पर्याय (मिसळून जाण्याचा) निवडायचा म्हणशील तर तो प्रत्यक्षात आणण्यापूर्वी विचार कर... कारण कोणतीही निवड न ठेवता आहे त्या भावनेशी समरस व्हायचं ठरवून सगळ्यातून मुक्तता मिळत असली तरीही लोक काय म्हणतील आणि कशा तऱ्हेची वागणूक देतील याचा विचार आवश्यक आहे. एकतर निवड न करून समरस व्हायचं ठरव किंवा निवड न करून अंतर राखायचं ठरव. मुख्य मुद्दा निवड न करणे हा होय! परंतु यातला पहिला पर्याय हा जास्त सुरक्षित आहे (फक्त पाहण्याचा) निवड न करता फक्त समोर येईल ते पाहात राहा. चांगल ते निवडून घेणं आणि वाईट ते फेकून देणं असं करूच नकोस. कारण चांगलं वाईट असं काहीच नसतं. फक्त आपल्या डोळ्यासमोर जे घडतं ते चांगलं आणि डोळ्यासमोर घडत नाही ते वाईट.

एक स्त्री डॉक्टरांकडे गेली आणि म्हणाली, ''डॉक्टर... गेली पंचवीस वर्ष आमचा संसार सुखात चाललेला होता... नवरा माझी सर्व तऱ्हेची काळजी घेत होता, काय हवं नको ते पहात होता. माझ्यावर प्रेम करत होता... अगदी छान वागत होता तो. परंतु तुमच्याकडे काही दिवसांपूर्वी डोकेदुखीसाठी तो आला होता तेव्हा त्याला तुम्ही कोणतं औषध दिलंत? कारण त्या दिवसापासून विचित्र वागतोय. घरी उशीरा येतो... माझ्याकडे लक्ष देत नाही. बाहेर कुठे नेत नाही... पुरेसे पैसे देत नाही. तुमच्या औषधोपचारानं तो संपूर्ण बदलून गेलाय... असं काय केलंत तुम्ही?'' डॉक्टर उत्तरले... ''मी? मी तर काहीच वेगळं केलं नाही. मी फक्त त्यांना एक छानसा 'चष्मा' दिला.''

खरं काय ते त्यानं आतापर्यंत पाहिलंच नव्हतं. आता पहिल्यांदा स्त्री म्हणजे काय आहे हे त्याला कळलं. तो 'चष्मा' इकडची दुनिया तिकडे करून गेला... तोपर्यंत तो एक प्रामाणिक नवरा होता... 'चष्मा' ही सामान्य गोष्ट नाही. प्रत्येक गोष्टीच्या मुळाशी जायचा प्रयत्न कराल तर अडचणी निर्माण होतील. त्यापेक्षा सुरक्षित मार्ग स्वीकारणं केव्हाही चांगलं. तो सुरक्षित मार्ग म्हणजे 'पाहणे' ठराविक अंतर राखून फक्त 'पाहणे' आतापर्यंत सर्व साक्षात्कारी मंडळींनी हाच मार्ग निवडलेला आहे कारण आत्मसाक्षात्काराच्या दिशेनं वाटचाल करण्यासाठी हाच एक सर्वांत उत्तम मार्ग आहे.

□

प्रिय ओशो,

परवा तुम्ही आमच्या नातेसंबंधात बोललात त्यावेळी हसूही आलं आणि दुःखही झालं. एक लक्षात आलं की आम्ही दोघंही विभक्त झालो असलो आणि त्यात मला आनंद वाटत असला तरीही माझ्यातला कुठलातरी एक अंश अजूनही ध्यान ओमची स्वप्नं पाहतो. अजूनही मी ध्यान ओमशी काही अंशी जखडले गेले आहे असं वाटतं. तुम्ही म्हणता पुरुषापेक्षा स्त्रिया या जास्त प्रमाणात एखाद्या गोष्टीशी जखडल्या जातात. याचा अर्थ असा आहे का, की ध्यान ओम खूप दूरवर... मागे आहे आणि मी मात्र अजूनही त्याला मनामध्ये ठेवून दिलंय!... हृदयात जपून ठेवलं आहे म्हणून!

प्रिय ओशो... मी इथून कुठे जाऊ?

लतीफा...

आपल्या सुप्त मनाची ही अवस्था सगळ्यांच्या बाबतीत असते. तू ओमबरोबर असतानाही दुःखी होतीस आणि आता 'त्याच्याशिवाय' सुद्धा दुःखीच आहेस. तुझ्या विचारांकडे तू त्रयस्थाप्रमाणे पाहा... कारण 'मन' हे असं असतं की ते तुम्हाला कधीही शांती लाभू देत नाही. जे काही तुम्ही करायला जाता त्यात ते दुःख निर्माण करतं कारण ते नेहमी दोन तऱ्हेनं कृती करत असतं. एका बाजूला तुझ्या मनाला आनंद होतो आहे. आणि दुसऱ्या बाजूला अजूनही ओमविषयी उत्कटतेनं तू विचार करते आहेस. ज्यावेळी ओमबरोबर होतीस तेव्हा आता जो आनंद तुला लाभतोय. तो त्यावेळी तुला लाभत नव्हता.

जीवनामध्ये 'मन' हे नेहमी प्रत्येक गोष्टीविषयी तुम्हाला द्विधा मनस्थितीत टाकत असतं. मनाचा अर्धा भाग त्या गोष्टीला होकार देत असतो. अर्धा भाग नकार देत असतो. आणि त्यामुळेच तुम्ही कायम ताणलेल्या मनःस्थितीत वावरत राहता... यावर उपाय म्हणजे एक गोष्ट तुम्हाला लक्षात ठेवायला हवी... ती म्हणजे काही दिवस एकटं शांतपणे बसणं! त्यामुळे सर्व गोष्टी स्पष्टपणे आकलन व्हायला मदत होते. अशातऱ्हेचं स्पष्ट आकलन ओमसुद्धा करू शकेल.

आणि तुला दुःखीच राहायचं असेल तर एक ओम कशाला? असे अनेक ओम तुला मिळतील. या ओमपेक्षा जास्त चांगले. तुला काय वाटतं फक्त ओम म्हणजेच मधुर पाण्याचा नारळ आहे

का? यापेक्षा कितीतरी मोठे नारळ मी बघितले आहेत... शिवाय 'नारळ' हे काही दुर्मिळ फळ नव्हे... माझं तुला सांगणं आहे. काही दिवस शांतपणे एकटी रहा... त्रयस्थ राहा... इतरांनाही शांत राहू दे. ओमला सुद्धा एकटं राहू दे. नंतर नंतर तुझा एकटेपणा तुला खूप आनंद द्यायला लागेल... पण एकटी राहायचा प्रयत्न करच. ओमबरोबर बराच काळ तू व्यतीत केला आहेस. आणि दुःखही उपभोगलं आहेस. आणि आता पुन्हा तुला तेच दुःख भोगायची इच्छा आहे?... खरं सांगू का... माणसांना दुःखाचं सुद्धा व्यसनच लागतं. ही एकप्रकारची नशाच आहे.

खोलीमध्ये अगदी एकटी रहा... भांडायला तुझ्याबरोबर कोणीही नसेल... मी असं ऐकलंय की पहाटे तीन-चार वाजेपर्यंत काही मंडळी भांडत असतात. त्यामुळे आयुष्य रोमांचकारी होतं म्हणतात. पहाटे तीन वाजता म्हणे ती झोपतात. थोडीशी विश्रांती घेऊन पुन्हा भांडायला सुरुवात करतात. आता मात्र तुला एकटं एकटं वाटत असेल. पण काळजी करू नकोस. तू एकटी बोलू शकतेस. उशी समोर ठेव आणि बोल. उशीवर ध्यानओम असं लिही, किंवा त्याचा एखादा फोटोसमोर ठेव... आणि तुझ्या मनात येईल ते बोलून घे; त्याला मारायचं असेल तर मारून घे. कारण तो काहीच प्रतिकार करू शकणार नाही. किती छान परिस्थिती!

तू विचारतेस की इथून मी कुठे जाऊ शकते? इथून कुठेही जायची गरज नाही. कारण इथेही तुझ्या सापळ्यात आपणाहून कुणीतरी येईलच. फक्त वाट पहात राहा. तुझे दरवाजे उघडे ठेव. कोणीतरी येईलच. कदाचित ओमसुद्धा परत येऊ शकेल. कारण त्यालाही तुझा विरह जाणवतो आहे. एकत्र असताना एकमेकांना छळत होतात. मला तर वाईट वाटतं कि इतके सुयोग्य जोडीदार विभक्त झाले. कोणीही दुःख भोगायला कंटाळत नव्हतं, यातना भोगण्यासाठी कंटाळत नव्हतं. दोघंही रोजच्या रोज अगदी तैय्यार! रोजचा खेळ चालू होता... त्यामध्ये थोडासा मध्यंतर वाईट नाही.

काही दिवस एकटेपणाची मजा घे. त्यातून तुला... खरोखरच आनंद मिळाला, शांती मिळाली तर पुन्हा नातेसंबंधाचं बंधन ओढून घ्यायची गरजच नाही; पुन्हा त्या सापळ्यात जायची गरजच नाही. तू मित्र-मैत्रिणी जमवू शकतेस. 'मित्र' म्हणून ओम सुद्धा काही वाईट नाही. कधीतरी मधून मधून एखादे दिवस त्यालाही भेटायला हरकत नाही... ते भेटणं एखाद्या दिवशी असल्यानं त्यात कटुता येणार नाही... भांडण उद्‌भवणार. येणारा अनुभव हा लोभस असेल... परंतु कायमचे एकमेकांबरोबर अडकवून घेऊ नका. ज्या क्षणी नात्यामध्ये हवामान जरासं खराब वाटेल... तेव्हा काहीतरी कारण काढ आणि सुटका करून घे. इतर अनेक मंडळी आहेत की, मग एकट्या ओमलाच त्रास का? इतरही काही लोकांना हा अनुभव येऊ दे की! कारण आध्यात्मिक उन्नतीसाठी हा अनुभव गरजेचा आहे. तू फक्त ओमच्यामागे लागली आहेस. त्याला साक्षात्कार घडवायचं तुझ्या मनात आहे. त्याला तो हवा असो वा नसो... पण तुझी

तशी इच्छा आहे... मध्यंतरात इतरही मंडळींना साक्षात्कार घडलेला आहे. ओम तर काय तिथे आहेच. तोसुद्धा याच परिस्थितीत आहे. त्यालाही इतरांना जरा त्रास देऊ दे. नंतर पुन्हा दोघं एकत्र या आणि नवीन तंत्रानुसार पुन्हा एकमेकांना त्रास देत राहा.

आता कसं? त्याच त्याच पद्धती वापरून तुम्ही एकमेकांना छळून घेतलेलं आहे. आता नवीन काहीतरी शोधा. प्रत्येक माणूस तुला नवीन काहीतरी शिकवेल. कारण छळण्याची प्रत्येकाची पद्धत वेगवेगळी असते... ही फार चांगली संधी आहे... ती हातची घालवू नको.

तुम्ही हा एक चांगला पायंडा पाडला आहात की ज्यामुळे इतर अनेक जोडपी विभक्त झाली आहेत. ओम आणि लतिफासुद्धा विभक्त होऊ शकतात... मग आपण तर काय? असा तो सगळा प्रकार आहे. इतर सगळेजण एकमेकांना अक्षरश: चिकटलेले होते. परंतु तू त्यांना उदाहरण घालून दिलंस. तुझं नाव जगाच्या इतिहासात लिहिलं जाईल. तू सगळ्यांसाठी दरवाजा उघडून दिला आहेस... लोकांसमोर आदर्श ठेवला आहे... तेव्हा आता ती प्रतिष्ठा घालवू नकोस.

लतिफा... कुठेही जाऊ नकोस. तुझ्या खोलीमध्ये एकटीच बसून राहा. त्या बिचाऱ्या ओमलासुद्धा एकटा राहू दे. थोडासा वेळ जाऊ दे. तुझ्यासाठी, ओमसाठी तसंच इतरांसाठीही. तुम्ही दोघं पुन्हा एकत्र आलात तर इतर मंडळीही तेच अनुकरण करतील. कारण आता कुठे सुटकेचा नि:श्वास ते टाकतायत. आता हा प्रश्न फक्त तुझाच नाही... तर तो आता सगळ्यांचा आहे. आता तुझ्यावर फार मोठी जबाबदारी आलेली आहे. तेव्हा, आता मात्र कणखरपणे वाग... आणि थोडी शांत राहा. आत्तापर्यंत स्वत:ला तसंच ओमला तू बऱ्यापैकी त्रास दिलेला आहेस.

परमार्थ साधण्यासाठी हा फार जुना त्रास देणारा मार्ग आहे. परंतु आतापर्यंत तसा कोणी साधलेला नाही. त्रास देऊन तुम्ही फक्त नरकात उतरत असता. आणि नरक यातना तर तुम्ही अनेक दिवस भोगलेल्या असतात. तेव्हा एखाद्या छोट्याशा सुट्टीनं काहीही साधत नाही. आता आता गेले दोन दिवस पुन्हा तुझं हसणं मी ऐकतोय. काही वर्षं तुझं हसणं मी विसरून गेलो होतो. आता तुझ्यामुळे सगळेजण जास्त हसायला, आनंद घ्यायला लागलेत.

''कोर्टाच्या बाहेर तुम्ही आपापसात समझोता का करत नाही?'' जज्ज पती-पत्नींना म्हणाले.

''तेच तर आम्ही करत होतो साहेब. पण तेवढ्यात पोलीस आले.'' पती-पत्नी उद्गारले.

लतिफा... एकमेकांना तुम्ही पुरेसा त्रास दिलेला आहे...

ठीक आहे मनिषा?

होय ओशो.

■

प्रकरण १०

बुद्धिमान माणसांबद्दल सर्वांचाच असा समज असतो की ही मंडळी जरा वेगळ्या मार्गावर असतात. आणि तशी ती असतातच. खरोखरच समुहातली ती नसतातच. समुहाच्या दृष्टीनं ती बाहेरची असतात, चमत्कारीक असतात. 'गर्दीतला एक' असा हा माणूस नसतो. द्रष्टेपणानं तो फार पुढच्या गोष्टी पाहत असतो; आदर्श राज्याची स्वप्न पाहात असतो. तो म्हणजे खरोखरच या पृथ्वीचा अर्क असतो. पृथ्वीचं शुद्ध सत्त्व असतो.

मार्गावरची छोटी पाऊलवाट

प्रिय ओशो,

सध्या काही दिवस मी अगदी गोंधळलेली आणि चंचल स्वभावाची बनली आहे. दुर्दैवाने बुद्धिमत्तेचा एवढासुद्धा अंश माझ्यात उचंबळून येत नाहीये. हे सारं तात्पुरत्या स्वरूपाचं असेल कां? का माझ्यात कुठे उणीव आहे?

आनंदो,

तुला चांगल्यापैकी बुद्धिमत्ता लाभलेली आहे. परंतु बुद्धिमान माणसांना चांगल्यापैकी स्मरणशक्ती नसते एवढं खरं. शिवाय बुद्धिमान माणसांच्यात थोडासा विचित्रपणा नसेल तर ती फारच कंटाळवाणी वाटतात. तू कंटाळवाणी नाहीस. तू जन्मजात कोंबडा आहेस. कोंबड्यांना पहाटेची चाहूल पहिल्यांदा लागते. आता अर्ध्या तासापूर्वीच मी त्याचं आरवणं ऐकलं.

ज्या माणसांना बुद्धिमत्ता असते ती सामान्य मार्गावरच्या प्रवाशांपेक्षा वेगळ्या मार्गावर वाटचाल करणारी वाटतात आणि तशी ती असतातच. असा बुद्धिमान माणूस गर्दीतला नसतो. गर्दीला तो बाहेरचा वाटतो; विचित्र वाटतो. त्याची स्वप्नं निराळी असतात. तो निराळ्या आकांक्षा धरतो, सामान्य माणसांपेक्षा त्या निराळ्या असतात... खूप लांबच्या गोष्टींचा तो ध्यास धरतो त्यातल्या त्यात तू स्त्री असल्यामुळे तर हे दुर्मिळच आहे. कारण स्त्रीला बुद्धिमत्ता असणं हे पुरुष मान्य करत नाहीत. स्त्रियांना न्यूनगंड वाटावा अशी परिस्थितीच ते सतत निर्माण करत असतात. जगातले महान दयाळू समजले गेलेले महात्मेसुद्धा स्त्रीच्या बाबतीत दयाळूपणा दाखवायला विसरून गेले आहेत. कदाचित मूळ प्रवृत्तीच्या विरोधात जायची भीती असेल म्हणा किंवा स्त्रीच्या बाबतीत आपण वाईट रितीनं वागणूक करतोय याची त्यांना जाणीव नसेल म्हणा परंतु हे असं घडलेलं आहे.

जिझससारख्या माणसानंही स्त्रीला पुरेसा न्याय दिलेला नाही. तब्बल वीस वर्ष गौतमबुद्धांसारख्या महान व्यक्तिनं स्त्रियांना संन्यास घेण्याची परवानगी दिलेली नव्हती. कारण धर्माच्या भविष्याबद्दल त्यांना चिंता वाटत होती. खरं सांगायचं म्हणजे चिंता वाटत होती ती धर्माबद्दल नव्हे तर ज्यांच्या वासना दडपल्या गेल्या आहेत अशा मठवासी शिष्यांबद्दल! तेव्हा स्त्रियांना तिथे प्रवेश देणं म्हणजे धोक्याला आमंत्रणच! गौतमबुद्धांनी कदाचित सगळं व्यवस्थित व्यवस्थापन केलं असतं. परंतु ते जीवंत असेपर्यंत. नंतर काय?

महावीरांनासुद्धा भीती वाटत होती. खरं म्हणजे अत्यंत धाडसी असं त्यांचं व्यक्तिमत्त्व असल्यामुळे त्यांना महावीर म्हटलं जात असे. हे नाव त्यांच्या माता-पित्यांनी ठेवलेलं नव्हतं... लोकांनी आपोआप त्यांच्या कर्तृत्वामुळे त्यांना बहाल केलेलं होतं. त्यांचं खरं नाव वर्धमान!... एवढ्या धाडसी पुरुषालासुद्धा स्त्रीची कुवत, तिची आत्मसाक्षात्काराची योग्यता धाडसानं मान्य करता आली नाही.

या गोष्टीमुळे मला फार दु:ख होतं... जिझस, बुद्ध, महावीर यांचं मला कौतुक आहेच. परंतु संपूर्णपणे ते मला मान्य नाहीत. त्यांचं काहीतरी चुकलंय असं वाटतं... आणि ते काहीतरी म्हणजे स्त्रीच्या बाबतीत. महावीर त्यांच्या मताबद्दल इतके हट्टी होते की... ते म्हणत कोणत्याही स्त्रीचं शरीर हे साक्षात्कारासाठी योग्य नाहीच... आणि हाच माणूस रोजच्या रोज प्रवचनांतून सांगत होता की तुम्ही म्हणजे शरीर नाही, तुम्ही म्हणजे मन नाही तर तुम्ही म्हणजे शुद्ध जागरूकता!... त्यांच्याच शब्दातला विरोधाभास त्यांना जाणवला नाही. जर जागरूकतेचा संबंध देहाशी नसेल तर मग प्रश्नच काय? तो देह स्त्रीचा असो वा पुरुषाचा? नाही का? जागरूकतेलाच स्त्री-पुरुष हा भेद नाहीये.

सगळ्या धर्मांनी हेच केलंय. हा एक प्रकारचा गुन्हाच आहे. या गुन्ह्याची फळं त्यांना आता पुरेपूर भोगायला लागत आहेत. आतापर्यंत त्यांनी मनुष्यत्वामधला अर्धा भाग नष्ट करून टाकलेला आहे आणि स्त्रियांच्या उन्नतीला कुलूप घातलं आहे.

आनंदो, ही एक बुद्धिमान स्त्री आहे. सापळ्यामधून ती बाहेर पडू शकली आहे... आणि सगळी बुद्धिमान माणसं इतकी 'स्वतंत्र' असतात की इतरांना वाटतं यांचं काहीतरी बिनसलं आहे म्हणून! जास्त करून स्त्रियांच्या बाबतीत...

मुख्य म्हणजे ती बुद्धिमान आहे हे पटवूनच नाही घ्यायचं. कोणत्याही बुद्धिमान स्त्री-पुरुषांमध्ये थोडासा विचित्रपणा नसेल तर ती लोक कंटाळवाणी वाटतात. थोडासा विचित्रपणा त्यांच्या व्यक्तिमत्त्वाला शोभा आणतो.

तेव्हा आनंदो... काळजी करायचं कारण नाही. तुझ्यात काहीही कमी नाही किंवा हा तात्पुरता गोंधळ नाहीये. तू अगदी उत्तम आहेस... तुझ्या कोणत्याही भावनिक आंदोलनाचा तुझ्या उन्नतीमध्ये अडथळा येणार नाही...

ही इथली जागा ही बाहेरच्या लोकांसाठीच आहे. हा सर्वसामान्य जनतेचा मेळावा नाही. कारण बाहेरचे सगळे साधारण लोक माझ्याविरुद्ध आहेत. माझ्याजवळ राहायचं असेल तर तुझ्यामध्ये काहीतरी विशेष असायला हवं. सामान्यांच्या तर्काप्रमाणे इथं कोणतीही गोष्ट घडत नाही. असं असेल तरच तू मला समजू शकशील. स्मरणशक्तीबाबत सांगतो! ती एकना एक दिवस कधीतरी पूर्ण नष्ट होऊ शकते. आणि ती नाहीशी होणं ही साक्षात्काराच्या मार्गातली चांगली खूण आहे. स्मरणशक्ती पार धुवून निघणं आणि मन स्वच्छ होणं म्हणजेच भूतकाळ स्वच्छ होणं, निरभ्र होणं... आणि भूतकाळाची पाटी कोरी असणं याचा अर्थ भविष्यकाळासाठी ती मोकळी ठेवणं, उघडी ठेवणं. स्मरणशक्ती ही भूतकाळशी निगडीत असे. भविष्यकाळाशी नव्हे. ती म्हणजे जणू काही एक थडगं असते. भविष्यकाळ हा जीवनाच्या जवळ असतो. आयुष्याचं ते एक अंग असतं, बुद्धिमत्तेशी, शांतीशी तसंच ध्यानधारणेशी निगडित असतं. त्याचा स्मरणशक्तीशी काहीही संबंध नसतो.

ज्याक्षणी मनुष्याला आत्मसाक्षात्कार होतो त्याक्षणी त्याचे विचार स्मरणापासून तुटले जातात. त्याला उत्स्फूर्तता प्राप्त होते. साक्षात्काराच्या मार्गावर ही उत्स्फूर्तता हळूहळू आवश्यक स्मरणशक्तीची जागा घेते. स्मरणशक्ती ही बुद्धिमत्ता नसणाऱ्या माणसांसाठी एक भाग असतो. जो मनुष्य सत्याला पटकन प्रतिसाद देऊ शकत नाही त्याला स्मरणशक्तीची गरज असते. त्यायोगे तो जुनी उत्तरे शोधू शकतो... पूर्वीची परिस्थिती त्याला सहाय्य करते. जी पूर्वी त्यानं अनुभवलेली असते. पण मग याला प्रतिसाद म्हणता येत नाही. त्याला प्रतिक्रिया म्हणता येईल. आणि पुढे येणाऱ्या परिस्थितीच्या अनुषंगानं प्रतिक्रिया ही अपुरी पडते. कारण येणारी परिस्थिती ही सतत बदलत असते. आणि तुमच्या स्मरणामध्ये असलेली उत्तरं कधीही बदलत नसतात.

म्हणून वृद्ध माणसं ही वाढणाऱ्या वयाच्या तरुणांमध्ये निरुपयोगी ठरतात. यामध्ये तरुणांची काहीच चूक नसते. चूक असते ती वृद्धांची. कारण वृद्ध माणसांजवळ फक्त भूतकाळातल्या आठवणी असतात. आणि भूतकाळ तर अस्तित्वात नसतोच. नवीन तरुण पिढी ही वर्तमानकाळाला जबाबदार असते. त्यामुळे पिढींच्या विचारात अंतर पडतं. वृद्ध माणसांना सगळं जुनं असतं ते खरं वाटतं, चांगलं वाटतं. जितकं जुनं-पुराणं तितकं ते सत्य!

म्हणूनच प्रत्येक धर्माचा असा अट्टाहास असतो की त्यांचे ग्रंथ तेवढे पुरातन... ते पुरातन असल्याचे ते सिद्ध करू पाहतात. हे सारं विचित्र आहे. त्या जुनेपणाचाच ते गौरव करत राहतात. खरं म्हणजे जितकं जुनं तितकं ते भिकार... कारण त्याचा वर्तमानच्या वास्तवाशी काडीचाही संबंध नसतो. जो मनुष्य शहाणा, दृष्टा आणि जागरूक असतो तो समोरच्या परिस्थितीला प्रतिसाद देत असतो. अन्यथा सगळा

गोंधळ होतो. तेव्हा तुझी स्मरणशक्ती कमी झाली आहे किंवा बुद्धिमत्तेचा कोणताही अंश उचंबळून येत नाही याबद्दल काळजी करू नको. आणि तसा तो उचंबळून आलेला तुला कळणारही नाही. कारण बुद्धिमत्तेच्या खुणा या अतिसूक्ष्म असतात. त्यांचा पायरवही तुला ऐकायला येणार नाही. परंतु हळूहळू तुझ्यात परिवर्तन घडून बुद्धिमत्ता आपलं कार्य पूर्ण करेल त्याक्षणी एकाएकी, खूप गाढ झोपेतून उठल्यासारखं तुझं अस्तित्व नवीन जन्म झाल्यासारखं तुला वाटेल.

तेव्हा माझ्या दृष्टीनंतरी तुझं व्यवस्थित चाललेलं आहे. मी तर तुला रोज पाहतो आहे. कारण आनंदो माझी एक सेक्रेटरी आहे. तिचा निश्चितच विकास होतो आहे; खूप शांत, आनंदी, तल्लख, आणि हसरी बनली आहे... आणि ज्यावेळी तुम्ही जास्त तल्लख बनायला लागता, बुद्धिमान व्हायला लागता तेव्हा त्याला उर्जा कुठून मिळणार? तर ती मिळते स्मरणशक्तीतून. स्मरणामध्ये जी उर्जा साठवली गेलेली असते, स्मरणासाठी वापरात येत असते ती तिथून बाहेर काढावी लागते आणि बुद्धिमत्तेसाठी वापरावी लागते. तसं करण्यामधे काहीही धोका नाही... कदाचित सर्वसाधारण बाजारामध्ये चांगली स्मरणशक्ती नसणं धोकादायक ठरू शकेल. परंतु बुद्धिवैभवी मंडळींचा इतिहास पाहिला तर एक एक गोष्ट स्पष्ट दिसते. ती म्हणजे सगळे महान बुद्धिमान लोक स्मरणशक्तीच्या बाबतीत अगदी कुचकामी होते.

महान संशोधक एडीसन हा नेहमी निरनिराळ्या विद्यापीठामध्ये व्याख्यानं द्यायला जात असे. सकाळी बाहेर पडताना बायकोचा तसंच घरातल्या मोलकरणीचा निरोप घेऊन जात असे. जाताना बायकोचं चुंबन घ्यायचं आणि मोलकरणीला खांद्यावर थोपटून बाहेर पडायचं हा त्याचा शिरस्ता होता. एक दिवस घराबाहेर पडताना त्यानं बरोबर उलट केलं. मोलकरणीचं चुंबन घेतलं आणि बायकोच्या खांद्यावर थोपटून तो बाहेर पडला. रस्त्यात ड्रायव्हरनं आठवण करून दिली की मालक आज तुम्ही असं असं उलट वागलात... एडीसन ओशाळला. "अरेच्च्या... हे हल्ली वारंवार घडतंय... मी महत्त्वाच्या गोष्टीच विसरून जातो." असं म्हणून त्यानं परत घराकडे मोर्चा वळवला... आणि पुन्हा बायकोचं चुंबन घेतलं... मोलकरणीला थोपटलं!...

तो ज्यावेळी एका महत्त्वाच्या शोधात गर्क असेल तेव्हा त्याची बायको टिपणं काढत असे. कारण संशोधनात हा जसजसा पुढे जाई तसतसं मागची काही गणितं, सूत्रं विसरत असे. पुन्हा मग शोधाशोध सुरू व्हायची. शिवाय कागदाच्या वेगवेगळ्या कपट्यांवर टिपणं काढायची सवय... मग ते कपटे कुठेही हरवायचे. मग गोंधळ व्हायचे. बायकोनं एक वही करायला सांगितलं... आणि ती स्वत: ते काम करायला लागली. ती म्हणायची "मला विज्ञानातलं काही कळत नाही... मी तुम्हाला कशी मदत करू." हळूहळू ती थोडंफार त्यातलं शिकली... नंतर तीच त्या वहीत लिहायला लागली... त्याला अडचण आली की ती वही पुढे करायची. तिची

स्मरणशक्ती उत्तम होती. परंतु बुद्धिमत्ता नव्हती. तिचं सुदैव असं की ती एडिसनची बायको होती. एकदा तो स्वत:चं नांवच विसरला... त्याचं नांव खरं म्हणजे वैशिष्ट्यपूर्ण होतं साधारण नव्हतं... तर स्वत:चं नाव विसरणं म्हणजे मला वाटतं विस्मरणाचा कळसच म्हणायचा. यापेक्षा आणखीन काही तुम्ही विसरू शकत नाही.

पहिल्या महायुद्धानंतर रेशनकार्डची (शिधापत्रिका) पद्धत सुरू झाली... स्वत:चं नांव नोंद करून घेऊन शिधापत्रिका घेऊन यायची अशी पद्धत होती. एकदा भली मोठी रांग होती. एडिसनसाहेब रांगेत उभे! त्यांचा नंबर आल्यानंतर आतल्या माणसानं नाव पुकारलं "थॉमस अल्वा एडिसऽऽन!" हे महाशय इकडे तिकडे पाहू लागले. इतरांना विचारू लागले कोण आहे इथं एडिसन?... सगळ्यात मागे असलेला एक मनुष्य त्यांना ओळखत होता. कारण त्यांची बरीच छायाचित्र वर्तमानपत्रात छापून आलेली होती. तो ओरडला... "तुम्हीच नाही कां थॉमस अल्वा एडिसन... मी खात्री देतो."

एडिसन उद्‍गारले... "तू खात्री देत असशील तर हरकत नाही. अन्यथा मी माझं नाव पार विसरून गेलोय. कारण गेल्या जवळजवळ पन्नास वर्षात ते कोणी उच्चारलेलंच नाही. कारण माझे विद्यार्थी मला सर म्हणतात; माझे सहकारी मला प्रोफेसर म्हणतात... आणि नावानं हाका मारणारे आईवडील लहानपणीच गेलेले आहेत. कसं काय माझं नाव आठवणार?... गेले काही दिवस 'प्रोफेसर' या संबोधनालाच मी सरावाचा झालेलो आहे... परंतु तू खात्री देतोयस ते हळूहळू मला आठवतंय. खूप वर्षापूर्वी कदाचित स्वप्नातच मी हे नाव ऐकलेलं आहे. तेच कदाचित माझं नाव असाव. शिवाय अजून कोणीही त्यावर हक्क सांगितलेला नाही म्हणजे तेच असावं.

आतला कारकून म्हणाला, "तुम्ही वेडेच दिसताय..."

एडिसन म्हणाले, "होय तेच खरं आहे..."

हे सर्व जग शहाण्या माणसांनी भरलेलं आहे. आणि त्या शहाण्या माणसांनी काही एक कर्तृत्व गाजवलेलं नाही. मनुष्याची उन्नती करण्याच्या दृष्टीनं, विकास करण्याच्या दृष्टीनं या वेड्या माणसांचंच योगदान फार मोठं आहे. हे विधान फक्त एडिसनलाच लागू पडत नाही तर मोठमोठे वैज्ञानिक, मोठमोठे चित्रकार, महान कवी, लेखक यांना ते लागू पडतंय.

एकदा बर्नार्ड शॉ रेल्वेतून प्रवास करीत होते... तिकीट तपासनीस तिकीट बघायला आला... शॉ गोंधळून इकडे तिकडे शोधायला लागले तर तिकिट सापडेना. प्रचंड ओशाळले. तिकीट काही केल्या सापडेना. त्यांना त्यामुळे जवळजवळ नैराश्याचा झटका यायची पाळी आली... तो तिकीट तपासनीस म्हणाला... "काळजी करू नका सर... मी तुम्हाला चांगला ओळखतो. सगळे लोक तुम्हाला ओळखतात.

कुठेतरी सामानात निश्चित तिकीट सापडेल... मी परत येतो वाटल्यास... आणि हे पहा. नाही सापडलं तरी चालेल... काळजी करू नका...'' बर्नार्ड शॉ ओरडले. ''गप्प बस... माझी अडचण तुला कळत नाहीये... मला जर तिकीट सापडलं नाही तर मला कुठे जायचंय हे कसं कळणार? कारण तिकीटावर ठिकाण लिहिलंय. तेव्हा ही अडचण तुला सोडवता येणार आहे का?... नाही... मग?... तिकीट हे सापडलंच पाहिजे.''

तिकीट तपासनीस चकितच झाला असणार. कारण परिस्थिती खरोखरच विचित्र होती. बर्नार्ड शॉना आपण तिकिटाविना प्रवास करतोय आणि त्यामुळे पकडले जाऊ याची काळजी नव्हती... काळजी होती ती म्हणजे जाण्याचं ठिकाण कोणतं, याची... त्यांना ते ठिकाण आठवतच नव्हतं.

हे सगळं असं असूनही सगळ्या शिक्षणपद्धती या फक्त स्मरणशक्तीवरच भर देताना आपण पाहतो. माणुसकीच्या अगदी विरुद्ध असलेली ही गोष्ट आहे. कारण माणसाची सगळी शक्ती ही या स्मरणशक्तीसाठी वापरली जाते. जास्तीत जास्त स्मरणशक्ती वापरून परीक्षा पास होणे. एवढाच दृष्टीकोन. विद्यापीठांमध्ये अगदी उच्च प्रतीचं यश मिळवलेले, सुवर्णपदक मिळवलेले लोक जगाच्या बाजारात कुठल्या कुठे हरवून गेलेले आपल्याला दिसतात. पुन्हा त्यांची नावंसुद्धा ऐकायला मिळत नाहीत. कारण जगाला बुद्धिमत्तेची गरज असते. स्मरणशक्तीची नाही!

प्रत्येक क्षणी बुद्धिमत्तेची आवश्यकता असते. पाठांतर आणि स्मरणशक्तीची नव्हे. माझं तर स्पष्ट मत आहे... मनुष्याला जर जागरूक बनवायचं असेल, सतर्क बनवायचं असेल, साक्षात्कारी बनवायचं असेल तर स्मरणशक्तीचा जास्त विचार न करता बुद्धिमत्तेवर जोर दिला पाहिजे.

परंतु असं घडत नाही. विद्यापीठे, प्रोफेसर, परिक्षा पद्धती या सगळ्या स्मरणशक्तीवर जोर देतात; तुम्ही फक्त पाच प्रश्न विचारा... माणसाला पुस्तक आठवत असेल तर उत्तर देऊ शकतो.

माझ्या शिक्षकांचा मी फार लाडका विद्यार्थी होतो... पण तरीही त्यांना माझी खूप काळजी वाटायची. कारण मी... शैक्षणिक अभ्यासक्रमाच्या पुस्तकांना मानत नव्हतो. ते म्हणत पुस्तकात लिहिल्याप्रमाणे तू उत्तरं लिहिलीस तर आम्हाला सगळ्यांना धक्काच बसेल... खरं पाहता संपूर्ण विद्यापीठात पहिला येऊ शकशील इतकी तुझी कुवत आहे. परंतु ज्या पद्धतीनं तू विचार करतोस त्या पद्धतीनं तू नुसता पास तरी होशील का नाही कुणास ठाऊक!

मी म्हणायचो 'काळजी करू नका'!... पण तरीही त्यांनी काळजी करणं सोडलं नाही. परिक्षेच्या दिवसात ते मला होस्टेलवर घ्यायला यायचे. कारण, काय सांगता, मी नाहीच गेलो तर? परिक्षेला जाण्याचं मी विसरलो तर? अशा अनेक काळज्या

करत ते मला परिक्षेच्या ठिकाणी घेऊन जायचे. माझा पेपर होईपर्यंत बाहेर थांबायचे. परिक्षकांना सांगायचे पूर्ण तीन तास झाल्याशिवाय याला बाहेर सोडू नका. कारण हा एका तासातसुद्धा उत्तरं लिहून बाहेर यायचा. नीट बघा. त्यानं पूर्ण पेपर लिहिलाय का नाही याकडे लक्ष ठेवा.

मला वाटायचं हा काय विचित्रपणा? परंतु परीक्षक त्याचंच ऐकायचे. कारण ते कलाशाखेचे प्रमुख होते. तो खरं म्हणजे योगायोग होता. परंतु मी म्हणतो त्याप्रमाणे जीवन हे चमत्कारांनी भरलेलं असतं... कारण संपूर्ण विद्यापीठात मी सर्वप्रथम आलो आणि सुवर्णपदक मिळवलं तेव्हा माझे सगळे प्रोफेसर, विद्यापीठाचे कुलगुरू, माझे सहकारी या सगळ्यांना आश्चर्याचा धक्काच बसला... त्यांना कुणाला हे अपेक्षितच नव्हतं.

पुन्हा एकदा योगायोग... अलाहाबाद विद्यापीठाचे एक प्रसिद्ध प्रोफेसर 'रानडे' ते एका गोष्टीबद्दल प्रसिद्ध होते ती म्हणजे त्यांनी त्यांच्या संपूर्ण आयुष्यात फक्त दोनच व्यक्तिंना फर्स्ट क्लास दिलेला होता. तेसुद्धा अत्यंत दुर्मिळच... अन्यथा त्यांच्याकडून पासापुरते मार्कही मिळणं कठीणच होत... ते नुसतेच प्रोफेसर म्हणून नव्हते, तितकेच अफाट ज्ञानीसुद्धा होते. मोठमोठे ग्रंथ त्यांनी लिहिलेले होते. त्यांच्या विद्वत्तेबद्दल कुणाला शंकाच नव्हती... तर माझा पेपर योगायोगानं त्यांच्याकडे गेला.

तपासल्यानंतर त्यांनी माझ्या पेपरसोबत एक टाचण लिहून पाठवलं... कुलगुरुंनी ते मला दाखवलं. त्यांनी लिहिलं होतं. तू एकमात्र असा विद्यार्थी आहेस की माझ्या संपूर्ण आयुष्यातली माझी मनोकामना तू पूर्ण केली आहेस... आयुष्यभर मी एका गोष्टीचा सातत्यानं तिरस्कार केला तो म्हणजे फक्त स्मरणशक्तीच्या आधारावर उत्तरं लिहिणं! तुझी उत्तरं मात्र सर्वस्वी नवीन, ताजीतवानी आहेत... थोडक्यात पण मुद्देसूद आहेत. तू फक्त पाठांतराचा विद्यार्थी नाहीस. मी खरं म्हणजे तुला शंभरपैकी शंभर मार्क्स द्यायला पाहिजेत. परंतु इतरांना काहीतरी संशय येईल. मी तुला उगाचच झुकतं माप देतोय असं वाटेल म्हणून नव्व्याण्णव मार्क्स देतो आहे. तू कधी अलाहाबादला आलास तर मला भेटून जा. मला खूप आनंद होईल. प्रोफेसर म्हणून माझ्या संपूर्ण आयुष्याच्या कारकिर्दीत मी कदाचित तुझ्यासारख्या विद्यार्थ्याची वाट पहात होतो. मला असे पेपर हवे असतात. असं धाडस दाखवलेलं आवडतं. तू प्रश्नांनाच प्रश्न विचारून संपूर्ण प्रश्नातली हवा काढून घेतली आहेस. तू उत्तर लिहिलेलंच नाहीस कारण त्यात उत्तर देण्यासारखं काही नव्हतंच. कारण प्रश्नच मुळी हास्यास्पद होते. पुन्हा पुन्हा तेच तेच लिहिलेली मोठमोठी उत्तरं मला आवडत नाहीत. प्रत्येकजण तशीच उत्तर लिहितो. बुद्धिमत्तेचा वापर फार थोडेजण करतात. स्मरणशक्ती ही फक्त तांत्रिक गोष्ट आहे हे ते जाणून होते. बुद्धिमत्ता हीच खरी तुमची

संपत्ती आहे. आणि ही गोष्ट आता सिद्धही झालेली आहे. भविष्यकाळामध्ये स्मरणशक्तीचा उपयोग केलाच जाणार नाही. कारण तुम्ही तुमच्या खिशामध्येही आता संगणक ठेवू शकाल. जे प्रश्न हवे आहेत; त्याची तयार उत्तरं मिळणार. उदा. सॉक्रेटिसचं लग्न कधी झालं आणि धनुष्यबाण वापरायला माणसानं कधी सुरुवात केली... इ. इ... प्रत्येक गोष्ट तयार! कोणताही प्रश्न विचारा.... संगणकाकडे त्याचं उत्तर तयार.

संगणक इतके छोटे असतील की ते खिशातसुद्धा ठेवता येतील, कदाचित हातातल्या घड्याळासारखेही बनतील. वरून घड्याळाप्रमाणे दिसणार... पण आत संगणक! फक्त प्रश्न विचारा. उत्तर तयार. अनेक उत्पादनांच्याबाबतीत यापूर्वी असंच घडलेलं आहे...

फाऊंटन-पेन प्रचलित होण्यापूर्वी प्रत्येकाचं अक्षर फार सुरेख होत. कारण हस्ताक्षराला त्यावेळी फार महत्त्व होतं. पेनं बाजारात आली आणि चांगल्या अक्षराचे दिवस निघून गेले.

कॅलक्युलेटर्स बाजारात येण्यापूर्वी सगळ्यांचं गणित चांगलं होतं. आता मोठमोठे गणितीसुद्धा कॅलक्युलेटर्सच्या वापराशिवाय गणितं करू शकत नाहीत. दोन अधिक दोन बरोबर चार हे जणू काय विसरलं गेलंय. आकड्यांची स्मरणशक्ती कॅलक्युलेटरनं पूर्णपणे संपवलेली आहे.

आता संगणकाचं युग! तुमचा लहानतला लहान संगणक का असेना... परंतु जगातल्या कोपऱ्यातली माहितीसुद्धा तुम्ही मिळवू शकता.

परवा आनंदानेच एक बातमी सांगितली. अमेरिकेमध्ये गुन्हेगारांनी एक नवीनच प्रकार सुरू केला आहे. तो म्हणजे लोकांच्या संगणकावरची माहिती पुसून टाकणे. त्यासाठी त्यांनी इतकी सुंदर पद्धत अवलंबली आहे की तुम्ही कोणती माहिती जमवून ठेवली होती तेही तुम्हाला कळणार नाही...

एका कोड्यासारख्या खेळाची ते जाहिरात करायचे. ते कोडं तुम्ही संगणकावर खेळू शकता. तो खेळ इतका रोमांचकारी असतो की मंडळी तो खेळतच राहतात. पहिली काही मिनिटं सगळं व्यवस्थित चाललेलं असतं. तो खेळ असाच बनवलेला असतो की जेव्हा तो संपतो, तुम्ही समाधानाचा सुस्कारा टाकता... त्याचवेळी तुम्ही आत्तापर्यंत संगणकावर जमा केलेली सर्व माहिती तो खेळ नष्ट करायला सुरुवात करतो. ती सगळी संपवली जाते... संपूर्ण रिकामं केलं जातं. नंतर काहीही मिळवायचा प्रयत्न करायला जाता तेव्हा काहीही उत्तर मिळत नाही. आता या क्षेत्रात धोका निर्माण झालेला आहे. ते यातून काहीही फायदा मिळवत नाहीत. ते संगणक विक्रेत्याचे एजंटस असावेत असं वाटतं. कारण एक प्रोग्राम नष्ट झाला की ओघानंच तुम्ही दुसरा घ्यायला जाणार. त्यामुळे संगणकाला कायमच मागणी राहणार... धंदा तेजीत! नाहीतर मला तर कोणतंच कारण दिसत नाही. संगणक विक्रेत्यांकडून

त्यांना काही मिळत असल्याशिवाय ते असं करीत नाहीत.

असं दिसतं की मनुष्य जितका शहाणा बनतो तितके त्याचे गुन्हेही जास्त शहाणपणानं केलेले आढळतात. साक्षात्कारासाठी जेवढे प्रयत्न लागतात त्याच्या कितीतरी पुढे त्याचं गुन्हेगारी मन काम करत असतं.

पण आनंदो... तुझ्या स्मरणशक्तीची तू काळजी करू नको... महत्त्वाची गोष्ट काय आहे तर बुद्धिमत्ता! बुद्धिमत्तेच्या दिशेनं तुझी सारी शक्ती कार्यरत झाली पाहिजे. तरच तुला हलकं हलकं वाटेल. स्मरणशक्तीचा विचार करता एखादी टिपणवही जवळ ठेवत जा. काही महत्त्वाचं वाटलं तर उतरवून ठेव!... लवकरच इथे संगणक येतील. तोपर्यंत रोजनिशी ठेव. मग तुला काही न्यून वाटणार नाही.

पेडी, सीन, आणि मिक एकदा शिकारीहून परतत होते. एका मार्गावरून चालत असताना त्यांनी वाकून त्या रस्त्याकडे जवळून पाहिलं.

पेडी म्हणाला, ''या अस्वलाच्या पाऊलखुणा वाटतायत... हा मार्ग त्याचा असावा.''

''छे छे... या तर हरणाच्या पावलांच्या खुणा आहेत.'' सीन म्हणाला.

नंतर दोघंही मिकला म्हणाले. ''तुला काय वाटतं रे... कोणाच्या असाव्यात?''

एवढं म्हणेपर्यंत... समोरून आलेल्या एका रेल्वेनं त्या तिघांना उडवून लावलं.

बुद्धिमत्ता ही रक्षण करणारी असते. स्मरणशक्ती नसते!

लहान एडी त्या दिवशी आईला म्हणाला, ''आज मी जरा लवकर शाळेत जाणार आहे. म्हणजे अगदी पहिला बाक मला मिळेल. कारण आज शिक्षक लैंगिक शिक्षणाचा तास घेणार आहेत.''

संध्याकाळी शाळेतून घरी आल्यानंतर त्याचा पडलेला चेहरा पाहून आईनं विचारलं काय झालं रे?

तो उत्तरला, ''छ्या... बकवास नुसता... फक्त लेखी शिकवलं. प्रात्यक्षिक नव्हतं!''

□

प्रिय ओशो,

माझ्या नातेसंबंधात आता मी जास्तीत जास्त अशी इच्छा करते, की मी आहे तशी कुणी मला मान्य करावं आणि माझ्यावर प्रेम करावं. आणि याचा दुसरा असा तर अर्थ नसेल? की मी जास्त गरजू आणि अपेक्षा बाळगणारी आहे म्हणून? माझ्या या गोंधळलेल्या परिस्थितीवर तुम्ही काही प्रकाश टाकू शकाल?

तमार...

प्रत्येक गोष्ट वरून खाली तू आणून ठेवली आहेस. मी तुला सांगत होतो की प्रत्येक जण जसा आहे तसा स्वीकार. तुझ्या पूर्वग्रहाप्रमाणे असलेल्या, मनातल्या आदर्शाप्रमाणे, तुझ्या मताप्रमाणे तो असावा अशी अपेक्षा ठेवू नको... प्रेम करण्याचा हा मार्ग नाहीच... तसंच माणुसकीनं वागण्याचाही हा मार्ग नाही.

प्रेम हे नेहेमी माणसाला आहे तसं स्वीकारतं. तसं स्वीकारलं गेलं तर त्या माणसामध्ये प्रचंड परिवर्तन घडू शकतं. प्रेम हे कोणत्याही प्रकारच्या मागण्या करीत नसतं. ते आपोआप जुळत असतं. तू तुझी कथा पूर्णपणे चुकीच्या पद्धतीनं सांगितली आहेस. तू त्यांना आहे तसं स्वीकारण्याऐवजी, त्यांनी तुला आहे तसं स्वीकारावं, असं तुझं म्हणणं. तुझा प्रश्नच मुळी वेडेपणाचा आहे. यावरून एकच अर्थ स्पष्ट होतो की माझं बोलणं तू काय पद्धतीनं ऐकतेस आणि त्याचे किती विचित्र अर्थ काढतेस, जे मी कधीच म्हणालो नाही! माझ्या संपूर्ण आयुष्यभर मी अशाप्रकारची मतं कधीच प्रदर्शित केलेली नाहीत. मी या मताच्या अगदी विरोधात आहे. तू म्हणतेस ''माझ्या नातेसंबंधात माझी अशी जबरदस्त इच्छा आहे की मला त्यानं आहे तसं स्वीकारावं आणि प्रेम करावं.'' असा विचार करणं म्हणजे निव्वळ मूर्खपणा आहे. एका माणसाची गोष्ट सांगतो. आयुष्यभर अविवाहित राहिलेल्या एका पुरुषाची ही गोष्ट आहे.

नव्वद वर्षांचा हा मनुष्य... सतत माणसं विचारायची... अविवाहित राहण्याचं कारण विचारायची. हा फक्त हलकं हसायचा आणि सोडून द्यायचा. शेवटी मृत्युपंथाला लागला. सगळे मित्र, नातेवाईक जमले... मित्र म्हणू लागले. "आता तरी सांग तुझ्या, ब्रम्हचारी राहण्याचं रहस्य? आम्हाला प्रचंड उत्सुकता आहे. तू ते रहस्य न सांगता मेलास तर आम्हाला हुरहुर वाटेल."

तो म्हणाला, "आता मी सांगतो. आतापर्यंत मी अविवाहित राहिलो कारण योग्य स्त्रीच्या शोधार्थ मी इतकी वर्ष घालवली."

मित्रांनी विचारलं, "पूर्ण नव्वद वर्षांमध्ये तुला योग्य स्त्री मिळाली नाही?"

तो उत्तरला, "हीच तर दुःखाची गोष्ट आहे. एकदा अशी स्त्री सापडली होती खरी... परंतु तीसुद्धा योग्य पुरुषाच्या शोधात होती."

म्हणजे सांगायचा अर्थ इतकाच की तुम्हाला अमुक अमुक प्रकारचा माणूस हवाय म्हणून त्यालाही तुम्ही आहात तसे हवे असाल असं नाही. त्याच्याही 'योग्यतेच्या' कल्पना निराळ्या असतील. म्हणून हे तुमच्या हातात नाही. तुमच्या मनातल्या आदर्शाच्या, योग्यतेच्या कल्पना तुम्ही दुसऱ्यावर लादू शकत नाही... कोणत्याही अपेक्षा न बाळगता तुम्ही फक्त प्रेम करू शकता. परंतु तुझा प्रवाह उलटाच आहे. दुसऱ्याला आहे तसं स्वीकारणं हा मार्ग खरा म्हणजे चांगला असतो; परंतु तुझा विचार उलटच आहे. आपण स्वतः आहे तसं स्वीकारलं जावं, आपल्यावर तसंच प्रेम करावं अशी तुझी अपेक्षा. अशा विचित्र अपेक्षा असतील तर कोणीही तुझ्यावर प्रेम करणार नाही आणि कोणीही तुला स्वीकारणार नाही. तू कायम रिकामीच राहणार, निराशच राहणार. रितेपणानं जगणार.

तू काय केलं आहेस? तर गाडीला बैल 'मागच्या' बाजूला जोडले आहेस. त्यामुळे काहीही प्रगती घडू शकणार नाही. थोडी बुद्धिमत्ता वापरून पहा... काय करतोय ते लक्षात येईल. हे घडणं कदापिही शक्य नाही...

पेडीनं एकदा घाबऱ्या घाबऱ्या पोलीसांना फोन केला... "साहेब लवकर या... स्टिअरींग व्हील, गिअरस्टीक, क्लच, ब्रेक... सगळं सगळं चोरीला गेलंय..." पाच मिनिटांनी त्यानं पुन्हा फोन केला.. "क्षमा करा... यायची गरज नाही... माझ्या लक्षात आलं की मी मागच्या सीटवर बसलोय!"

तमार... तुझं तसंच झालेलं आहे.

बायको नवऱ्याला म्हणाली, "शेजारचं जोडपं एकमेकांवर इतकं प्रेम करणारं आहे. रोज ऑफिसला जाताना तो बायकोचं चुंबन घेतो... तुम्ही का नाही करत असं?"

"कसं करणार?" नवरा उत्तरतो, "मी तिला ओळखत सुद्धा नाही."

मी ज्यावेळी बोलत असतो तेव्हा काय बोलतो ते मनःपूर्वक समजून घेत जा.

मी बोलताना वर्तमानपत्रं वाचत बसू नका.

सॅली त्याच्या बरोबरच्या 'फर्स्ट डेट' नंतर घरी आली... आईनं विचारलं. ''जॉन कसा काय आहे?''

सॅलीनं उत्तर दिलं, ''जेवणापर्यंत सगळं ठीक होतं. जेवणानंतर परत येताना एका निवांत जागी गाडी थांबवून त्यानं माझी चुंबनं घ्यायला सुरुवात केली... नंतर माझ्या कपड्यांवरून हात फिरवायला सुरुवात केली... पण मी त्याला मूर्ख बनवलं. मी माझे सगळे पैसे माझ्या बुटामध्ये ठेवले होते.''

ठीक आहे मनीषा?

होय ओशो...

■

प्रकरण ११

नवी पहाट येणार असल्याचे, नवीन सुरुवात होण्याचे तुम्ही नारे देत आहात... तुम्हाला कदाचित कल्पना नसेल; पण तुमच्यातूनच जागरूकता वाढीला लागत आहे, जुनं, कुचकामी जे काही आहे ते नष्ट करून नवीन रंगीबेरंगी फुलांनी बहरलेली नवी बाग बहराला येते आहे. नवनवीन तऱ्हांची, स्वतंत्र व्यक्तिमत्त्वाची, जीवनाची नवीन दृष्टी असलेली अस्तित्वं आता उदयाला येत आहेत.

नवी पहाट आता अगदी जवळ येऊन ठेपलीय!

प्रिय ओशो,

बारा वर्षांपूर्वी माझा मार्ग स्वतःनं शोधून काढण्यासाठी मी जपान सोडलं. एकदाही मागे वळून बघितलं नाही. त्यानंतर जपानी पूर्वधारणेमध्ये पुन्हा न जाण्यासाठी त्या संलग्न प्रत्येक गोष्टीचा मी तिरस्कार करत राहिले. आता मात्र माझ्यात परिवर्तन घडून आलेलं आहे. माझ्यामधली जुनी जपानी वृत्ती संपूर्णपणे जाऊन नवीन जपान जणू काय मी अनुभवते आहे. आता मी सुंदरतेचा अनुभव घेऊ शकते, संवदेनशीलतेनं पाहू शकते. शिवाय नवीन जगामध्ये पाऊल टाकण्याच्या दृष्टीनं माझ्यातली कुवत कितीही प्रमाणात वाढवू शकते. आत्तापर्यंत नैराश्याचे घनदाट ढग मला गुदमरवून टाकत होते. आता मला मोकळ्या आभाळाखाली नाचावसं वाटतं. प्रिय ओशो... हा बदल कशाचा?

गीता...

प्रत्येक गोष्ट बदलली आहे. मूलतः तूच बदललेली आहेस. बारा वर्षापूर्वी जपान सोडलेल्या त्या तुझा, आता मागमूसही शिल्लक नाही. जागरूकतेमुळे तुला नवीन पंख फुटलेले आहेत. दडपल्या जाणाऱ्या सगळ्या मनोधारणा तू काढून टाकल्या आहेस.

दुर्देवानं जपान हा देश सर्व काही दडपून टाकण्याची प्रवृत्ती असलेला देश! प्राचीन काळापासून कन्फ्यूशसचा असलेला प्रभाव त्याला कारणीभूत ठरलेला आहे. जवळजवळ पंचवीसशे वर्ष सगळ्या पूर्वेकडच्या देशावर त्याचा प्रभाव होता. आणि सभ्यता, सुसंस्कृतता, शालीनता याबाबतीत त्याची बरोबरी करणारं कुणीही नव्हतं हेही खरं. परंतु तो सत्याकडे जाणारा मनुष्य नव्हता. आत्म्याविषयी त्याला ज्ञान नव्हतं. मनुष्याच्या अंतरंगी जगात, मनुष्याच्या आतल्या गाभ्यात काही जागृतीची उलथापालथ होऊ शकते हे तो जाणून नव्हता. बाह्य जगाशी त्याचं तत्त्वज्ञान जास्त निगडित होतं. या जगात वावरताना सुसंस्कृतपणा, सभ्यता, शुद्धता, चांगली वागणूक या गोष्टी किती महत्त्वाच्या आहेत हे सांगणारं मूलभूत तत्त्वज्ञान त्यानं मांडलं... फक्त हिन्दुस्थान सोडून चीन, जपान, कोरीया, थायलंड या सर्व आशियाई देशात त्याचा विलक्षण प्रभाव होता... हे सर्व देश अतिशय सुंदर रीतीनं आपलं जीवन जगत राहिले... पण फक्त बाह्य जगाच्या दृष्टीनं! उत्तम शिष्टाचार

बाळगून सुंदर जगणं त्यांनी आत्मसात केलं. त्यातली सुदंरता ही फक्त बाह्य जगापुरती मर्यादित राहिली– खोटं हसणं, त्यांनी इतकं बेमालूमपणे सतत बाळगलं की ते हसणं खोटं आहे हे कुणीही सिद्ध करू शकणार नाही. कदाचित खोट्या गोष्टी या जास्त खऱ्या वाटत असाव्यात कारण त्याची तालीम केलेली असते; शिस्तीत बसवलेल्या असतात. म्हणूनच जपानमध्ये शिस्तीला महत्त्व आहे. परंतु शिस्तीमध्ये उत्स्फूर्तता नष्ट होत असते. माणसं ठराविक नियमानुसार, कायद्यानुसार जगत असतात. परंतु ती जागरूकतेचं स्वातंत्र्य घेऊन येणाऱ्या परिस्थितीला उत्स्फूर्त प्रतिसाद देऊ शकत नाहीत. आणि परिस्थिती तर नित्य बदलत असते; प्रत्येक क्षणी बदलत असते आणि जोपर्यंत बदलत्या परिस्थितीनुसार तुम्ही बदलत नाही तोपर्यंत आनंद, समाधान, सहजपणा तुम्हाला प्राप्त होत नाही. सतत दडपण आणि चिंता तुम्हाला सतावत राहाते.

म्हणूनच आत्महत्येचं प्रमाण जपानमध्ये सर्वात जास्त आहे. अगदी छोट्या छोट्या कारणांनी तिथं माणसं आत्महत्या करतात. परिस्थितीचं मानसिक दडपण इतकं असतं की त्यामध्ये जिवंत राहण्यापेक्षा मरण पत्करलेलं बरं अशी भावना असते. दडपण आणि मानसिक ताण याचं इतकं उदात्तीकरण झालेलं असतं की त्याच्या विरोधात जाणाऱ्याला धिक्कारलं जातं म्हणून बंड करणारी माणसं जपानमध्ये दिसत नाहीत. असाच समाज तयार केला गेलाय की तिथं सर्व काही मुखवटे घालून चाललेलं. सौंदर्य दिसतं पण ते नकली, हास्य आहे परंतु ते खोटं, आनंदीपणा दिसतो पण त्यात आनंद नाही... एकूण काय "बाहेरचं अंगण फक्त सजवलेलं; परंतु आतलं घर मात्र रितं!' गीता, तुझं माझ्याकडे येणं म्हणजे अगदी विरुद्ध अशा दुसऱ्या टोकाकडे येणं आहे. इथं, या ठिकाणी, मी उत्स्फूर्ततेवर भर देतो, शिस्तीवर भर देत नाही. प्रत्येक क्षणाला तुम्ही जबाबदार राहण्याची शिकवण मी देत असतो...

तेव्हा तुझ्याजवळ असलेल्या 'ज्ञानाचा' उपयोग करून, कृती करू नकोस तर तुझ्याजवळच्या जागरूकतेचा उपयोग करून कृती कर. कितीही प्राचीन का असेना परंतु त्या नियमांचा पगडा बाळगू नकोस. सगळ्या जुन्या मनोधारणा, जुना पगडा काढून टाक आणि मुक्त मनानं, स्वच्छ मनानं, उत्स्फूर्ततेनं जीवन जग. हे जीवन क्षणोक्षणी बदलणारं आहे, वाहणारं आहे आणि निवांत आहे.

'धार्मिक'तेचा हाच माझा पक्का अर्थ आहे... धर्म म्हणून मान्यता पावलेल्या असंख्य गोष्टी माणसाचं जीवन नष्ट करतात. त्याच्या नैसर्गिकतेत विष कालवतात, प्रचंड मानसिक ताण निर्माण करतात आणि निवांतपणाला संपूर्ण फाटा देतात. म्हणून फक्त मनुष्य सोडून या सृष्टीतली प्रत्येक गोष्ट अतिशय शांत-निवांत-समाधानी आहे. ज्या क्षणी तुम्हाला मानसिक ताण असतो त्या क्षणी तुम्ही सृष्टीपासून तुटले जाता; एकटे पडता आणि त्यामुळे जास्त काळजी वाढते. तुम्ही

जर ताणरहित असाल निवांत असाल तर सृष्टीतले तारे-तारका, नद्या, पर्वत हे सगळे तुमच्याबरोबर असतात. अशावेळी एकाएकी अवघं विश्व आपलं घरकुल बनून जातं तुम्ही या सृष्टीमध्ये विदेशी नाहीत, अनोळखी नाहीत तर तुम्ही त्याचाच एक भाग आहात. तुमची मुळं इथं आहेत. तुमचं जीवन आणि सृष्टीचा प्रवाह हे वेगवेगळे नाहीत. ते दोन्ही मिळून एक अदभूत गोष्ट आहे... त्यांच्यात द्वैत असण्याची भावना खोटी आहे.

गेली बारा वर्ष तू इथे आहेस. एवढ्या वर्षात तू जपानकडे पुन्हा मागे वळून पाहिलं नाहीस. जपानमध्ये मुख्य प्रवाह हा पुराण मतवाद्यांचा आहे. जवळ जवळ मेलेल्या माणसांचा आहे. एक छोटा प्रवाह मात्र खऱ्याखुऱ्या जिवंत माणसांचा आहे... हा प्रवाह मुख्य प्रवाहाच्या कडेकडेनं वाहतो आहे. परंतु खरा जपान तोच आहे. हा छोटा प्रवाहच जपानचा आत्मा आहे. या प्रवाहातल्या माणसांनी फक्त एकाच गोष्टीला संपूर्णपणे वाहून घेतलेलं आहे ती एकमेव गोष्ट म्हणजे ध्यानधारणा!

त्यांनी आपली सारी मानसिक शक्ति एकाच गोष्टीवर केंद्रीत केलेली आहे ती म्हणजे विचारांच्या, मनाच्या 'पलीकडच्या' अवस्थेत पोहोचणं. ही माणसं खरं जीवन जगणारी आहेत. त्यांच्या मठांमध्ये ते जास्तीत जास्त निसर्गाच्या जवळ जाऊन जगतात. प्रकृतीबद्दल पूर्णपणे कृतज्ञता बाळगून त्यांनी आपला जीवनक्रम आखलेला आहे. सर्व जगामध्ये ही सर्वात सुंदर फुलं कुठे कुठे बहरलेली आहे.

इथं तुला जपानमधला हा खऱ्या जिवंत माणसांचा प्रवाह आठवेल... जाणवेल. म्हणूनच मागे वळून पाहण्याचं कारणच नाही. मला जेव्हा अमेरिकेमध्ये अटक झाली तेव्हा राष्ट्राध्यक्षांच्या नावानं पहिलं निषेधाचं पत्रं जपानमधून झेन मठांतून आलं. त्यानंतर संपूर्ण जगातून निषेधाची हजारो पत्रं येऊ लागली. परंतु पहिलं पत्र जपानच्या झेन साधूचं होतं...

जेलरना विश्वास बसेना. ते धावत माझ्याकडे आले आणि त्यांनी तो टेलीग्राम मला दाखवला. "तुम्हाला माहितेय हा माणूस?" ते मला म्हणाले.

मी म्हणालो, "नाही... मी यांना ओळखत नाही."

त्या झेन मास्टरांनी राष्ट्राध्यक्षांना लिहिलं होतं. "आम्ही आमच्या मठांमध्ये जे झेन तत्त्वज्ञान शिकवतो ते भगवान ओशोंच्या पुस्तकांवरून शिकवतो. या निष्पाप माणसाला अटक करून आपण काय साधलं? त्यांच्याविरुद्ध एकही पुरावा तुमच्याजवळ नाही. त्यांचा जामीन मंजूर न करता त्यांना तुम्ही तुरुंगात ठेवलं आहे. तुमच्या तथाकथित लोकशाहीला हे असं कृत्य लांछनास्पद आहे असं नाही का वाटत? आम्ही या गोष्टीचा जोरदार निषेध करतो आहोत. आत्म्याच्या विकासासाठी जो कार्य करत असेल त्या प्रत्येकाचा या गोष्टीला विरोध असणार आहे!"

काही दिवसांपूर्वीच माझ्या 'सुप्रीम अंडरस्टॅंडींग' या पुस्तकाच्या जपानमध्ये

प्रचंड प्रती खपल्याचा निरोप मला मिळाला. साठ हजार प्रतींची विक्री झाली. अजूनही प्रचंड मागणी आहे. आत्तापर्यंत बारा आवृत्त्या निघालेल्या आहेत. आणखीन काढाव्या लागणार आहेत.

कुणीतरी पुस्तकांची यादी पाठवलीय. त्यात माझी पुस्तक ही विक्रीच्या बाबतीत उच्चांकावर आहेत. माझ्यानंतर नंबर आहे फ्रेडरिक नित्शे यांच्या पुस्तकांचा, आणि तिसरा कोणीतरी जपानी लेखक आहे. माझ्या दोन डझन पुस्तकांचा जपानी भाषेत अनुवाद झालेला आहे आणि त्याला उत्तम प्रतिसाद मिळतो आहे. जवळजवळ जपानमधल्या सगळ्या विद्यापीठांतून जे झेन तत्त्वज्ञान शिकवलं जातं ते केवळ माझ्या पुस्तकांवरून! त्यांची ती परंपरा आहे. आणि ती त्यांनी विकसित केलेली आहे. परंतु त्यांच्या मूळ पुस्तकांपेक्षा माझी विचारपद्धती त्यांना जास्त भावलेली आहे.

गीता, मूळ जपानी आत्मा घेऊन तू इथे आलीस. तू म्हणतेस, ''बारा वर्षापूर्वी नवीन मार्ग शोधण्यासाठी मी जपान सोडलं. पुन्हा मागे वळून न पाहता मी देश सोडला!'' आता नवीन मार्ग तुला सापडला आहे. आता तर मागे वळून पाहण्याचं कारणच नाही.

''त्यावेळी जपानी आठवणींनी मला तिटकारा वाटायचा पण आता मात्र सगळं काही निराळं झालेलं आहे.'' हेच घडणार... कारण आता फक्त वरवरचा जपान तू पाहात नाहीस तर जपानने 'झेनतत्त्वज्ञान' ही जगाला दिलेली देणगी तू पाहतोस. कारण झेन म्हणजे ध्यानधारणेचा सर्वात शुद्ध नमुना!

ध्यानधारणेचे हजारो मार्ग आहेत. परंतु 'झेन' हा सगळ्यात शुद्ध मार्ग आहे. आता तू निराळ्या दृष्टीनं जपानकडे अभिमानानं पाहू शकशील. सामान्यांच्या दृष्टीकोनातून जपानकडे तुला पाहता कामा नये. खरा जपान तुला जाणून घ्यायला हवा. खराखुरा जपान हा जपानी मठांमध्ये आहे; पर्वतांमध्ये आहे. तो तुला तुझ्यातच सांपडेल. दुसरीकडे कुठेही नाही.

''माझ्यातला जुना जपानी अंश आता मृत झालेला आहे आणि नवीन जपान उदयाला आला आहे. मला आता सुंदरतेची गुणवत्ता जाणवते, भावनांची नाजुकता कळते आणि नवीन जगाच्या दिशेनं पसरलेल्या माझ्या पंखातली ताकद समजते. आत्तापर्यंत नैराश्याचे ढग मला गुदमरून टाकत होते. परंतु आता मी मोकळ्या आभाळाखाली नाचू लागते.'' तुझं हे म्हणणं पूर्णपणे खरं आहे.

तू खरोखरच बदललेली आहेस. तुला आत्म्याचं स्वरूप समजून आलेलं आहे. तू आता निवांत झालेली आहेस. आता मानसिक ताणाचं मळभ तुला ग्रासणार नाही. कोणत्याही विशिष्ठ मनोधारणा, मग त्या विशिष्ट समाजाच्या असो, विशिष्ट देशाच्या असो... त्या तुझ्यावर अंमल गाजवणार नाहीत. या इथल्या मेळाव्यामध्ये तू संपूर्ण

जगाची नागरिक झाली आहेस. नवीन येणाऱ्या जगाची नागरिक झालेली आहेस. आता यापुढे नवीन नवीन गोष्टींचं आगमन होणार आहे. त्यापैकी महत्त्वाचं आगमन म्हणजे संपूर्ण नवीन कल्पना घेऊन येणाऱ्या नवीन मानवाचं नवीन जग!

नवीन जग येणार असल्याचे नारे तुम्ही देत आहात. तुम्हाला जाणीव नसेल परंतु तुमच्यातली जागरूकताच नवीन जग उंचीवर नेण्यासाठी कामी येणार आहे. जुनाट, सडलेलं नष्ट करून नवीन बाग बहरण्यासाठी ती उपयोगात येणार आहे. यातली फुलं निरनिराळ्या तऱ्हांची, विविध रंगांची, व्यक्तिमत्त्वांची असणार आहेत. नवीन दृष्टीचा अलौकिक मानव की ज्याच्या जवळ उत्स्फूर्तता, सतर्कता आणि क्षण न् क्षण जगण्याची उमेद असणार आहे. त्याला भूतकाळाची फिकीर नसेल, आणि भविष्यकाळातल्या चिंता नसतील.

तुझं जुनं व्यक्तिमत्त्व नष्ट करून तुझा पुनर्जन्म घडवण्यासाठी बारा वर्ष पुरेशी आहेत. आता हा पुनर्जन्म झालेला आहे. आता मोकळ्या हवेत नृत्य कर! कारण नृत्य तुझ्या हृदयातच आहे.

त्यांच्या पहिल्या भेटीनंतर मेरीनं जॉर्जला पुन्हा न भेटण्याचं ठरवलं. जॉर्ज मात्र पुरता प्रेमात पडलेला होता. त्यामुळे त्यानं नाद सोडला नाही. रोज एक याप्रमाणे त्रेसष्ठ दिवस तो विशेष पोस्टमनबरोबर तिला पत्र पाठवत राहिला. चौसष्ठाव्या दिवशी घडलं असं, की मेरी त्या पोस्टमनबरोबर पळून गेली.

बारा वर्ष... काहीतरी घडेलच... हो ना गीता?

□

प्रिय ओशो,

मी शोधून काढलेली माझी सर्वात मोठी, मला वाटत असलेली भीती म्हणजे एकाकीपणाची भीती! मी एकाकी आहे, अजूनही एकाकीच आहे असं सतत मला वाटतं. नात्यामधेही मी एकाकी आहे अशी भीती वाटते. जिथे ही भीतीची भावना आहे, तिथंच ती भावना एका बाजूला ठेवून देणे (की जे आतापर्यंत मी करू शकलेली नाही) मला जमलेलं नाही. यापेक्षा दुसरा मार्ग नाही का? प्रिय ओशो या एकटेपणाच्या भीतीबद्दल काही सांगू शकाल?

साधन...

एकटेपणाची भीती वाटणं हे स्वाभाविक आहे. माणूस जन्मापासून माणसांच्या गर्दीत, विशिष्ठ समुहात वाढत असतो. तुमच्या सभोवती सतत माणसांचा गराडा असतो. त्यामुळे त्याला एकटेपणा सहन होत नाही. त्याची सतत भीती वाटत असते. आणि नंतर मग ती सवय बनून जाते...

खरं म्हणजे निसर्गाच्या दृष्टीनं हे स्वाभाविक नाही. कारण मनुष्य जन्माला येताना एकटाच येत असतो. तो कुटुंबामध्ये जन्म घेतो... हे महत्त्वाचं नाही. तो एकटा जन्म घेतो हे महत्त्वाचं!... आईच्या पोटात तुम्ही एकटेच असता... जन्मल्यानंतर जेव्हा जेव्हा डोळे मिटून घेता तेव्हाही तुम्हाला एकटेपणं जाणवतं. अगदी... भर बाजारात उभे असताना डोळे मिटून पाहा... म्हणजे लक्षात येईल स्वतःचा एकटेपणा!

एकटेपणा किंवा एकटं असणं हे खरं पाहता नैसर्गिक आहे. आणि गर्दी ही सवय आहे. परंतु ही सवयच पुढे पुढे इतकी तीव्र होत जाते की सगळेजण आपल्याला सोडून गेले तर आपण काय करायचं ही भीती तुम्हाला छळायला लागते. खरं म्हणजे तुम्हाला हेही माहीत नसतं की तुम्ही कोण आहात म्हणून! कारण इतरांनीच तुम्हाला व्यक्तिमत्त्व दिलेलं असतं. त्यांनी तुमच्याबद्दल त्यांची मतं व्यक्त करून तुम्हाला विशिष्ठ 'ओळख' दिलेली असते.

एखादा म्हणतो, ''साधन, तू खूप सुंदर आहेस. तो तुला विशिष्ठ व्यक्तिमत्त्व देत असतो. एखादा म्हणतो ''तू बुद्धिमान आहेस'', एखादा म्हणतो ''तू आनंदी स्वभावाची आहेस.'' तू प्रेमळ आहेस. ही सगळी इतरांची तुझ्याबद्दलची मतं आहेत. कदाचित ही सारी मतं ते शिष्ठाचार म्हणूनही देत असतील, त्यांच्या मनात विशिष्ठ भाव नसतीलही... परंतु ही मतं गोळा करून तुम्ही स्वत:चं व्यक्तिमत्त्व बनवत असता.

म्हणूनच लोक तुमच्याबद्दल काय म्हणतात यावर तुमचं व्यक्तिमत्त्व अवलंबून असतं. समाज अत्यंत हुशारीनं या गोष्टीचा फायदा घेत असतो. तुम्हाला सतत भीतीच्या छायेखाली ठेवत असतो. कारण तुमचा मानसन्मान ठेवणं वा काढून घेणं याबद्दलची सत्ता समाजाकडे असते. नकळत तुमचं व्यक्तिमत्त्व हे समाजाच्या मतावर ठरत असल्यानं तुम्ही त्यांचे गुलाम बनून जाता. कारण त्यांनी ठरवलेल्या व्यक्तिमत्त्वा-'शिवाय' तुम्ही कोण हे तुम्हाला माहीत नसतं.

एका सूफी संताची गोष्ट! तो एकदा यात्रेसाठी मक्केला गेला. मुसलमानांमध्ये आयुष्यात एकदा तरी मक्केला जाणं हे कर्तव्य समजतात. अनेक मुसलमान अत्यंत गरीब परिस्थितीत असल्याचे मी बघितले आहेत. त्यांच्यातल्या विचित्र ठाम कल्पनांमुळे हे लोक जास्तीत जास्त गरीबच आढळतात. ही मंडळी व्याज देणं किंवा घेणं हे पाप समजतात. आता ही एक घनचक्कर कल्पना आहे. जगामध्ये सर्व बँका, सर्व व्यवसाय, सगळी राष्ट्र, मोठमोठे उद्योगपती हे सगळेजण कर्जावर अवलंबून असतात. आणि व्याज न घेता तुम्हाला कोणीही पैसा देत नसतं. आणि मुसलमान मंडळी व्याजाचे व्यवहार करण्याच्या विरोधी असतात. त्यामुळे ही मंडळी दरिद्रीच राहिली आहेत.

मी पाहिलंय की अनेक मंडळी घरं-दार विकतात. परंतु एकदा तरी मक्केची यात्रा करतात. त्याशिवाय ते स्वत:ला पक्के मुसलमान समजत नाहीत. देवानं कदाचित जर प्रश्न केला की ''तुम्ही मक्केला जाऊन आलात का?'' तर मग कसं व्हायचं? या भीतीनं ते मक्का यात्रा करतातच.

तर हा सुफी साधू मक्केला आला... मक्केची सगळी विश्रामगृहं पूर्ण भरलेली होती. एकही खोली मिळेना, धर्मशाळेत जागा मिळेना. त्या वाळवंटात, अंधाऱ्या थंडीमध्ये तहानेला-भुकेला असा तो कसा काय निर्वाह करणार? अखेरीला एका विश्रामगृहाच्या मालकाला त्यानं विनंती केली... अगदी जिन्यांच्या पायरीवर, फरशीवर, कुठेही झोपायची तयारी दाखवली. मालक दयाळू होता. तो म्हणाला... आता तर जागा नाहीये. परंतु एका श्रीमंत माणसाने मोठी खोली आरक्षित केली आहे. त्यामध्ये दोन बिछाने आहेत. त्या श्रीमंत गृहस्थाला मी विचारून पाहतो. त्याची हरकत नसेल तर तू एक बिछाना वापरू शकतोस... तो श्रीमंत माणूस तयार झाला... रात्री

निजानिज होताना या सुफी माणसानं सगळं काही अंगावर घालूनच झोपेची तयारी केली. त्याचं ते पागोटे, पायात पादत्राणं, अंगामध्ये जाडजूड बंडी... सगळं-सगळं घालून तो बिछान्यावर पडला... अर्थातच एवढा सगळा जामा-निमा केल्यामुळे त्याला झोप येईना... सारखा या कुशीवरून त्या कुशीवर! अस्वस्थपणे बिछान्यावर तो कुरकुरत होता. त्याच खोलीमध्ये दुसऱ्या बिछान्यावर तो श्रीमंत मनुष्य झोपला होता. तोसुद्धा याच्या चळवळीनं सारखा जागा होत होता... अखेरीला तो त्या सुफीला म्हणाला, ''हे पाहा... तूही झोपत नाहीस आणि मलाही झोपू देत नाहीयेस... काय प्रकार आहे? हे एवढे कपडे, डोक्याला पागोटे, पायात पादत्राणं घालून झोपलायस. मग झोप कशी येणार? हा वेडेपणाच आहे... मलाही तुझ्या हालचालींनं झोप येत नाहीये.''

सूफी म्हणाला, ''माझी एक अडचण आहे... तू जसा झोपतोस तसं मलाही नागवं झोपायची सवय आहे. त्यामुळे एवढं अंगावर चढवून मला अस्वस्थ होतंय... म्हणून मी सारखा या कुशीवरून त्या कुशीवर करतोय.''

तो श्रीमंत मनुष्य त्यावर म्हणाला, ''मग हरकत काय? झोप ना नागवा?''

सुफी म्हणाला, ''ते इतकं सोपं नाही. कारण मी सुद्धा तुझ्याप्रमाणे विवस्त्र झोपलो तर उद्या सकाळी मी मला कसा ओळखू शकणार... मी तो, तू आहेस का मी हे कसं ओळखणार?'' कारण माझी 'ओळख' ही निव्वळ या कपड्यांमुळे आहे. कपड्याशिवाय मला व्यक्तिमत्त्वच नाही. त्यामुळे सकाळी मी कोण आहे हे कोण सांगणार? तो दुसरा श्रीमंत मनुष्य या मूर्खपणावर हसायलाच लागला. तो त्या सुफीला म्हणाला... ''हे पहा, मी एक युक्ती तुला सांगतो... त्या कोपऱ्यात एक छोटं खेळणं पडलेलं आहे. बहुदा यापूर्वी या खोलीमध्ये कुणीतरी लहान मुलाला घेऊन राहीलं असावं. तर, ते खेळणं रात्री तुझ्या पायाला बांधून तू झोप. सकाळी आपल्या दोघांनाही समजून येईल... सकाळी तुझ्या पायाला बांधलेलं ते खेळणं दिसल्यानंतर तुझ्या लक्षात येईल की तू तूच आहेस म्हणून!''

सुफी उत्तरला... ''हा! हे बरोबर आहे.'' त्यानं सगळे कपडे काढले, पादत्राणं काढली, पागोटं काढलं. पायाला खेळणं बांधलं. आणि तसाच झोपून गेला... खूप थकलेला होता... लगेच घोरायला लागला.

त्या श्रीमंत माणसानं गंमत केली त्या सुफीच्या पायाला बांधलेलं ते खेळणं सोडून आपल्या पायाला बांधलं. सकाळी सुफी उठला. स्वतःच्या पायाकडे पाहिलं... आणि त्या दुसऱ्या माणसाच्या पायाकडे पाहिलं आणि म्हणाला, ''मला माहीतेय तू म्हणजे मी आहे... पण मग मी कोण आहे? हे निश्चित खरं आहे की तुझ्या पायाला खेळणं असल्यामुळे तू हा, मी आहे... मग माझं काय?''

सुफी साधू गेली अनेक वर्ष ही कथा सगळ्यांना सांगतात. या कथेद्वारे त्यांना

हेच सांगायचं असतं की अतिशय निरर्थक गोष्टींवरून तुमचं व्यक्तिमत्त्व अशातऱ्हेनं जोखलं जातं. तेसुद्धा 'इतर' मंडळी ठरवतात... म्हणून परंपरेविरुद्ध जायला लोक नेहमी घाबरत असतात. लोक काय म्हणतील? ही भीती सतत बाळगत राहतात. धर्म, राजकीय कल्पना, राष्ट्रीय आदर्श यांच्याबाबतीतली मतं इतकी ठाम असतात की त्याविरुद्ध जाण्याचं कोणी धाडस करीत नाही. अगदी चुकीच्या मार्गाला सुद्धा मंडळी मान्यता देतात कारण मान्यता दिली नाही तर समाजातून आपण बाहेर फेकले जाऊ आणि मग आपल्याला व्यक्तिमत्त्वच राहणार नाही या भीतीनं ते मान्यता देत असतात. अशावेळी समाजात तुमची स्वत:ची ओळख राहतच नाही.

हीच ती भीती, साधन! की ज्यामुळे समजा आपण एकटे पडलो तर 'मी कोण' हा शोध कसा लागणार. ज्या मंडळींनी तुम्हाला व्यक्तिमत्त्व दिलेलं असतं ती सगळी दूर गेलेली असतात. आणि जोपर्यंत लोकांमार्फत नव्हे तर स्वत:च स्वत:ला थेटपणे तुम्ही ओळखत नाही तोपर्यंत ही भीती कायम राहते. यामध्ये दोन महत्त्वाच्या गोष्टी आहेत. ज्यावेळी इतरांनी तुमच्याबद्दल केलेल्या मतावरून तुमचं व्यक्तिमत्त्व तयार होत असतं त्यावेळी तुमचं व्यक्तिमत्त्व म्हणजे इतरांच्या मतांचा एक पातळ थर! असं बनतं आणि ज्यावेळी इतरांनी काय म्हटलंय याचा विचार न करता तुम्ही थेटपणे स्वत:ला ओळखता, तुमचं स्वत्व ओळखता तेव्हा एकटेपणाची भीती कुठल्याकुठे पळून जाते...

तू म्हणतेस, "मला वाटत असलेली सर्वात मोठी भीती आणि माझ्या मर्यादा म्हणजे एकटेपणाची भीती..." एक सांगू साधन... ही भीती फक्त तुलाच वाटते असं नाही. तर जगातल्या प्रत्येक मानवप्राण्याला वाटत असते. त्यातल्या त्यात एक गोष्ट चांगली आहे की तू वेळेतच सावध झाली आहेस; हे सावध होणं म्हणजेच त्या भीतीतून बाहेर पडण्याचे प्रयत्न करण्यातली पहिली पायरी आहे.

"माझ्या नातेसंबंधातसुद्धा मला ही गोष्ट सतत जाणवते." असं तू म्हणतोस. बरोबर आहे; कारण तुला वाटत असलेल्या भीतीचा परिणाम नातेसंबंधावर सुद्धा होणारच नाही का?... कारण या भयापोटी, एकटं न पडण्यासाठी तू जीवनात निरनिराळे मार्ग अवलंबत असणार, मग ते कितीही तोट्याचे का असेनात! कितीही किमंत द्यावी लागली तरी तू ती देत असणार. कारण एकटेपणाची भीती ही माणसाला वेडं बनवत असते. मग त्यासाठी स्वत:च्या आयुष्यात गुलाम म्हणून जीवन कंठण्याची सुद्धा तयारी असते, अगदी आत्मा विकायचीसुद्धा तयारी असते... परंतु गर्दीमध्ये राहणं सुरक्षित वाटत असतं.

या सर्व गोष्टी तुमची आध्यात्मिक सुंदरता, आध्यात्मिक वैभव नष्ट करणाऱ्या असतात. अंतरात्म्याचा विकास होण्याच्या ज्या काही शक्यता असतात त्या शक्यतांना सुरूंग लावण्यासारखं असतं; तुमच्या नातेसंबंधांवर खोलवर परिणाम

करणाऱ्या असतात... हे नातेसंबंध मग नंतर यातनांची मालिका बनून जातात. केवळ एकटे पडू या भीतीनं हजारो माणसं या यातनांच्या प्रवाहाला चिकटून राहतात. तो प्रवास त्रासदायक असतो. छळणारा असतो... तरीही कुणीतरी बरोबर आहे या भावनेनं लोक सहज करत राहतात.

एकटं राहण्यापेक्षा, त्रासदायक का असेना परंतु कुणीतरी बरोबर असणं सहन करणं सोपं जातं, म्हणून लाखो लोक हा त्रासदायक मार्ग पसंत करतात. हे त्रासदायक नातेसंबंध काहीही पोषक देऊ शकत नाहीत, फक्त नैराश्य देत असतात. परंतु तरीही त्याला धरून राहणं लोकांना आवडतं.

फक्त जे स्त्री-पुरुष स्वत:चं एकटेपण अतिशय कणखरपणे, आनंदानं स्वीकारतात तेच 'नातेसंबंधात' सुद्धा सकारात्मक वागू शकतात. एकटेपणं स्वीकारणं म्हणजेच भीतीमुक्त होणं! नात्यामध्ये कटुता निर्माण होत असेल तर तुम्ही त्यातून बाहेर पडू शकता. तुम्हाला कोणीही अडवू शकत नाही. केवळ एकटेपणाच्या भीतीपोटी एकमेकांना चिकटून राहणं हे सगळ्यात वाईट आहे. एकटं असणं हा निसर्गाचा नियम आहे. तिथं भीतीचा लवलेशही नसतो. फक्त त्याचा अनुभव तुम्हालाच घ्यावा लागतो. एकदा का तुम्ही तो अनुभव घेतलात की मग त्या एकटेपणातून मिळणाऱ्या अतीव आणि शाश्वत आनंदामध्ये तुमच्या मनातली भीती कुठल्या कुठे पळून जाते... भूतकाळातल्या स्वत:च्या मूर्खपणाला तुम्ही हसू लागता.

"या भीतीसाठी मी फारसे प्रयत्न केले नाहीत... परंतु काही मार्ग आहे का?" असं तू विचारते आहेस... होय... मार्ग आहे!... तो म्हणजे जेव्हा जेव्हा शक्य होईल तेव्हा तेव्हा तुझ्या 'एकटेपणात' आत प्रवेश कर. जेव्हा केव्हा संधी मिळेल तेव्हा एकटेपणा टाळण्याचा प्रयत्न करू नको... त्या एकटेपणात डोळे मिटून घे, शांत, निवांत अशी बसून राहा आणि 'आत' मध्ये पाहायला सुरुवात कर. हळूहळू मनातला गोंधळ शांत होईल, मन शांत होईल आणि सगळ्या शरीरभर, शांतता भरून राहील... त्या क्षणी तुझ्या अस्तित्वातला अगदी आतला गाभा तुला जाणवायला लागेल, अंतरंगातलं केंद्र सापडेल, जिथे पूर्णपणे एकांत आहे! तिथे कुणीच असणार नाही. कधीही नाही.

तुझ्याशिवाय तिथं कोणीच पोहोचू शकणार नाही. कारण तो केवळ तुझा म्हणजे तुझाच प्रांत असणार आहे. ही एकच जागा अशी आहे की ती फक्त तुझ्याच मालकीची असणार आहे. अगदी मृत्युसुद्धा ती तुझी जागा घेऊ शकत नाही. मृत्यु हा त्याचे सारे खेळ बाहेरच्या प्रांतात खेळत असतो. शरीर आणि मनाच्या प्रांतात तो खेळत असतो. परंतु अंतरंगाला तो धक्का लावत नाही. शतकानुशतकं यालाच आम्ही आत्मा म्हणत आलो आहोत. त्याला तुम्ही तुमच्यातलं 'चैतन्य' असं म्हणा, देव म्हणा! जे काही नाव द्यायचं असेल ते द्या– परंतु एकटेपणाचं दु:ख न वाटता

तुम्हाला त्या अद्भुत अनुभवाचं सान्निध्य जास्त जास्त हवसं वाटू लागेल हे निश्चित. मध्यरात्री अचानक तुला जाग येईल... तशीच बिछान्यावर बस, डोळे मिटून घे आणि 'आतल्या एकटेपणात' प्रवेश कर. हे असं पुन्हा पुन्हा घडायला पाहिजे. सतत 'आत' जाणे आणि परत बाहेर येणे हा मार्ग नंतर नंतर सोपा होऊन जाईल. आणि नंतर तो इतका सोपा होईल की कोणत्याही क्षणी डोळे मिटलेस की थेटपणे कोणताही अडथळा न येता केंद्रापर्यंत पोचशील– ही सवय एकदा जडवून घेतलीस की मग भर बाजारातसुद्धा तू 'एकटेपणाचा' आनंद घेऊ शकशील. एक प्रकारच्या विलक्षण आनंदाचा अनुभव तू घेशील... त्या शांततेचं गाणं तू अनुभवू शकशील, सुगंध मिळवू शकशील.

साधन, ही काही फार मोठी अवघड गोष्ट नाही. स्वत:च्या 'आतमध्ये' प्रवेश करण्याची कल्पना लोकांना माहीत नसते म्हणून! नाहीतर तुला अवघड मुळीच नाही. जगामधली सगळ्यात सोपी गोष्ट आहे ती.

एकटेपणाची भीती वाटणं ही वरवर साधी वाटणारी गोष्ट तशी साधी नाहीये. कारण त्यातून अनेक गोष्टी निर्माण होतात. कारण त्या भीतीपोटी मत्सर, राग, नैराश्य, दु:ख, मालकी हक्क इ. विकार निर्माण होतात. सांगा ना, तुम्ही नवरा म्हणून, बायको म्हणून, आईवडील म्हणून दुसऱ्यावर मालकी हक्क का गाजवता? तर फक्त समोरचा मनुष्य तुमच्या कह्यात राहावा म्हणून ना? प्रत्येकजण दुसऱ्याला आपल्या कह्यात ठेवण्याचा प्रयत्न करीत असतो. त्याच्या मुळाशी एकटेपणाची भीती असते... ही भीती आत्ताच्या काळात आहे, असं नाही तर ती पुरातन काळापासून आहे.

साधन, तू स्त्री आहेस म्हणून ही भावना जास्तच गुंतागुंतीची आहे. कारण माणसानं स्त्रियांच्या सगळ्या संधी आत्तापर्यंत काढून घेतलेल्या आहेत. शिक्षण घेण्यापासून, काही कौशल्य पदरात पाडून घेण्यापासून, आर्थिकदृष्ट्या स्वतंत्र होण्यापासून तुम्हाला वंचित ठेवलं गेलंय. तुम्ही पुरुषांच्या हातातलं बाहुलं बनून राहावं हा त्यामागचा उद्देश. कारण पुरुषालासुद्धा एकटे पडण्याची भीती आहेच. त्या भीतीपोटीच त्यानं स्त्रियांचं स्वातंत्र्य नष्ट केलं. आणि स्त्रिया एकटेपणाला जास्त घाबरायला लागल्या कारण त्या कुणावर तरी अवलंबून होत्या. आर्थिक स्वातंत्र्य तिला कधीच मिळालं नसल्यानं ती स्वत:च्या पायावर कधीच उभी राहू शकली नाही. त्या कारणानं नवऱ्यानं कितीही छळलं, जुलूम केला तरीही त्याच्याजवळ राहणं हे तिचं जीवन होतं. फक्त तिच्या अन्न-वस्त्र-निवाऱ्याची तो सोय करत असे हे केवढंतरी मोठं काम.

एकदा ॲडमला घरी यायला खूप रात्र झाली. आल्यानंतर इव्ह त्याला रागानं

म्हणाली, "पुन्हा उशीर? मला तर वाटतं की बाहेर तुला दुसरी कोणीतरी बाई भेटली असावी."

ॲडम चिडून म्हणाला, "तुला चांगलं माहितेय की या जगात आपण दोघं एकटेच आहोत."

गाढ झोपल्यानंतर छातीवर कुणीतरी बोटानं टिकटिक करतंय असं त्याला वाटलं. डोळे उघडून बघतो तर इव्ह त्याच्या बरगड्या मोजत होती!

कारण देवानं एक बरगडी काढून इव्हला निर्माण केली होती. तिला वाटलं देवानं आणखीन एक काढून दुसरी स्त्री निर्माण केलीय का काय?

ही जन्मजात भीती तुम्ही काढून टाकू शकता. कारण निसर्गाच्या कितीतरी पुढे जाण्याची तुमची कुवत आहे. तुमची जागरूकता जेव्हा अत्युच्च स्थानावर जाते तेव्हा जीवनातल्या अंधाऱ्या जगातल्या 'खूप महत्त्वाच्या' गोष्टीसुद्धा अगदी 'बिन महत्त्वाच्या' होऊन जातात. ज्यावेळी या भीतीकडे पाहून तुम्ही हसू शकता तो दिवस महत्त्वाचा!

मी तुम्हाला असं बनवतोय की या सगळ्या त्रासदायक गोष्टीकडे पाहून तुम्ही हसू शकाल. भीती, दुःख, मत्सर, मालकी हक्क याबद्दल विनोद करू शकाल. गंभीरपणे या गोष्टी न घेता त्यावर हसू शकाल.

हिमी आणि बेट्टी गोल्डबर्ग एकदा फिरायला बाहेर पडले. बेट्टीनं एक सुंदर जागा पाहिली. एका छोट्या हौदाजवळची झाडाखालची ती जागा होती. ती म्हणाली "खूप छान जागा आहे. तिथं जाऊ या.."

हिमी म्हणाला, "निश्चितच ती जागा उत्तम असणार. एवढे पन्नास लाख डास चुकीच्या ठिकाणी जाणार नाहीत."

हीच तर मोठी अडचण आहे. पण मी तुला सांगतो पन्नास लाख डास एकवेळ चुकीचं वागणार नाहीत. परंतु पन्नास लाख माणसं मात्रं चुकीचं वागू शकतात. कारण माणसं एकमेकाचं अनुकरण करत असतात. एकच खेळ ते खेळत असतात, एकच भूमिका बजावत असतात. केवळ संपूर्ण गर्दी एका अडचणीभोवती असल्याने ती छोटी अडचण, मोठी होऊन जाते. तू जर त्या अडचणीकडे बघितलंस आणि पन्नास लाख डासांना विसरून गेलीस की तुझ्या लक्षात येईल की अडचण फारच छोटी आहे... आणि एखादी अगदी छोटीशी पद्धत अवलंबूनसुद्धा या अडचणीतून मार्ग काढता येईल.

□

प्रिय ओशो,

मी स्वतःकडे पाहतो तेव्हा ध्यानधारणा करणारापेक्षा मी मला एखादा गुंड वाटतो. तुम्ही मला 'ध्यान विपल' असं नाव दिलं आहे. दोन वर्षांपूर्वी मी संन्यास घेतला... परंतु तरीही अजूनही काही लोकांना मी गुंडासारखा वाटतो. आता शांतता आणि स्तब्धता या गोष्टींनी माझं कठीण असं बाह्यजगत् भेदून आत प्रवेश केलेला आहे. इतक्या दिवस मी इथे तुमच्याजवळ राहतोय; तुम्ही दिलेल्या नावाचं सार्थक होण्याची शक्यता मला दिसते आहे. तुम्हाला असं वाटतं का माझा गॉगल आणि टूथपिक वापरणं मी सोडून दिलं तर जास्त बरं होईल म्हणून!

ध्यान विपल!...

पन्नास लाख डास काय म्हणतात याकडे लक्ष देण्याचं तुला कारण नाही. त्याची काळजी करू नको. तू फक्त तुझ्या मनाला योग्य वाटेल तसं वाग. तुला तुझा गॉगल प्रिय असेल तर तो घालायला हरकत नाही. परंतु तो घालणं गरजेचं नाही किंवा तो घातल्यामुळे तुझ्या सध्याच्या नवीन व्यक्तिमत्त्वाला बाधा येतेय असं वाटत असेल तर नको घालू परंतु 'इतर' म्हणतात म्हणून त्याचा त्याग करू नको.

इतर मंडळींनी तुमच्याविषयी बनवलेल्या मतानुसार स्वतःमध्ये बदल करणं मला पसंत नाही. तू माफीयाचा मनुष्य तर उत्तम! तू सराईत गुंड वाटत असशील तर फारच उत्तम. प्रत्येक प्रकारच्या माणसांची मला गरज आहे. प्रत्येक गोष्टीत विविधता पाहिजे. काही माफीया गुंडसुद्धा पाहिजेतच... त्यामुळे मला नाही वाटत तुझा गॉगल आणि टूथपिकचा तू त्याग करावा म्हणून! कारण या गोष्टींचा 'तू' त्याग केलास तर दुसरा कोणीतरी त्याचा स्वीकार करणार हे निश्चित! इकडे-तिकडे तसे खूप लोक आहेत... त्यापेक्षा तुझ्याजवळच त्या गोष्टी राहू दे.

तुला मनातून जर खरीखुरी जाणीव होत असेल की आपल्यात परिवर्तन घडून येतंय तर मग बाह्य गोष्टींचा विचार करण्याचं कारणच नाही; कपडे, हॅट, गॉगल इ. गोष्टी का म्हणून विचारात घ्यायच्या? कारण या गोष्टी 'मनानं' स्वीकारलेल्या आहेत. आत्म्यानं नव्हे!

तुमच्या 'आत' मध्ये परिवर्तन होत असेल... तर बाह्य गोष्टींचा त्याच्याशी काहीही संबंध नाही– परिवर्तनाची जाणीव व्हायला लागते तेव्हा यापूर्वी ज्या गोष्टी आपण वापरत असतो त्या आता वापरू नये वाटतं. वेगळे कपडे घालावे. वेगळं राहावं असं वाटतं कारण आतापर्यंतच्या गोष्टी या मनानं पसंत केलेल्या गोष्टी होत्या. तुम्ही त्याची निवड केलेली होती. त्या वस्तुंनी तुमची 'ओळख' होत होती. तेव्हा सांगण्याचं कारण इतकंच की अंतरात्म्याला जर वाटत असेल की आता या गोष्टी आपल्याला शोभत नाहीत तरच त्याचा त्याग कर. इतर म्हणतात म्हणून नव्हे. इतरांचं कधीही ऐकू नये. जे इतरांना सल्ले देत असतात. अमुक कर, अमुक करू नको... ते लोक धोकादायक असतात. त्यांचा उद्देश वेगळा असतो. स्वत:च्या कल्पना तुमच्यावर लादणे हाच त्यांचा उद्देश असतो. मला स्वत:ला दुसऱ्याच्या खासगी आयुष्यात लुडबूड करायला आवडत नाही.

तुझा गॉगल ही तुझी खासगी बाब आहे. त्यामुळे तू इतरांना त्रास देतोयस असं नाही. त्यामुळे दुसरा कोणीतरी अस्वस्थ व्हायचं कारणच काय? जे कोणी तू गॉगल घातल्यामुळे अस्वस्थ होत असतील तर तो त्यांचा प्रश्न आहे... अगदी सगळं जग जरी अस्वस्थ झालं तरीही चालेल. तू मात्र त्यांचं मनावर घेऊ नकोस. कारण स्वत:ला शहाणं समजणाऱ्या या माणसांबद्दल तुला काहीही माहीत नाही.

एकदा पोप एक शब्दकोडं सोडवत होते. एका शब्दाशी जरा झटापट चालली होती. डोकं खाजवलं आणि जवळच्या धर्मगुरूला विचारलं. "चार अक्षरी 'स्त्री' अर्थाचा शब्द माहितेय? त्याची शेवटची अक्षर U.N.T. अशी आहेत."

धर्मगुरु उत्तरला, "ऑंट"

"बरोबर"... पोप उद्‌गारले... हं एखादं खोडरबर आहे का?"

ही शहाणी माणसं! दुसऱ्यांना उपदेश देणारी! देवाचे प्रेषित हे! त्यातल्या त्यात पोप म्हणजे कायम सत्यवचनी. तरीही त्यांना खोडरबर लागत होतं... तेव्हा 'इतरांची' फिकीर करू नको. स्वत:शी प्रामाणिक राहा. एखादा गॉगल घालणारा, टूथपिक वापरणारा माफियाचा गुंड सुद्धा 'गौतमबुद्ध' होऊ शकतो हे पाहणं म्हणजे अद्‌भुत आहे. जगाला या अशा गोष्टींची गरज आहे. एकाच मापाचा, एकाच आकाराचा बुद्ध कंटाळवाणाच वाटतो नाही का?–

सर्व प्रकारच्या, सर्व मापाच्या, सर्व तऱ्हांच्या मंडळींना की जी साक्षात्काराच्या दिशेनं वाटचाल करतायत त्यांना मी नेहमीच आधार देतो. अर्थातच कुणाच्या दुसऱ्याच्या पावलांवर पाऊल टाकून चालत नसलात, दुसऱ्याचं अनुकरण करत नसलात तरच... फक्त स्वत:चंच ऐका... लहान का असेना परंतु स्वत:चा आवाज ऐका... कोणतीही भीती न बाळगता, धाडसानं, विश्वासानं जिथे मार्ग नेईल तिकडे

चालत राहा... तरच हे जग निराळ्या फुलांनी, निराळ्या सुगंधानं बहरून येईल, आणि खरंखुरं संपन्न होईल. गर्दीला अलौकिकत्व मान्य नसतं. गर्दीला तोच तोचपणा हवा असतो. तुम्ही सगळे सारखे असणं पाहिजे असतं. अगदी एकटा, स्वत:च्या पायावर उभा राहिलेला, वेगळा, सूर्यप्रकाशात न्हाऊन निघालेला असा 'स्वतंत्र' मनुष्य गर्दीला आवडत नाही. पण असा मनुष्य मला आवडतो. गर्दीची मनोवृत्ती संहारक असते. म्हणूनच माझ्या मंडळींना माझं आग्रहानं सांगणं आहे की 'गर्दी'बरोबर चालू नका... गर्दीचा परिणाम करून घेऊ नका... वेगळे राहा, एकटे राहा. स्वत:चे व्हा!... तसे राहिलात तरच तुमच्या अंगणातला रात्रीचा अंधार संपून तिथं नवी पहाट येईल! नवी सुरुवात, नवा जन्म, नवं चैतन्य, नवा आनंद, नवीन नृत्य, नवीन गाणं तुमच्यावर शाश्वत आनंदाचा वर्षाव करेल.

ही नवी पहाट आता अगदी जवळ आली आहे. फक्त स्वत:चा राहा, सत्य आणि प्रामाणिकपणे स्वत:चा शोध घे. आत्तापर्यंत गर्दीप्रमाणे व्यवहार केलास. आता यापुढे स्वतंत्रपणे विचार कर... गर्दीप्रमाणे नको!... बघ नवी पहाट येते आहे. त्याचं स्वागत कर.

■

ओशो – एक परिचय

आत्मसाक्षात्काराच्या जगात ओशोंचे अद्वितीय योगदान त्यांना प्रत्येक श्रेणीच्या पलीकडे घेऊन जाते. ते एक गूढवादी आहेत आणि वैज्ञानिकही आहेत. आणि अशी विद्रोही चेतनादेखील आहेत, जी मानवतेला जगण्याचा नवीन मार्ग शोधण्याच्या आवश्यकतेसाठी प्रवृत्त करते. भूतकाळाला पुढे रेटणे म्हणजे या अनोख्या आणि सुंदर ठिकाणी आपल्या अस्तित्वाच्या विनाशाला आमंत्रण देणे होय.

ओशोंची प्रवचने, जीवनाच्या अर्थाच्या वैयक्तिक शोधापासून ते समाज, राजकारण आणि पर्यावरणाच्या सध्याच्या गंभीर समस्यांपर्यंत सर्व विषयांना स्पर्श करतात. ओशोंनी पुस्तके लिहिली नाहीत; परंतु आंतरराष्ट्रीय श्रोत्यांसमोर त्यांनी दिलेल्या प्रवचनांची ऑडिओ-मुद्रित संकलने पुस्तकरूपात आहेत. ओशो म्हणतात, ''लक्षात ठेवा, मी जे बोलतोय ते केवळ तुमच्यासाठी नाही... मी पुढच्या पिढ्यांसाठीही बोलत आहे.''

'द संडे टाइम्स ऑफ लंडन' ने ओशोंचे वर्णन 'विसाव्या शतकातील एक हजार निर्मात्यांपैकी एक' म्हणून केले आहे. प्रसिद्ध अमेरिकन लेखक टॉम रॉबिन्स यांनी लिहिले आहे, की येशू ख्रिस्तानंतरचा सर्वांत dangerous (खतरनाक) माणूस आहे. भारताच्या 'संडे मिड-डे'ने भारताचे भाग्य बदलविणाऱ्या गांधी, नेहरू आणि बुद्ध अशा दहा लोकांबरोबर ओशो यांचे नाव घेतले आहे.

आपल्या कार्याबद्दल, ओशोंनी म्हटले आहे, ''मी येणाऱ्या सुसंस्कृत पिढीसाठी

अनुकूल परिस्थिती तयार करत आहे.'' या नवीन माणसाला ते 'झोरबा द बुद्ध' म्हणतात, जो 'झोरबा द ग्रीक' प्रमाणे पृथ्वीवरील सर्व सुखांचा उपभोग घेण्याची क्षमता असलेला आणि गौतम बुद्धांप्रमाणे शांततेत, मौनात राहणारा असेल.

ओशोंच्या प्रत्येक पैलूमध्ये पूर्वेकडील कालातीत शहाणपणा आणि पश्चिमेकडील विज्ञान आणि तंत्रज्ञानाच्या सर्वोच्च शक्यतांचा समन्वय आहे.

आधुनिक जीवनाचा वेग लक्षात घेऊन ध्यानाची प्रक्रिया ओशो सुचवतात. ज्या ध्यानप्रक्रियेमुळे एखाद्याला दैनंदिन जीवनात शांतता प्राप्त होईल आणि विचारमुक्त विश्रांतीचा अनुभव घेता येईल, अशा आंतरिक परिवर्तनाच्या विज्ञानातील क्रांतिकारक योगदानासाठीच ओशो ओळखले जातात.

ओशोंच्या दोन आत्मचरित्रात्मक कृती :
ऑटोबायोग्राफी ऑफ ए स्पिरिचूअली इनकरेक्ट मिस्टिक,
(सेंट मार्टिंस प्रेस, यूएसए)
ग्लिम्प्सेस ऑफ ए गोल्डन चाइल्डहुड, (हिंदी पुस्तक : स्वर्णिम बचपन)
(ओशो मीडिया इंटरनॅशनल, पुणे, भारत)

◆

ओशो इन्टरनॅशनल मेडिटेशन रिसॉर्ट

मेडिटेशन रिसॉर्ट दरवर्षी १०० हून अधिक देशांतील हजारो मित्रांचे स्वागत करते. रिसॉर्टचे अद्वितीय कॉम्प्लेक्स अधिक जागरूक, आरामशीर, उत्सवपूर्ण आणि सर्जनशील जीवन जगण्याचा एक नवीन मार्ग स्वत: अनुभवण्याची संधी प्रदान करत असते. चोवीस तास आणि पूर्ण वर्षभर चालणाऱ्या भव्य, वैविध्यपूर्ण इव्हेन्ट्समधून (कार्यक्रमांमधून) तुम्ही कोणताही निवडू शकता – काहीही न करणे आणि फक्त आराम करणे हा त्यांपैकी एक!

येथील सर्व कार्यक्रम ओशोंच्या 'झोरबा द बुद्ध'च्या अंतर्दृष्टीवर आधारित आहेत. झोरबा, हा गुणात्मकरीत्या एक नवीन प्रकारचा असा मनुष्य आहे ज्याच्याकडे दैनंदिन जीवन सर्जनशीलपणे जगण्याची क्षमता आहे. त्याचबरोबर तो मौनात आणि ध्यानात राहू शकतो.

स्थळ

मुंबईच्या आग्नेयेस शंभर मैलांवर असलेल्या पुण्यासारख्या भरभराटीच्या आधुनिक शहरात ओशो इन्टरनॅशनल मेडिटेशन रिसॉर्ट वसले आहे. ते इतर कोणत्याही ठिकाणापेक्षा वेगळे आहे. वृक्षाच्छादित निवासी भागात, निसर्गरम्य वातावरणात २८ एकर जागेत मेडिटेशन रिसॉर्टचा विस्तार आहे.

ओशो ध्यान

सक्रिय आणि निष्क्रिय, पारंपरिक आणि क्रांतिकारी आणि विशेषत: ओशो डायनॅमिक ध्यान यासह प्रत्येक व्यक्तीसाठी दिवसभर चालणारे ध्यान कार्यक्रम इथे उपलब्ध आहेत. ही सर्व ध्यानतंत्रे 'ओशो ऑडिटोरियम' मध्ये होतात. हे ऑडिटोरियम कदाचित जगातील सर्वांत भव्य आणि प्रशस्त ध्यान सभागृह आहे.

ओशो मल्टिव्हर्सिटी

इथे होणारी विविध वैयक्तिक सत्रे, अभ्यासक्रम आणि कार्यशाळा ही सर्जनशील कला ते सर्वांगीण आरोग्य, वैयक्तिक परिवर्तन, मानवी नातेसंबंध आणि जीवनाबद्दलचे शिक्षण देतात.

यात परिवर्तन, कार्य-ध्यान, गूढ विज्ञान, खेळ आणि मनोरंजनासाठी 'झेन' दृष्टिकोनापर्यंत सर्वकाही समाविष्ट आहे. मल्टिव्हर्सिटीच्या यशाचे रहस्य यामध्ये आहे की त्याचे सर्व क्रियाकलाप ध्यानाशी जोडलेले आहेत. माणूस हा नुसता शरीराच्या अवयवांची बेरीज नाही, तर त्यापेक्षा काहीतरी अधिक आहे, असे समजून घेण्यास या कार्यशाळा प्रोत्साहन देतात.

भोजन

विविध जेवणाच्या ठिकाणी दिल्या जाणाऱ्या स्वादिष्ट आणि शाकाहारी, पाश्चात्त्य, आशियाई आणि भारतीय खाद्यपदार्थांत मेडिटेशन रिसॉर्टसाठी केवळ उगवलेल्या सेंद्रिय भाज्या वापरल्या जातात. रिसॉर्टच्या स्वत:च्या बेकरीमध्ये ब्रेड आणि केक वगैरे तयार केले जातात.

सांजक्रियाकलाप

संध्याकाळच्या क्रियाकलाप निवडण्यासाठीची यादी तशी मोठी आहे, ज्यामध्ये नृत्य शीर्षस्थानी आहे. इतर क्रियाकलापांमध्ये ताऱ्यांच्या सावलीत पौर्णिमा ध्यान, विविध कार्यक्रम, संगीतमैफिली आणि दैनंदिन जीवनासाठी ध्यान यांचा समावेश होतो.

सुविधा

मेडिटेशन रिसॉर्टच्या गॅलेरियामधून दैनंदिन वापरातील मूलभूत वस्तू तुम्ही खरेदी करू शकता. ओशोंचे सर्व मीडिया साहित्य मल्टिमीडिया गॅलरीत उपलब्ध आहे. हौशी खरेदीदार मित्रांसाठी, पुण्यात सर्वकाही उपलब्ध आहे. पारंपरिक भारतीय वस्तूंपासून ते आंतरराष्ट्रीय ब्रॅन्डच्या दुकानांपर्यंत.

राहण्याची सोय

ओशो गेस्टहाउसच्या सुरुचीपूर्ण खोल्या आपण राहण्यासाठी निवडू शकता. तुम्हाला जास्त काळ राहायचे असल्यास, तुम्ही 'लिव्हिंग-इन' प्रोग्राम पॅकेजदेखील निवडू शकता. याशिवाय अनेक प्रकारची हॉटेल्स आणि सर्व्हिस अपार्टमेन्ट्सही ओशो रिसॉर्टच्या जवळपास उपलब्ध आहेत.

www.osho.com/meditationresort
www.osho.com/guesthouse
www.osho.com/livingin
Facebook: osho.international.meditation.resort

◆

अधिक माहितीसाठी

ओशो इंटरनॅशनल यांची अधिकृत वेबसाईट : OSHO.com

ही एक बहुभाषिक वेबसाईट असून, यावर मासिके, ओशोंची पुस्तके, ऑडिओ आणि व्हिडीओ स्वरूपातील OSHO Talks इंग्रजी आणि हिंदी भाषेतील डिजिटल स्वरूपात जतन केलेली पुस्तके. तसेच ओशोंच्या ध्यानधारणेच्या प्रक्रियेसंदर्भात विस्तृत अशी माहिती उपलब्ध आहे. यासोबतच ओशो मल्टिवर्सिटी प्रोग्रामची वेळापत्रके व ओशो मेडिटेशन रिसॉर्टबाबत माहिती मिळवता येऊ शकते.

* OshoTimes.com
* OSHO.com/shop
* OSHO.com/iosho
* YouTube : OSHO
* Twitter : OSHO
* Instagram : oshointernational
* Facebook : OSHO.International

Facebook : osho.internatinal.meditation.resort

ओशो का हिंदी साहित्य

उपनिषद
सर्वसार उपनिषद
कैवल्य उपनिषद
अध्यात्म उपनिषद
कठोपनिषद
ईशावास्य उपनिषद
निर्वाण उपनिषद
आत्म-पूजा उपनिषद
केनोपनिषद

महावीर
महावीर-वाणी (दो भागों में)
जिन-सूत्र (दो भागों में)
महावीर या महाविनाश
महावीर : मेरी दृष्टि में
ज्यों की त्यों धरि दीन्हीं चदरिया

कृष्ण
गीता-दर्शन
(आठ भागों में अठारह अध्याय)
कृष्ण-स्मृति

बुद्ध
एस धम्मो सनंतनो (बारह भागों में)

अष्टावक्र
अष्टावक्र महागीता (नौ भागों में)

लाओत्से
ताओ उपनिषद (छह भागों में)

च्वांगत्सु
संसार और मार्ग
सत्य असत्य

मीरा
मैंने राम रतन धन पायो
झुक आई बदरिया सावन की

जगजीवन
नाम सुमिर मन बावरे
अरी, मैं तो नाम के रंग छकी

कबीर
सुनो भई साधो
कस्तूरी कुंडल बसै
कहै कबीर दीवाना
मेरा मुझमे कुछ नही
गूंगे केरी सरकरा
कहै कबीर मैं पूरा पाया
होनी होय सो होय

शांडिल्य
अथातो भक्ति जिज्ञासा (दो भागों में)

दादू
सबै सयाने एक मत
पिव पिव लागी प्यास

पलटू
अजहूं चेत गंवार
सपना यह संसार
काहे होत अधीर

दरिया
कानों सुनी सो झूठ सब
अमी झरत बिगसत कंवल

सुंदरदास
हरि बोलौ हरि बोल
ज्योति से ज्योति जले

धरमदास
जस पनिहार धरे सिर गागर
का सोवै दिन रैन

मलूकदास
कन थोरे कांकर घने
रामदुवारे जो मरे

बाउल संत
प्रेम योग
आनंद योग

अन्य रहस्यदर्शी
भक्ति-सूत्र (नारद)
शिव-सूत्र (शिव)
भजगोविन्दम् मूढ़मते (आदि शंकराचार्य)
एक ओंकार सतनाम (नानक)
जगत तरैया भोर की (दयाबाई)
बिन घन परत फुहार (सहजोबाई)
नहीं सांझ नहीं भोर (चरणदास)
संतो, मगन भया मन मेरा (रज्जब)
कहै वाजिद पुकार (वाजिद)
मरौ हे जोगी मरौ (गोरख)
सहज-योग (सरहपा-तिलोपा)
बिरहिनी मंदिर दियना बार (यारी)
प्रेम-रंग-रस ओढ़ चदरिया (दूलन)
दरिया कहै सब्द निरबाना (दरियादास बिहारवाले)
हंसा तो मोती चुगैं (लाल)
गुरु-परताप साध की संगति (भीखा)
मन ही पूजा मन ही धूप (रैदास)
झरत दसहुं दिस मोती (गुलाल)
अकथ कहानी प्रेम की (फरीद)

झेन, सूफी और उपनिषद की कहानियाँ
बिन बाती बिन तेल
सहज समाधि भली
दीया तले अंधेरा
मनुष्य होने की कला
सदगुरु समर्पण
उस पथ के पथिक
अंतर्यात्रा के पथ पर

विचार-पत्र
क्रांति-बीज
पथ के प्रदीप

पत्र-संकलन
अंतर्वीणा
प्रेम की झील में अनुग्रह के फूल
ढाई आखर प्रेम का
पग घुंघरू बांध
प्रेम के फूल
प्रेम के स्वर
पाथेय

बोध-कथा
मिट्टी के दीये

ध्यान, साधना

ध्यान विज्ञान

ध्यानयोग : प्रथम और अंतिम मुक्ति

मैं कौन हूँ

चित चकमक लागे नाहिं

समाधि के द्वार पर

तृषा गई एक बूँद से

जीवन सत्य की खोज

माटी कहै कुम्हार सूं

जीवन रस गंगा

अमृत की दिशा

समाधि के तीन चरण

साधना शिबिर

साधना-पथ

साधना-पथ

अंतर्यात्रा

प्रभु की पगडंडियाँ

साक्षी की साधना

साक्षी की साधना

साक्षी का बोध

मैं मृत्यु सिखाता हूँ

जिन खोजा तिन पाइयां

समाधि के सप्त द्वार (ब्लावट्स्की)

साधना-सूत्र (मेबिल कॉलिन्स)

ध्यान-सूत्र

जीवन ही है प्रभु

असंभव क्रांति

ध्यान दर्शन

ध्यान के कमल

शून्य की नाव

शून्य के पार

सत्य की खोज

संभावनाओं की आहट

समाधि कमल

जो घर बारे आपना

प्रेम दर्शन

गिरह हमारा सुन्न में

अपने माहिं टटोल

जीवन संगीत

रोम-रोम रस पीजिए

योग

पतंजलि : योग-सूत्र (पाँच भागों में)

योग : नये आयाम

तंत्र

संभोग से समाधि की ओर

संभोग से समाधि की ओर

युवक और यौन

क्रांति-सूत्र

तंत्र-सूत्र (पाँच भागों में)

राष्ट्रीय और सामाजिक समस्याएँ

फिर अमरित की बूँद पड़ी

एक एक कदम

देख कबीरा रोया

अस्वीकृति में उठा हाथ

भारत के जलते प्रश्न

समाजवाद से सावधान

समाजवाद अर्थात आत्मघात

स्वर्ण पाखी था जो कभी

नये समाज की खोज

नये भारत की खोज

नये भारत का जन्म

भारत का भविष्य

अंतरंग वार्ताएँ

संबोधि के क्षण
प्रेम नदी के तीरा
सहज मिले अविनाशी
उपासना के क्षण
अनंत की पुकार

प्रश्नोत्तर

नहिं राम बिन ठांव
प्रेम-पंथ ऐसो कठिन
उत्सव आमार जाति, आनंद आमार गोत्र
मृत्योर्मा अमृतं गमय
प्रीतम छवि नैनन बसी
रहिमन धागा प्रेम का
उड़ियो पंख पसार
सुमिरन मेरा हरि करैं
पिय को खोजन मैं चली
साहेब मिल साहेब भये
जो बोलैं तो हरिकथा
बहुरि न ऐसा दांव
ज्यूं था त्यूं ठहराया
ज्यूं मछली बिन नीर
दीपक बारा नाम का
अनहद में बिसराम
लगन महूरत झूठ सब
सहज आसिकी नाहिं
पीवत रामरस लगी खुमारी
रामनाम जान्यो नहीं
सांच सांच सो सांच
आपुई गई हिराय
बहुतेरे हैं घाट
कोंपलें फिर फूट आईं
क्या सोवै तू बावरी
कहा कहूँ उस देस की
पंथ प्रेम को अटपटो
फिर पत्तों की पांजेब बजी
मैं धार्मिकता सिखाता हूँ, धर्म नहीं
ओशो उपनिषद
एक नई मनुष्यता का जन्म
भविष्य की आधारशिलाएँ

विविध

अमृत-कण
अमृत वाणी
कुछ ज्योतिर्मय क्षण
नये संकेत
चेति सकै तो चेति
हसिबा, खेलिबा, धरिबा ध्यानम्
धर्म साधना के सूत्र
मैं कहता आंखन देखी
जीवन क्रांति के सूत्र
जीवन रहस्य
करुणा और क्रांति
विज्ञान, धर्म और कला
प्रभु मंदिर के द्वार पर
तमसो मा ज्योतिर्गमय
प्रेम है द्वार प्रभु का
अंतर की खोज
अमृत वर्षा
अमृत द्वार
एक नया द्वार
प्रेम गंगा
समुंदर समाया बूँद में
सत्य की प्यास
शून्य समाधि
व्यस्त जीवन में ईश्वर की खोज

अज्ञात की ओर
धर्म और आनंद
जीवन-दर्शन
जीवन की खोज
क्या ईश्वर मर गया है
क्या मनुष्य एक यंत्र है
नानक दुखिया सब संसार
नये मुनष्य का धर्म
धर्म की यात्रा
स्वयं की सत्ता
सुख और शांति
नारी और क्रांति
सम्यक शिक्षा
शिक्षा में क्रांति
गहरे पानी पैठ
ज्योतिष विज्ञान
नव संन्यास क्या
सत्य का अन्वेषण
सत्य का दर्शन
घाट भुलाना बाट बिनु
पथ की खोज
जीवन अलोक
जीवन की कला
जीवन क्रांति की दिशा
जीवन गीत
मन का दर्पण
आँखों देखी सांच
आनंद की खोज
स्वर्णिम बचपन
मेरी प्रिय पुस्तकें
बुद्धत्व का मनोविज्ञान
शून्य की किताब

ओशोंच्या साहित्यासंबंधी माहितीसाठी तसेच मागणीकरीता संपर्क :

ओशो मीडिया इंटरनॅशनल
१७ कोरेगाव पार्क, पुणे ४११००१, महाराष्ट्र, भारत
फोन नं. +९१ (२०) ६६०१९९८१
email : distribution@osho.net

श्रोत्यांसमोर प्रत्यक्ष दिलेल्या तत्कालीन प्रवचनांचा समावेश असणारी ही ओशोंची पुस्तकं आहेत. ओशोंची सर्व प्रवचनं पुस्तकरूपात, तसेच, ऑडिओ रेकॉर्डिंगच्या रूपात उपलब्ध आहेत. ही रेकॉर्डिंग्ज, तसंच पुस्तकं यांच्याबाबतची माहिती www.OSHO.com/library या संकेतस्थळावरून प्राप्त करता येईल.

ध्यानसूत्र

ओशो

अनुवाद
माधव कर्वे

महाबळेश्वरच्या निसर्गसंपन्न वातावरणामध्ये ओशोंनी संचालित केलेल्या ध्यानशिबिरामधल्या प्रवचनांचं तसंच ध्यानाच्या प्रयोगांचं संकलन असलेलं हे पुस्तक आहे. शरीर, विचार आणि भावना यांच्या एकेका पापुद्र्यांनी पेशीपेशींना विलीन करण्याची अद्‌भुत कला समजवताना ओशो आपल्याला संपूर्ण स्वास्थ्य, तसंच संतुलनाकडे घेऊन जातात.

मीरेची मधुशाला

ओशो

अनुवाद
स्वाती चांदोरकर

मीरा
मीरा म्हणजे भक्ती.
भक्तीने परमात्मा साध्य करणारे अनेक आहेत आणि तरीही मीरा वेगळी आहे.
का?
ओशो सांगतात की भक्तिसाराची इतकी पारदर्शकता मीरामध्ये आहे,
की ही पारदर्शकताच तिचं वेगळेपण सिद्ध करते.
मीरा कृष्णमय आहे हे कुणी नव्याने सांगायला नको.
पण आपण तिची भक्ती बघून मीरामय होऊन जातो हे निश्चित.
भक्तिमार्ग हा सर्वांत कठीण मार्ग. न दिसणाऱ्या परमात्म्यावर तन, मन, भान विसरून प्रेम करणं, स्वत:ला त्याच्यावर सोपवून देणं हे कठीणच.
आणि म्हणूनच मीराचं कृष्णासाठी केलेलं समर्पण अनमोल आहे.
यमक जुळतंय की नाही याची विवंचना न करता
जे हृदयातून उमटत गेलं असं ते काव्य, गीत, भजन आजही आपल्या हृदयाला भिडतात आणि मीरा म्हणते 'मैं तो प्रेम दीवानी'.
हा तिचा भाव, ही तिची भावदशा आपल्यालाही भारावून टाकते.